AF762618

வரலாறு முக்கியம்

இது ஒரு
மெட்ராஸ் பேப்பர்
தயாரிப்பு

வரலாறு முக்கியம்

முருகு தமிழ் அறிவன்

மெட்ராஸ் பேப்பர்

Title: Varalaaru Mukkiyam
Author's Name: Murugu Tamil Arivan

Published by MadrasPaper

மெட்ராஸ் பேப்பர்
MadrasPaper
(An imprint of Zero Degree Publishing)
No. 55(7), R Block, 6th Avenue,
Anna Nagar,
Chennai - 600 040

Website: www.madraspaper.com
www.zerodegreepublishing.com
E Mail id: zerodegreepublishing@gmail.com
Phone: 89250 61999

Ezutthu Prachuram First Edition: December 2022
ISBN: 978-93-95511-32-2
TITLE NO MP: 12

Cover Design: Rajan PR
Layout: Vijayan, Creative Studio
Printed at Clictoprint, Chennai, India

ஒப்புவிப்பு

எனது பொழுதுகளின் உச்சக் கொதிப்புக்
கணங்களுக்கு, தங்களது அதனினும் அதியுச்சச்
சேட்டைகளின் மூலம் ஈடுதரும் பொருதத்தை,
எப்போதும் எனக்கு அளித்துக் கொண்டிருக்கும்
எனது வாண்டுப் பயல்களுக்கு....

என்னுரை

இந்த வரலாறு முக்கியம் நூலைத் தொட்டிருக்கும் வாசகராகிய உங்களுக்கு அன்பார்ந்த வணக்கம்.

நான் முருகுதமிழ் அறிவன்

தகுதியில் பட்டயக் கணக்கரான நான் பணி செய்வது நிதி மென்பொருள் துறையில்.

படிப்பும் பணியும் இருக்கும் துறைகளுக்கு வேறாகவும் கருவிலே வாய்த்த திருவாகவும் தமிழ் இலக்கியங்களின் பால் ஈடுபாடும் தொடர்வும், எனது தாய்வழிப் பாட்டனார் வாருப்பட்டி வித்வான் ந.மு. சொ.வெ. சொக்கலிங்கம் அவர்களாலும், எனது தந்தை வழிப்பாட்டனார் பொன்னமராவதி புதுப்பட்டி மு.அ.அலங்காரம் அவர்களாலும், அன்னையார் சைவப்புலவர் வித்வான் அ.ச.தமிழ்ச்செல்வி அவர்களாலும் வந்திருக்கக் கூடும்.

தாய்வழிப்பாட்டனார், பாண்டித்துரைத் தேவர் நிறுவிய மதுரைச் தமிழ்ச்சங்கத்தின் தமிழ் வித்வான் என்றழைக்கப்பட்ட புலவர் கல்வித் திட்டத்தில்

*1940'*களில், மாநிலத்தின் முதல்வராக சிறப்புப் பதக்கம் பெற்றுத் தேறியவர். அவரது மகளும் எனது அன்னையாரும், அதேகல்வி நிலையத்தின் கல்விப் பயிற்சியும் மேலும் திருவாவடுதுறை ஆதீனம் வழங்கிய சைவ சித்தாந்தப்பயிற்சிக் கல்வியின் மூலமாகப் பெற்ற சித்தாந்த இரத்தினம் பட்டமும் பெற்றவர்கள்.

அவர்களது குருதித் தொடர்பில் வந்த தமிழார்வமும், எழுத்துப் பயிற்சியும் பள்ளிக்காலம் தொட்டே உண்டு. படித்த பள்ளி, கல்லூரி அளவில் பல மொழியியல் சார்ந்த நடவடிக்கைகள், போட்டிகள், நிகழ்வுகளில் பங்கு கொண்டும், கட்டுரைகள் வழங்கியுதுமான மொழி சார்ந்த ஈடுபாடுகள், எழுத்தாக்கங்கள் பலவும் உண்டு.

அலுவல் பணி தவிர்த்த ஈடுபாடுகளாக எனது வலைப்பக்கத்தில் எழுதுவது, மொழி சார்ந்த உலகத் தமிழ் மாநாடுகள் போன்ற நிகழ்வுகளில் பங்கு கொண்டு கட்டுரைகள் அளிப்பது போன்றவை ஆர்வத்தின் பால் செய்பவை.

MadrasPaper.com இணைய இதழ் தொடங்கப்பட்ட போது, அதன் ஆசிரியரும், சமகாலத் தமிழ் எழுத்தாளர் உலகின் ஆகச் சிறந்தவர்களில் ஒருவருமான திரு. பா.ராகவன், இதழ்க் குழுவில் பங்கேற்குமாறு விடுத்த அழைப்பில் அந்த இதழில் வரலாறு முக்கியம் என்ற தலைப்பில் எழுதிய *24* கட்டுரைகளின் தொகுப்பு இது.

உலகத் தரத்தில் ஒரு தமிழ் வார இதழ் என்ற குறிக்கோளோடு தொடங்கப்பெற்ற அந்த இதழில், தமிழர் வாழ்வியற் புலங்களின் ஆதாரப் பொருண்மைகளில் பலவற்றின் வரலாற்றுத் தரவுகளைப் பற்றி இக்கட்டுரைகள் பேசுகின்றன.

தமிழர் வாழ்வியலிலும், வரலாற்றிலும் ஆர்வமுள்ள வாசகர் எவருக்கும் இக்கட்டுரைகள் சுவையான வாசிப்பை வழங்கும் என்பது திண்ணம்.

இந்தக் கட்டுரைகளை எழுதும் வாய்ப்பை அளித்த நண்பர், ஆசிரியர் திரு. பா.ராகவனுக்கு நெஞ்சார்ந்த நன்றிகள்.

எனது வேண்டுகோளை ஏற்று, நுண்மையும், விரிவுமான ஒரு மதிப்புரை வாழ்த்தை அளித்த, நண்பரும் மெய்யியல் அறிஞர், பேராசிரியருமான முனைவர் கரு. ஆறுமுகத்தமிழன் அவர்களுக்கும் நெஞ்சார்ந்த நன்றி.

தமிழில் நல்ல எழுத்தைத் தேடிப் படிக்கும் வாசகர்கள் எப்போதும் உண்டு என்ற கருதுகோளை மெய்யாக்கும் உங்களைப் போன்ற ஒவ்வொரு வாசகருக்கும் கூடுதல் நன்றி.

மிகுந்த அன்புடன்

முருகு தமிழ் அறிவன்

asnarivu@gmail.com

வரலாற்றை வாழ்த்தல்

முருகு தமிழ் அறிவன் எனது முகநூல் நண்பர். அழுத்தமான தமிழ்ப் பெயரும் தமிழ் உணர்வும் தமிழ்ச் சைவ ஈடுபாடும் கொண்டவர். அவருடைய நண்பர்களைச் சந்திக்கக் கூடியிருக்கிறதே அல்லாது அவரைச் சந்திக்கக் கூடியதில்லை. சிங்கப்பூரினர். முகநூல் தூதுப் பெட்டகம் வழியாக எப்போதேனும் விசை தட்டி உரையாடி நட்பை ஊன்றிக் கொண்டிருக்கிறோம்.

மெட்ராசு பேப்பர் என்ற புதிய இணைய இதழில் 'வரலாறு முக்கியம்' என்னும் தலைப்பில் அறிவனால் தொடர்ந்து எழுதப்பட்டு, இப்போது நூலாகி வரும் இந்தத் தொகுப்புக்கு நான் வாழ்த்து எழுத நேர்ந்ததற்குக் காரணம் நாங்கள் ஒத்த உணர்வினர் என்பதும் நட்பும் மட்டுமே ஆகலாம்.

சில நிறுவனங்களின், மரபுகளின், கருவிகளின், அடையாளங்களின் வரலாற்றைச் சொல்கிற கட்டுரைகள் இவை. இப்படித்தான் நடந்தது

தெரியுமா என்று சொல்கிறவர் நயந்து சொல்ல, அப்படியா நடந்தது என்று கேட்கிறவர் வியந்து கேட்க, சொல்கிறவருக்கும் கேட்கிறவருக்கும் சலிக்காமல் நிகழ்வது வரலாறு. வரலாறு சொல்ல வரும் அறிவன் தனது சொல்லலை ஆதீனங்களில் வரலாற்றோடு மங்கலமாகத் தொடங்குகிறார். விவகாரங்கள், வில்லங்கங்கள் வந்தால் மட்டுமே ஆதீனங்கள் கவனத்துக்கு வருகின்றன; ஆதீனங்களே வில்லங்கமானவைதான் என்ற பொதுப் பார்வையும்கூட வளர்த்தெடுக்கப்படுகிறது என்று வருந்தி, அக்குறை நீக்க ஆதீனங்களின் வரலாறு சொல்கிறார். சைவம் என்ற சமயப் பரப்பலை மட்டுமே அடிப்படை நோக்கமாகக் கொண்ட ஆதீனங்கள் தமிழ்ப் பரப்பிய தொண்டை, ஆதீன நடைமுறைகளை, செயல்பாடுகளைப் பதிவு செய்கிறார். கட்டுரையின் நோக்கம் அத்தோடு நிறைவு பெற்றுவிட்டது என்றாலும் அங்கேயே நின்றுவிடாமல் மற்றொன்றையும் பதிவு செய்கிறார்: ஆதீனகர்த்தர்கள் 'பட்டணப் பிரவேசம்' என்ற பெயரில் மனிதர்கள் சுமக்கப் பல்லக்கில் ஏறிப் பவனி வரும் வழக்கத்தை *1953*-இலேயே நீக்கியவர் குன்றக்குடி ஆதீனகர்த்தராகிய குன்றக்குடி அடிகளார் என்னும் செய்தி அது. ஆதீன வரலாறு என்னும் வாழைப்பழத்துக்குள் ஊசியைச் செருகிக் கட்டுரையை இன்றைக்குப் பொருந்துவதாகவும் உயிர்ப்புள்ளதாகவும் ஆக்கிவிடுகின்றது அந்த ஒற்றை வரி. மென்மையாகச் சொல்லப்பட்டிருந்தாலும் மேன்மையைக் கருதிச் சொல்லத் தெரிந்திருப்பது அறிவன் எழுத்தின் சிறப்பு.

சிங்கப்பூரினர் ஆன அறிவன் சிங்கப்பூரின் வரலாறு சொல்கிறார். அதில் ஒரு செய்தி வியப்பில்

ஆழ்த்தியது. இரண்டு நாடுகளும் இணைந்து செயல்பட்டால் வளர்ச்சிக்கு நல்லது என்று சிங்கப்பூரை மலேசியாவில் இணைக்கிறார் லீ. நீங்கள் தனியாகவே இருந்துகொள்ளுங்கள், பிரிந்து போங்கள் என்று வற்புறுத்தித் தனிநாடாக்கிவிடுகிறது மலேசியா. அதிசயம் ஆனால் உண்மை. இருக்கிறேன் இருக்கிறேன் என்று இவர் சொல்ல, இருக்க வேண்டாம் போ என்று அவர் தள்ள, இன்றைக்கு நிகழ வாய்ப்புள்ள வரலாறா இது? ஆனால் கண்ணுக்கெட்டும் காலத்தில் நிகழ்ந்திருக்கிறது. முன் உருட்டில் ஒன்றும் பின் உருட்டில் மற்றொன்றும் என்று தாயம் உருட்டுவதுபோல நிகழுமோ வரலாறு?

உணவும் சிற்றுண்டியும் உணவுக் கட்டுப்பாடும் என்று வகைப்படுத்திக்கொண்டு உணவின் வரலாற்றைப் பற்றி மூன்று கட்டுரைகள் எழுதியிருக்கிறார். அதில் ஒன்றில் மோர்க்குழம்பு சங்கத் தமிழர் உணவு, அதன் பெயர் தீம்புளிப் பாகர் என்று குண்டு வீசுகிறார். ஏது ஆதாரம் என்று பார்த்தால், நன்கு அறியப்பட்ட குறுந்தொகைப் பாட்டான 'முளிதயிர் பிசைந்த காந்தள் விரல்கள்' என்பதைச் சான்று காட்டுகிறார். அடடா, நாம்தான் தயிரைப் பிசைந்த காந்தள் விரல்களைக் கடந்துபோக முடியாமல் கிறங்கிவிட்டோம் போலிருக்கிறது; தாளிப்பு அதன் பிறகு நிகழ்ந்திருக்கிறது என்று சமாளித்துக்கொள்ள வேண்டியதாயிற்று.

மற்றவர்களெல்லாம் முதன்மை உணவை வேகவைத்தும் வாட்டியும் வெறுமனே தின்று பசியாறிக்கொண்டிருந்த காலத்தில் உணவை முதன்மையும் துணையும் என இரண்டாக்கிச் சோறும் கறியுமாக சுவை கூட்டி உண்டவன் தமிழன் என்று தமிழர் உணவைப் பற்றிப் பாவாணர் வைத்த

செய்தியை ஒன்றையும் வாகாகப் பரிமாறுகிறார். உழைக்கும் மக்கள் கம்மங் கூழ் பருக, வேதியர்கள் மாதுளம் பிஞ்சு, வெண்ணெய், வடுமாங்காயுடன் அரிசிச் சோறு உண்டார்கள் என்று சமூக வேறுபாட்டுக்குத் தக உணவுப் பழக்கமும் வேறுபட்ட விதத்தை மெல்லத் தொட்டுக் காட்டுகிறார்.

வணிகத்தின் வரலாற்றை எழுதுகையில் அரபு மொழியில் புழங்கும் பந்தர் என்னும் சொல்லுக்குக் கடைவீதி என்று பொருள்; பந்தர் என்பது முசிறித்துறை முகத்தில் அரேபியர்கள் வந்து தங்கிய கூடாரங்கள் என்று அவர் சுட்டும்போது, சென்னை துறைமுகம் பகுதியில் பந்தர் தெரு என்று இசுலாமிய வணிகர்கள் நிரம்பிய கடைவீதி ஒன்று நினைவுக்கு வந்தது. உதிரி உதிரியாகத் தெரிந்துவைத்திருப்பவற்றைத் தொடுக்கும் சரடு ஒன்று கோத்து இழுக்கப்படும்போது அறிவுமறைவுப் பகுதியில் வெளிச்சக் கீற்று ஒன்று விழுகிறது இல்லையா!

கரையான் தன் உணவை அடையாளம் காண்பதற்காகச் சுரந்து வைக்கும் வேதிப்பொருள் நாம் எழுதவும் அச்சடிக்கவும் பயன்படுத்தும் மையிலும் இருப்பதால்தான் கரையான்கள் நம் காகித ஏடுகளை உணவென்று கருதித் தின்றுவிடுகின்றன என்று எழுதுகோல்களில் வரலாற்றுக்கு ஊடே சொல்கிறார். அடேடே என்று வியக்கும்போதே, பனையோலை ஏடுகளையும் கரையான்கள் தின்கின்றனவே? அதில் ஏது மை? என்ற கேள்வியும் ஒருவேளை ஓலை கரையானின் உண்பொருளோ? என்கிற அறியார்வமும் எழுகின்றன.

பெருவணிக நிறுவனங்களுக்கு எடுப்பெடுக்கும் நிறுவனம் ஒன்றில் பணியாற்றிய காலத்தில்

முதலாளிமார் தாயினும் சாலப் பரிந்து பிளாக்பெரி செல்பேசி ஒன்றை அலுவலகச் செலவில் வாங்கிக் கொடுத்தார்கள். செங்கல்கட்டிபோலக் கனத்துக் கிடக்கும் அந்தப் பேசியை இடுப்பில் கட்டிச் சுமந்து திரிந்தபோது, சுமந்து திரிவது புதிய காலத்து வசதியை அல்ல, முதலாளிமார்கள் 'யாரங்கே?' என்று எப்போது வேண்டுமானாலும் அழைத்து ஆக்கினை செய்ய வழிகோலும் அதிகாரப் பெருக்கியை என்று பயந்தே சுமந்த காலம் உண்டு. கணிகள், திறன்பேசிகள், செயலிகள் போன்ற கருவிகளின் வளர்ச்சி வரலாற்றை எழுதும் அறிவன் சொல்கிறார்: இப்போது இவற்றின் வழியாகப் பொய் சொல்வதும்கூட எளியதுதான். நான் தூங்கிவிட்டேன் என்று என் மனையாளுக்குச் செய்தியனுப்பு என்றால் அவை நம் பொய்யைத் தம் பொய்யாக்கிச் சிக்கலே இல்லாமல் சொல்லும். எண்ணிப் பார்த்தால், பொய்யராகவும் மெய்யராகவுமான வாய்ப்பைக் கருவிகள் ஒருசேரவே வழங்குகின்றன. ஆனாலும் பலரும் மெய்யே சொல்லிக்கொண்டிருக்கிறார்கள். உலகம் பெருமளவுக்கு மெய்யருடைத்தாகவே இருப்பதனால் இன்னும் உருள்கிறது.

புதிய கருவிக் கண்டறிவுகளால் வந்து சேர்ந்தவற்றையும் காணாமல் போனவற்றையும் இரண்டு கட்டுரைகளில் குறித்து வைக்கிறார் அறிவன். காணாமல் போனவற்றில் குறிக்கத்தக்கது கடிதம். ஒருவரை ஒருவர் கண்டிராத தலைவனும் தலைவியும் கடிதங்கள் வழியாகவே காதலித்துக்கொண்டார்கள் என்று இயக்குநர் அகத்தியன் எடுத்த தேசிய விருதுப் படத்தை இப்போது எடுக்க வாய்ப்புண்டா என்று போகிற போக்கில் எண்ணிப் பார்க்கச் சொல்லிப் போகிறார்.

அறிவன் எழுதிய கட்டுரைகள் எல்லாவற்றிலும் சிறந்தது பணத்தின் வரலாறு பற்றிய கட்டுரை. செலாவணி மதிப்புக்காகப் பயன்படுத்தப்பட்ட வற்றில் வைரத்தைவிடத் தங்கமே சிறந்தது ஏன் என்பதையும் தங்கம், வெள்ளி போன்ற உலோகங்களைக் கொண்டு காசு அடிப்பது நிறுத்தப்பட்டுத் தாளில் அடிக்கப்பட்டது ஏன் என்பதையும் அவற்றின் மதிப்பீட்டு மாற்றங்களைக் கொண்டு விளக்கித் தெள்ளத்தெளிவாக்குகிறார். இந்தக் கட்டுரையை இன்னும் நீட்டி, இந்தியப் பண மதிப்பிழப்பு வரையிலும் கொண்டு வந்திருக்கலாம். கோலத்தை நான் போடுகிறேன், வண்ணத்தை நீங்கள் தீட்டிக்கொள்ளுங்கள் என்னும் கணக்கினர்.

புதிய சிங்கப்பூரின் வரலாற்றை லீ காலத்தில் வைத்துப் பார்த்தவர், பழைய சிங்கப்பூரைச் சுபாசு காலம், சோழர் காலம்வரையிலும் போய்த் தேடிப் பார்த்திருக்கலாம். காலக் கட்டுக்குள் செய்ய வாய்த்திருக்காது. இனி வாய்க்கட்டும்.

சமயம், சாத்திரம், சமய நிறுவனம், இசை, கூத்து, மொழி, உணவு, மருத்துவம், பொருளியல், வணிகம், கருவிகள் என்று பல புள்ளிகளைக் குத்திக் கோலம் போடுகிறார் அறிவன். கூகிள் நிலவரைச் செயலிகள் நாம் இன்ன இடத்தில் இருப்பதாக நம் இருப்பிடத்தைப் புள்ளி குத்தி வரையறுத்துக் காட்டுவதுபோல, தமிழர்கள் தங்களது வாழ்வியல் இருப்பு எந்த இடத்தில் நிலைகுத்தி நிற்கிறது என்பதை வரையறை செய்துகொள்ளத் தேவையான பண்பாட்டு நிறுவனங்களின் வரலாற்றை இந்நூலின் இருபத்து நான்கு கட்டுரைகளில் கட்டம் கட்டிவிடுகிறார்.

தமிழ் படித்தல் என்பது மொட்டையாக மொழி படித்தல் அன்று; அந்த மொழி தன்னிடத்தில் பாதுகாத்து வைத்திருக்கிற அறிவைப் படிப்பது. புதிதாகத் தமிழ் படிக்கக் கிளம்பி வரும் வாசகர்களுக்கு எளிமையான கைகாட்டி நூல் செய்திருக்கும் அறிவன் வாழ்க.

முனைவர் கரு. **ஆறுமுகத் தமிழன்**

பொருளடக்கம்

1. ஆதீனங்களின் கதை

சமீபத்தில் தருமபுரம் ஆதீன பட்டினப் பிரவேச நிகழ்ச்சி சர்ச்சைக்கு உள்ளானது. பிறகு சலசலப்புகள் அடங்கி நிலைமை சீரானது. அரசியல் உள்நுழைந்தால் உண்டாகும் இயல்பான பரபரப்புதான் அது. பாதகமில்லை. ஆனால் ஆதீனங்களும் மடங்களும் எப்போதாவது இப்படி சர்ச்சைக்கு உட்படும்போது மட்டும்தான் பொது மக்கள் கவனத்துக்கு வருகின்றன. இன்றைக்கு தருமபுரம். அன்றைக்கு மதுரை ஆதீனம். அதற்கு முன்னால் காஞ்சி சங்கர மடம். இதனால் என்ன சிக்கல் என்றால், இத்தகைய ஆன்மிக அமைப்புகள் விவகாரமானவை மட்டுமே என்கிற பொதுப் பிம்பம் எளிதில் கட்டமைக்கப்பட்டுவிடுகிறது.

உண்மை அதுதானா?

தமிழகத்தில் பக்தி இயக்கம் தழைக்கவும், தமிழின் பெருமைகளைப் பாரறியச் செய்யவும் ஆதீனங்களும் மடங்களும் பெரும் பணி ஆற்றியிருக்கின்றன. அதையும் சிறிது நினைவுகூர்ந்தால் தவறில்லை.

மடம் என்றால் என்ன?

மடம் என்பது முனிவர்கள், ஆசாரியர்கள், நைட்டிக பிரம்மச்சாரிகள் வாழும் இடம் என்கிறது தமிழ்க் கலைக்களஞ்சியம். ஆன்மிகப் பயணங்கள் செய்வோர் தங்கிச் செல்லும் இடங்களுக்கும் மடம் என்றே பெயர். ஆதீனம் என்ற சொல்லுக்கு உரிமை என்ற பொருளும் உண்டு. மடங்களின் தலைமைப் பொறுப்பில் இருப்பவர்களை ஆதீனம், மடாதிபதி என்ற சொற்களால் அழைக்கிறார்கள். சேக்கிழார் எழுதிய பெரிய புராணம் சுமார் ஐம்பது இடங்களில் மடம் என்ற சொல்லுடன் 'திரு' என்ற பதத்தையும் சேர்த்து, திரு மடம் என்று குறிப்பிடுகிறது. இரண்டு இடங்களில் பொது மடம் என்று சொல்கிறது. ஆதீன மடங்கள் சமயம் சார்ந்த ஆழ்ந்த பயிற்சி, சிந்தனை போன்றவற்றிற்கான களமாக இயங்கியிருக்கின்றன. வழிப் போக்கர்கள், தல யாத்திரை செய்யும் ஆன்மிக அன்பர்களுக்குத் தங்குமிடம், உணவளிக்கும் சத்திரம் நடத்துதல் போன்ற நடவடிக்கைகளிலும் மடங்கள் உதவியிருக்கின்றன.

சமயப் பங்களிப்பு

இந்திய நிலப் பரப்பில் இருந்த பழங்கால அரசமைப்புகளும் சமூகங்களும் சமய வழியான வழிகாட்டுகளிலேயே இயங்கின. அவற்றை ஒழுக்கத்தின் அடிப்படையிலான பண்பாடு எனச் சொல்லலாம். சமயம் என்பது, கடவுள் வழிபாடு மற்றும் சமய நெறிகள் பற்றிய ஆழ்ந்த அறிவு-தெளிவு ஆகிய இரண்டு பெரும் பிரிவுகளை உள்ளடக்கியது. இந்த இரு பிரிவுகளில் கடவுள் வழிபாடு என்பது கோயில்களை அமைத்து நிர்வகித்துப் பேணுவதாகவும், மடங்கள், ஆதீனங்கள் வழியாக சமய நெறிகளைக் கடைப்பிடித்துப் பேணுவதாகவும்

நடைபெற்று வந்துள்ளன. இந்த இரு பெரும் பிரிவுகளில் சில சிறு பிரிவுகளும் இருந்தன. திருக் கோயில்களின் செயல்பாடுகளில் பூசனை முறைகள், கோவில் நிர்வாகம், விழாக்கள் நடத்துதல் போன்றவையும்; மடங்களின் செயல்பாடுகளில் சமயக் கல்விகளில், சிற்பம், ஓவியம், நாட்டியம், ஒப்பனை, இசை போன்றவற்றில் பயிற்சியும், சமய மெய்யியல் சார்ந்த தத்துவ விசாரணை ஆய்வுகள், நூலாக்கம் போன்ற முயற்சிகளும் ஒரே நேரத்தில் செயல்பாடுகளாகத் திகழ்ந்தன. இவை அனைத்தின் பொதுவான பயன்பாடு, சமயத்தைப் பின்பற்றும் பொதுமக்களின் நல்வாழ்வு என்னும் அடிப்படையில் ஒருங்கமைக்கப்பட்டவை.

தமிழகத்தின் சிவ மடங்கள்

தமிழகத்தில் சிவ மடங்களில் குறிப்பிடத் தகுந்தவை பதினெட்டு (திருவாவடுதுறை, காஞ்சிபுரம், தருமபுரம், சூரியனார் கோயில் இப்படி). இவற்றில் காலத்தால் முன்னர் தோன்றிய ஆதீனங்கள் என்றால் மதுரை திருஞானசம்பந்தர் ஆதீனம், ஈழத்தில் உள்ள நல்லூர் ஆதீனம், யாழ்ப்பாணம் வரணி ஆதீனம் ஆகியவற்றை சொல்லலாம். இவற்றில் மதுரை ஆதீனம் திருஞானசம்பந்தர் மங்கையர்க்கரசியாரின் வேண்டுதலை ஏற்று கூன்பாண்டியனின் சூலை நோய் தீர்க்கவந்த காலத்திலேயே நிர்மாணிக்கப்பட்டது. கிட்டத்தட்ட ஆயிரத்தைந்நூறு ஆண்டுகளுக்கு முந்தையது இது என்கின்றன, வரலாற்றுக் குறிப்புகள். அவர்களது ஆதீன குரு வரிசையினாலும் ஓரளவு இது அறியப்படுகிறது. இப்போதைய ஆதீனம் அல்லது மடாலயத் தலைவர் (ஆதீனங்களில் இவர்களை மகா சந்நிதானம் என்று அழைக்கிறார்கள்) 293 ஆவது ஆதீனகர்த்தராக உள்ளவர்.

இந்த ஆதீனங்களில் திருக் கயிலாய பரம்பரை என்ற வரையறைக்குள் வரும் ஆதீனங்கள் எட்டு. அவை துறைசை ஆதீனம் (திருவாவடுதுறை). தருமை ஆதீனம் (தருமபுரம்). தொண்டை மண்டல ஆதீனம் (காஞ்சிபுரம்). திருவண்ணாமலை ஆதீனம் (குன்றக்குடி), வேளாக்குறிச்சி ஆதீனம் (திருப்புகலூர்), செங்கோல் ஆதீனம் (நெல்லை), துலாவூர் ஆதீனம் (நெல்லை), சொர்க்கபுர ஆதீனம் (பூந்தோட்டம்).

ஆதீனகர்த்தரை நியமனம் செய்யும் முறை

ஆதீனம் என்னும் மடாதிபதிகளை நியமிக்கும் முறை பொதுவாக சீடர் பரம்பரை வழியாக வருவது. இது குடிவழிப் பதவி அல்ல. ஒவ்வொரு ஆதீனமும் தலைவராக ஆன பொழுதில் தமது சீடர்களில் திறனும், தமிழும், மாண்பும் அமைந்த ஒருவரைத் தேர்ந்தெடுத்துத தனது இளையவராக, இளைய ஆதீனமாக நியமிக்கும் முறை உண்டு.

இது ஆதீன நிர்வாகத்தில் உள்ளவர்களோடு இயைந்து நிகழும் நிகழ்வு. அவ்வாறு தேர்ந்தெடுத்த பின்பு, பட்டம் கட்டுதல் என்ற நிகழ்வின் மூலம் இந்த நியமனம் ஆதீன வட்டாரங்களில் உள்ள அனைவருக்கும் தெரிவிக்கப்படும். எதிர்பாராத நிகழ்வுகளில் வேறு ஆதீனங்களில் இருந்தும் சீடர்களை அழைத்து இளைய ஆதீனமாக நியமிக்கும் வழமையும் உண்டு.

பொதுவாக இளைய வயதிலேயே மடங்களில் இணைந்து சமயப் பணிக்கு வந்து விடுபவர்களைத் துறவுத் தீட்சை (துறவு நிலைக்கு மாற்றுதலுக்கான உபதேச நிகழ்வு) கொடுக்கிறார்கள். அவர்கள் தம்பிரான்கள் எனப்படுகிறார்கள். தற்போதைய மதுரை ஆதீன கர்த்தராக உள்ளவர், திருவாவடுதுறை ஆதீனத்தில் தம்பிரானாக நெடுங்காலம் இருந்தவர்.

காலஞ்சென்ற மதுரை ஆதீனம் அருணகிரிநாதர் தமது அடுத்த சந்நிதானமாக, சர்ச்சைக்குரிய பிடதி மடத்தின் நித்தியானந்தரை நியமித்ததும், பின்னர் பிற ஆதீனங்களின் அறிவுரையின் பேரில் அவரை நீக்கியதும் சமீப காலச் செய்திகள். அதன் பிறகு தனக்கு இளையவரை *2019*-ல் திருவாவடுதுறை ஆதீனத் தம்பிரான்களில் இருந்து தேர்ந்தெடுத்துக் கொண்டு பட்டமளித்தார்.

ஆதீனங்களின் நோக்கும் போக்கும்

தமிழ்ச் சமயக் கல்வியில் தலையாயது, தமிழிலக்கியங்கள் மற்றும் கவின் கலைகள் சார்ந்த நூல்கள், மெய்யியல் நூல்கள் போன்றவற்றைக் கற்றறிவது. மக்கள் பணியில், பசிப்பிணி தீர்த்தல் முதன்மையானது. தமிழ்ச் சமய சித்தாந்தக் கல்வி, ஆண்டு முழுதும் தகுந்த மாணாக்கர்களைத் தேர்ந்தெடுத்துத் தமிழ்க் கல்வி வழங்குவது, சமயக் கல்வி அளிப்பது போன்றவை இன்றியமையாதவை. இவையெல்லாம் ஆதீனங்கள் வழியாகவே நடந்தன. தவிர அந்தந்த ஆதீனங்களின் நிர்வாகத்தில்தான் அந்தப் பகுதிகளின் கோயில்களும் இருந்தன.

சமயப் பண்பு என்பது கோயில் வழிபாடு மற்றும் சமயக் கல்வி என்ற இரு பெரும் நோக்கங்கள் கொண்டது என்று வரலாறு படைக்கும் அளவுக்கு , கோயில் நிர்வாகம் மற்றும் சமயக்கல்வி நிர்வாகம் என்ற இரண்டு பெரும் விஷயங்களும் ஆதீனங்களின் பொறுப்பில் இருந்தன. இவற்றை கடந்த *800* ஆண்டுகளுக்கும் மேலாக ஆதீனங்கள் குறைவறச் செய்ததன் பலனாகவே தமிழ் சைவப் பண்பாடு, தமிழ் சைவம் சார்ந்த சித்தாந்தக் கல்வி அனைத்தும் வழிவழியாகத் தொடர்ந்து கொண்டிருக்கின்றன.

துறைசை ஆதீனம் என்றழைக்கப்படும் திருவாவடுதுறை ஆதீனம் போல மேலும் முனைப்புடன் செயல்படும் சில ஆதீனங்கள், சித்தாந்தக் கல்வியைப் பொதுச் சமூகத்திலும் பரப்ப முனைந்தன. சித்தாந்தக் கல்வி மையங்களை ஏற்படுத்தி, அங்கு தகுந்த ஆசிரியர்களைக் கொண்டு நேரடி வகுப்புகளின் மூலம் கல்வி அளித்து, தேர்வு வைத்து, தேறியவர்களுக்கு சித்தாந்தக் கல்வித் தேர்வுப் பட்டயங்கள் அளிப்பது என்ற வகையில் சிறப்புறச் செயல்பட்டதுண்டு. இவ்வகையில் எண்ணற்ற பொது மக்களுக்கு சைவ சித்தாந்தக் கருத்துகள் மற்றும் கல்வியைக் கொண்டு சென்ற மாபெரும் சாதனையையும் துறைசை ஆதீனம் செய்தது.

திருவாவடுதுறை ஆதீனத்தின் புகழ்பெற்ற மாணவர்களில் ஒருவர், உ.வே. சாமியாதய்யர். இளம் வயதில் அவரது தந்தை துறைசை ஆதீனப் புலவர் மீனாட்சி சுந்தரம் பிள்ளையிடம் கல்வி கற்க வேண்டி அணுகினார். அப்போது நடந்த ஓர் அருமையான உரையாடல் கீழே. இது உ.வே.சாவின் மாணவர் கி.வா. ஜகன்னாதன் எழுதியது:

உவேசாவின் தந்தை, 'பையனை உங்களிடம் ஒப்படைத்துவிட்டேன். எப்போது இவன் பாடம் கேட்க வரலாம்?' என்று கேட்டார்.

புலவர் பெருமான் சிறிது யோசித்துச் சொன்னார்:

'இங்கே படிப்பதற்கு அடிக்கடி யாரேனும் வந்த வண்ணமாக இருக்கிறார்கள். சில காலம் இருந்து படிப்பதாகப் பாவனை செய்துவிட்டுப் பிரிந்து சென்று என்னிடம் படித்ததாகச் சொல்லிக்கொண்டு திரிகிறார்கள். இப்படி அரைகுறையாகப் படிப்பதால் அவர்களுக்கு ஒரு பயனும் உண்டாவதில்லை. நமக்கும் திருப்தி ஏற்படுவதில்லை.'

உடனே இவர் தந்தையார், 'இவன் அவ்வாறு இருக்கமாட்டான். தங்களிடம் எவ்வளவு காலம் இருக்க வேண்டுமானாலும் இருப்பான். தமிழ்க் கல்வி கற்க எவ்வளவு காலம் ஆனாலும் தாங்கள் சொல்லிக் கொடுக்கலாம். வேறு எந்தவிதமான கவலையும் இவனுக்கு இல்லை' என்றார்.

'இவரது உணவுக்கு என்ன செய்வது?' என்றார் புலவர்.

'அதற்குத் தாங்களே ஏற்பாடு செய்தால் நல்லது' என்றார் தந்தை.

'திருவாவடுதுறையிலும், பட்டீச்சுரத்திலும் நான் தங்கும் காலங்களில் இவருடைய உணவு விஷயத்தில் ஒரு குறையும் நேராமல் பார்த்துக்கொள்ளலாம். இந்த ஊரில் இவர் ஆகார விஷயத்தில் ஒன்றும் செய்ய இயலாத நிலையில் இருக்கிறேனே.'

'இங்கே இருக்கும்போது இவன் உணவுச் செலவிற்கு வேண்டிய பணத்தை எப்படியாவது முயன்று நான் அனுப்பிவிடுகிறேன்.'

'அப்படியானால் ஒரு நல்ல தினம் பார்த்துப் பாடம் கேட்க ஆரம்பிக்கலாம்.'

இப்படித்தான் உணவளித்துக் கல்வியும் அளிக்கும் உயர்ந்த தொண்டுகளை ஆதீனங்கள் பல நூறு ஆண்டுகளாகச் செய்து வருகின்றன.

திருவாவடுதுறைப் பதி

திருவாவடுதுறையானது திருமந்திரம் இயற்றிய மூலன் வாழ்ந்திருந்தது. திருவிசைப்பா பாடியவர்களில் முதல்வராகிய திருமாளிகைத் தேவர் வாழ்ந்திருந்தது. பற்பல நவகோடிச் சித்தர்கள் மரபு வாழ்ந்திருந்த இடமாதலால் நவகோடிச் சித்தபுரம் என்ற பெயர் பெற்றது இது. திருஞான சம்பந்தர்

இறைவரிடம் மூல பண்டாரமாக ஆயிரம் பொன் பெற்ற இடம் என்ற சிறப்பும் உடையது. இத்தலத்தில் தமிழ்ச் சைவ சித்தாந்தத்தின் மூலமான சிவஞான போதம் என்ற நூலை சிவனிடமிருந்து நந்தி உபதேசம் பெற்றார்.

அந்த உபதேசத்தை அகச்சந்தானக் குரவர் வரிசையில் திருநந்தி தேவர், சனத்குமாரர், சத்தியஞான தரிசினி, பரஞ்சோதி முனிவர் பெற்றனர். அவர்களிடமிருந்து புறச்சந்தானக் குரவர் வரிசையில் மெய்கண்ட தேவர், அருள்நந்திசிவம், மறைஞான சம்பந்தர், உமாபதிசிவம் ஆகியோர் பெற்றனர் என்றும்; உமாபதி சிவத்தின் சீடரான அருணமச்சிவாயரும், அவரிடமிருந்து சித்தர் சிவப்பிராகசரும், பின்னர் அவரிடமிருந்து நமச்சிவாய மூர்த்தி என்றவரும், உபதேசம் பெற்ற பட்டியல் நீளுகிறது.

இந்த சந்தான குரவர்களின் நேரடிச் சீடர்கள் வழி வந்தவர்கள் தோற்றுவித்த மடங்கள் திருக்கயிலாய பரம்பரை மடங்கள் என்றறியப்படுகின்றன. அதாவது இவை திருவாவடுதுறை ஆதீன வழிமுறையில், மெய்கண்டார் வழி தோன்றிய சீட பரம்பரையினர்கள் மூலம் தோன்றியதால் , இந்தப் பெயர் வந்திருக்கிறது. மற்ற ஆதீனங்களுக்குக் கயிலாய பரம்பரை என்ற அடைமொழி கிடையாது.

நமச்சிவாய மூர்த்திகள் தமது குருநாதர் சித்தர் சிவப்பிரகாசர் திருவாவடுதுறையில் வகுத்த அறையில் திருவாவடுதுறை ஆதீனத்தை நிறுவினார் என்பது இந்த ஆதீன வரலாறு. ஏறத்தாழ எண்ணூறு ஆண்டுகளாகத் திருவாவடுதுறை ஆதீனம் சமய, தமிழ்ப் பணிகளில் ஈடுபட்டு வருகின்றது. இப்போதைய குருமகா சந்நிதானம் இருபத்து மூன்றாவது குருமகா சந்நிதானம் ஆவார்.

குமர குருபரர் மற்றும் திருப்பனந்தாள் காசி மடம்

இன்னொரு திருக்கயிலாய பரம்பரை மடமான திருப்பனந்தாள் காசி மடம் குமர குருபரரால் காசியில் நிறுவப்பட்டது. மீனாட்சியம்மை பிள்ளைத் தமிழ் மற்றும் கந்தர் கலி வெண்பா போன்ற அருமையான நூல்களை இயற்றிய குமர குருபரரை நாம் அறிவோம். குமர குருபரர் பதினேழாம் நூற்றாண்டில் தூத்துக்குடி மாவட்டத்தில் உள்ள திருவைகுண்டம் என்ற ஊரில் சிவ வெள்ளாளர் குலத்தில் பிறந்தவர். சிறு வயதில் பேசும் திறனில்லாது இருந்த இவரை, இவரது பெற்றோர் திருச்செந்தூர் வேலவன் கோயிலுக்கு அழைத்துச் சென்று தங்களது மகனின் நிலைசொல்லி வழிபட்டு மனமுருகி வேண்டினர்.

சிறிது காலத்தில் சிறுவன் பேசத் தொடங்கியதோடு, நல்ல தமிழில் கவி பாடும் திறனும் இயல்பாகக் கொண்டிருந்தான். அவ்வாறு திருச்செந்தூரில் வேலவன் கோயிலில் வேண்டியபோது, 'இந்தச் சிறுவன் தனது குருவைக் காணும்போது தன்னால் சரியாகப் பேச இயலாத நிலையை மீண்டும் அடைவான்' என்ற அசரீரி கேட்டுத் திரும்பினர். ஐந்தாம் வயதில் பேசும் சக்தியை அடைந்த குமரகுருபரர், வரகவியாகக் கவிபாடும் திறமையையும் சிறுவனாக இருக்கும் போதே அடைந்திருக்கிறார். இறைக்குரலின் செய்தியின் படி மீண்டுப் பேச இயலா நிலை வரும் என்று அறிந்த குமர குருபரருக்கு இயல்பாகத் தனது குருவைத் தேடிக் கண்டடைய வேண்டும் என்ற உந்துதல் ஏற்பட, வீட்டை விட்டு வெளியேறி மதுரை வந்திருக்கிறார்.

அப்போது மன்னனாக இருந்த திருமலை நாயக்கரைச் சந்திக்கின்றார். மன்னர் திருமலை வேண்டியதன் பேரில், 'மீனாட்சியம்மை பிள்ளைத்

தமிழ்' இயற்றியுள்ளார். மீனாட்சியின் குழந்தைப் பருவத்தை விளக்கும் பாடல்களை இயற்றிக் கொண்டிருந்தபோது, கோயில் சன்னதியிலிருந்து வெளிவந்த ஒரு அழகிய பெண் குழந்தை, குமரகுருபரரிடம் வந்து அவரது கழுத்தில் அழகிய முத்துச்சரம் ஒன்றை அணிவித்து விட்டுச் சென்று மறைந்ததாக குறிப்புகள் உள்ளது. இதில் மகிழ்ந்து திகைத்த திருமலை நாயக்கர் குமரகுருபரரை மிக்க மரியாதைகள் செய்து அனுப்பி வைத்தார். அங்கிருந்து திருவாரூர் சென்று தியாகேசப் பெருமான் மீது திருவாரூர் நான்மணிமாலை இயற்றினார் குமரகுருபரர்.

பிறகு அங்கிருந்து கிளம்பி, தருமபுரம் செல்கிறார். தருமபுரத்தில் தருமையாதீனமாக இருந்த மாசிலாமணி தேசிகரைச்சந்திக்கின்றார். மாசிலாமணி தேசிகர் குமரகுருபரரிடம், 'பெரியபுராணத்தில் அமைந்த, சிவனின் நாட்டியத்தைக் கண்டு மெய்யுருகி நின்ற சுந்தரமூர்த்தி சுவாமிகளின் நிலையைச் சொல்லும் 'ஐந்து பேரறிவம் கண்களே கொல்லா' என்ற பாடலை விளக்கிச் சொல்லுக' என கேட்டுக் கொண்டார்.

அப்போதுதான், குமரகுருபரர் பேசவியலா நிலையில் வாயடைத்து நிற்கின்றார். இறைக் குரலின் நினைவூட்டல் வர, மாசிலாமணி தேசிகரே தனது குருவென்று தெளிந்த குமர குருபரர், துறவித் தீட்சை பெற்று, மாசிலாமணி தேசிகரின் சீடராக தருமபுரம் ஆதினத்தில் தம்பிரானாகின்றார். ஆனால் மாசிலாமணி தேசிகர், குமர குருபரரால் நடைபெற வேண்டிய நிகழ்வுகளை உணர்ந்து, குமர குருபரரைக் காசிக்குச் செல்லப் பணிக்கிறார். அந்தச் சமயத்தில் முகலாய மன்னர் ஔரங்கசீப்பின் ஆட்சி. காசியில்

அமைந்த சிவன் கோவில்கள் ஆட்சியாளர்களின் அடக்குமுறைகளால் சிக்கல்களில் இருந்தன.

மன்னனைச் சந்தித்து வேண்டிய வசதிகளைக் கோர நினைத்த குமரகுருபரருக்கு மன்னனுடன் நேரடியாகப் பேசுவதற்கு அனுமதி கிடைக்கவில்லை. இதை நினைத்து, தனது தொழுதெய்வம் தேவியை வணங்கி குமர குருபரர் 'சகலகலாவல்லி மாலை' என்னும் நூலை இயற்றினார். தேவியருளால் அவருக்கு மறுநாள் மன்னனைச் சந்திக்கும் வாய்ப்பு கிடைத்தது. தனது சித்து ஆற்றலால், குமர குருபரர், ஒரு சிங்கத்தை வசப்படுத்தி அதனைத் தனது வாகனமாக்கி அதன் மீது ஏறிக்கொண்டு மறுநாள் மன்னனது அரசவைக்குச் செல்கிறார்; வடமொழி அறியாதிருந்த குமர குருபரருக்கு, மன்னனோடு பேசும் வடமொழி ஆற்றலும் இறையருளால் வாய்த்தது. குமர குருபரர் சிங்கத்தின் மீது அமர்ந்து வரும் காட்சியைக் கண்டு அதிர்ந்து போன மன்னன், குமர குருபரரை மரியாதை செய்து, அவருக்கு வேண்டியதைக் கேட்டார். அதற்கு, 'கருடப் பறவை வானில் வட்டமிடும் எல்லை வரை காசியில் மடங்களை நிர்மாணிக்க இடமும் பொருள்களும் தேவை' எனக் கோரி நின்றார். அவர் கேட்டவை எல்லாம் நிறைவேற்றிய முகமதிய மன்னன், அவரை மரியாதைகளுடன் அனுப்பி வைத்தான். இது வரலாறு. (ஆனால் ஔரங்கசீபின் வரலாற்றை எழுதும் யாரும் இதனைக் குறிப்பிடுவதில்லை.)

காசி மடம் குமர குருபரரால் காசியிலேயே நிறுவப்படுகிறது. அவருக்குப் பின்னர் வந்த ஆறாவது ஆதீனத்தால், காசி மடம் இட மாற்றம் செய்யப்பட்டு திருப்பனந்தாளுக்கு மாற்றப்படுகிறது. காசியிலிருந்து இடமாற்றம் பெற்று வந்ததால் அதுவே,

'திருப்பனந்தாள் காசி மடம்' என்ற பெயர்க் காரணம் ஆனது. தற்போது 20 ஆவது ஆதீனத்தால் நிருவகிக்கப் படுகிறது.

குன்றக்குடி மடம்

திருவண்ணாமலையில் புறச்சந்தானக் குரவரான அருள் நந்தி சிவத்தின் சீடர் வரிசையில் தோற்றுவிக்கப்பட்டது. பின்னர் புதுக்கோட்டை மாவட்டத்தில் உள்ள, கடையெழு வள்ளல்களில் ஒருவரான பாரி ஆண்ட பறம்பு மலைக்கு (பிரான்மலை) இடம் பெயர்ந்தது. அங்கிருந்து குன்றக்குடிக்கு இடம் பெயர்ந்ததாக வரலாற்றுக் குறிப்புகள் சொல்கின்றன.

தருமபுர ஆதீனம்

தரும்புர ஆதீனமும் திருவாவடுதுறை ஆதீனம் நிறுவப்பட்ட காலத்திலேயே புறச்சந்தானக் குரவர்கள் வரிசையில் தோன்றிய சீட பரம்பரையினரான குருஞான சம்பந்தரால் பதினாறாம் நூற்றாண்டில் மயிலாடுதுறையில் தொடங்கப்பட்டிருக்கிறது. இப்போதுள்ளவர் இருபத்தேழாவது ஆதீனம் ஆவார். காஞ்சி ஞானப்பிரகாசர் மடம் பதினான்காம் நூற்றாண்டில் தொடங்கப்பட்டதாக குறிப்புகள் உள்ளன.

ஏடு காத்த மாண்பு

நூல்கள் அச்சில் வராத காலங்களில் பனையோலை ஏடுகளிலேயே அனைத்து நூல்களும் எழுதி வைத்துப் பாதுகாக்கப்பட்டன. நன்கு பராமரித்தால் அந்த ஏடுகளின் ஆயுட்காலம் சுமார் நூற்றைம்பது ஆண்டுகள் வரை இருக்கும். பின்னர் அந்த ஏடுகளுக்குப் படி எடுத்தல் என்ற செயல் மூலம் (பார்த்து எழுதி இன்னொரு ஏடை உருவாக்குதல்)

ஏடுகளை மீள உருவாக்குவார்கள். இது மிகவும் கவனம் செலுத்த வேண்டிய பணி. ஏடுகளைப் பாதுகாப்பது, அவற்றைக் கற்று, விவாதித்து, பிறருக்குக் கற்றுக் கொடுப்பது என்று ஒரு பெரிய பல்கலைக் கழகம் நடக்கும் முறையில் இந்த மடங்கள் காலங்காலமாக இவ்வித சமயக் கல்வியையும், நியதிகளையும் பின்வரும் தலைமுறைகளுக்குக் கடத்தும் செயல்களைச் செய்தன. இவ்விதமாக திருவாவடுதுறை ஆதினம் பாதுகாத்துப் பேணிய தமிழ் ஏடுகள் நூற்றுக் கணக்கில் உள்ளன.

உணவளிக்கும் பணி

எந்த ஆதீனத்திலும் மதிய உணவு அன்னதானமாகவே நடைபெறும். உணவு நேரத்தில் ஆதீனங்களுக்குச் செல்லும் எவரும் ஆதீன மதிய உணவை உண்ணலாம். இது பசிப்பிணி தீர்க்கும் நோக்கில் ஆதீனங்களில் நடைபெறும் உன்னதப் பணியாகும்.

துறைசார் நிபுணத்துவப் பணிகள்

1959-ம் ஆண்டு திருவாவடுதுறை ஆதீனம் சார்பில் நவமணிகள் என்ற ஒரு நூல் வெளியிடப்பட்டுள்ளது. இது நவரத்தினங்கள் என்று சொல்லப்படுகின்ற நவமணிகளைப் பற்றிய ஒரு ஆய்வு நூல். ஆய்வு நூல் மட்டுமல்லாது, அவற்றைப் பரிசீலிக்கும் முறைகள், தரமறியும் வழிகள், நவமணிகளைப் பற்றிய விவரமான செய்திகள் அடங்கிய செய்திகளைத் தாங்கி வெளிவந்த இந்த நூல் அந்தத் துறை சார்ந்த ஒரு அறிஞராலேயே உருவாக்கப் பெற்றிருக்கிறது.

இந்நூலை வெளியிட்டவர் அப்போதைய சென்னைப் பிரமுகர் சர்.சி.பி. இராமசாமி ஐயர். தமிழறிஞர் ம.பொ.சிவஞானம் இந்த நூல் வெளியீட்டில் கலந்து கொண்டிருக்கிறார். இந்நூலின் பயன் நோக்கு

கருதி ஆதீனம் அவர்கள் இந்த நூலை இலவச வெளியீடாகவே வெளியிட்ட செய்தியும் இந்த வெளியீட்டு நிகழ்வு பற்றிய விளக்கத்தில் பதிவு செய்யப்பட்டுள்ளது. இவ்வாறு பல துறைசார் அறிவு நூல்கள் திருவாவடுதுறை ஆதீனத்தால் வெளியிடப்பட்டுள்ளன. ஒரு சமயம் சார்ந்த அமைப்பு இவற்றிலெல்லாம் ஈடுபட்டிருக்கும் என்று நம்ப இயலாத அறிவியக்கத் துறைகள் இவை.

சமூக நோக்கிலான ஆன்மிகப் பணிகள்

பல ஆதீனங்கள் மொழி, சமய வழியிலான சமூகத் தொண்டைப் புரிந்து வந்த காலத்தில், நேரடியாகச் சமூகத் தொண்டில் இறங்கிய ஆதீனங்களும் உண்டு. இவ்விதத்தில் பல ஆதீனங்களின் எடுத்துக்காட்டுகளைச் சொல்லலாம் என்றாலும் சமீப கால நினைவுகளைக் கருதி குன்றக்குடி ஆதீனம் மற்றும் தருமபுர ஆதீனம் போன்றவை செய்திருக்கும், செய்து வரும் அரும்பணிகள் பற்றி சொன்னால் இதை எளிதாக புரிந்து கொள்ள முடியும்.

குன்றக்குடி அடிகளாரைத் தெரியாதவர்கள் இருக்க மாட்டார்கள். தெய்வசிகாமணி அருணாசல தேசிகர் என்ற பெயருடன் பட்டமேற்ற தவத்திரு குன்றக்குடி அடிகளார், அறுபதுகளில் இருந்து தொண்ணூறாம் ஆண்டு வரை இயற்றிய சமூக நோக்கிலான அரும்பணிகள் தேசிய அளவில் அவரது பெயரை உயர்த்தின. அடிகளார் 1952-ல் பட்டத்திற்கு வந்தார். அப்போது இருந்த குன்றக்குடி வேறு; 1995-ல் அடிகளார் மறைந்தபோது இருந்த குன்றக்குடி வேறு.

குன்றக்குடி ஒரு மாதிரி கிராமம் என்று சொல்லும் அளவில் அதை மாற்றியது அடிகளார்தான். அந்த அளவு அந்த ஊரின் உள்ளும் புறமுமான

தோற்றத்தையே மாற்றினார். அவர் தொடாத துறை இல்லை.

நாடு என்ற கருதுகோளில் அவர் பஞ்சாயத்து ராஜ் பற்றிப் பேசினார்; தொழிலாளர் நலம் பற்றிப் பேசினார்; சோஷலிசம், சர்வோதயம், கிராமப்புற வளர்ச்சி, சம உடைமைத் தத்துவம் என்ற அனைத்தும் பேசினார். பேசியதோடு மட்டுமல்லாது மிக வேகமாக இத்துறைகளில் செயல்பட்டார். இவற்றையெல்லாம் பற்றிப் பேசிய மடாதிபதி குன்றக்குடி அடிகளார் ஒருவரே. சட்ட மேலவை உறுப்பினராகவும், பஞ்சாயத்துத் தலைவராகவும் தேர்வு பெற்றுப் பணி புரிந்தார். கூட்டுறவு சங்க இயக்கங்கள் மற்றும் பஞ்சாயத்துகள் இயங்கும் முறைகள் பற்றிய அடிப்படையான தெளிவான கருத்துக்களை எடுத்துரைத்து செயல்படுத்தவும் செய்தார்.

1952-ல் பட்டத்துக்கு வந்த குன்றக்குடி அடிகளார், 1953-லேயே பல்லக்கில் வரும் பட்டணப் பிரவேச நிகழ்வை நீக்கியவர். இன்று பலருக்கு இது மறந்தேவிட்டது.

திருக்குறள் பேரவை கண்டது, தமிழில் வழிபாடு மற்றும் அருச்சனைகளுக்கான முனைந்த செயல்பாடுகள், கீழ்வெண்மணி, மண்டைக்காடு, புளியங்குடி போன்ற இடங்களில் இன, சாதி ரீதியான இடர்கள் கலவரங்களின்போது முன்னணியில் சென்று அமைதிப் பணியை மேற்கொண்டது, 'கோயிலைத் தழுவிய குடிகளும், குடிகளைத் தழுவிய கோயிலும்' என்ற கருதுகோளை தேசிய அளவில் முன்வைத்தது போன்றவை குன்றக்குடி அடிகளாரின் முக்கியப் பணிகள்.

குரு பூசை நிகழ்வுகள்

புத்தம் புதுசாக ஒருவர் இன்றும் மடத்திற்குள் நுழைந்தால் அவர்கள் பார்த்து ஆச்சர்யப்படுவது குரு பூசை நிகழ்வு. என்ன அது? பெரும்பாலும் எல்லா ஆதீனங்களிலும் வருடாந்திர குரு பூசை விழா என்ற ஒன்றை நடத்துவார்கள். இது அந்தந்த ஆதீனங்களின் குரு பரம்பரையினரை சிந்தித்துப் போற்றும் ஒரு விழா. இது வெகு விமரிசையாக நடைபெறும்.

பெரும்பாலும் மூன்று நாள் முதல் சில இடங்களில் பத்து நாட்கள் வரை கூட நடக்கும் குருபூசை விழா சமயத்தில், நாள்தோறும் பல அமர்வுகள் அமைந்து பற்பல தலைப்புகளில் தமிழ்ச்சைவம், சித்தாந்தம், மெய்யியல், கலைக் கூறுகள் போன்ற பலவற்றில் தகுந்தவர் மூலம் சொற்பொழிவுகளும், நூல்கள் வெளியிடுவதும், கற்றோரைச் சிறந்தோர்களைக் கௌரவித்துப் பாராட்டி ஊக்கப் படுத்தி சிறப்புச் செய்வதும் நடக்கும்.

ஆதீனங்கள், மடங்கள் என்பன பரபரப்புச் செய்திகளை உருவாக்கும் கேந்திரங்களல்ல. பிசிறுகள் எங்கும் உண்டு. ஆனால் அதைப் பொதுமைப்படுத்துவது சரியல்ல. தமிழுக்கும் சமயத்துக்கும் இந்த ஆதீனங்கள் ஆற்றிய பணி சிறிதல்ல. மேலே கண்டவை அதன் சிறு துளி மட்டுமே.

2. ஒரு நாடு, ஒரு கனவு, ஒரு தலைவன்

(நவீன சிங்கையின் வரலாறு)

சிங்கை எனும் மாயம்

சிங்கப்பூர் !

இந்தச் சொல்லைக் கேட்டவுடன் உங்களுக்குத் தோன்றுவது என்ன?

பெரும்பாலும் பலரும் சொல்லுவது, ஓ, பிரமாதமான நாடு, பிரமாதமான நகரம்! என்பது. இன்னும் சிலர், ஓ, லீ க்வான் யூ என்ற பிரமாதமான பிரதமர் இருந்தாரே, அவர் ஆண்ட நாடா' என்பார்கள். மேலும் விவரமறிந்த சிலர், 'சுமார் 240 சதுர மைல்கள் பரப்பளவே கொண்ட நாடு அது; இப்போதைய மக்கள் தொகை சுமார் ஐந்தரை மில்லியன் (55 லட்சம்); தமிழ், மலாய், சீனம் மற்றும் ஆங்கிலம் ஆகிய நான்கு மொழிகளும் ஆட்சி மொழிகளாகவும், ஆங்கிலம் தொடர்பு, நிருவாக, வணிக மொழியாகவும் கொண்டிருக்கிறது; சீன

சிங்கப்பூரியர்கள் 74 சதம், மலாய் சிங்கப்பூரியர்கள் 14 சதவிகதம், தமிழ் சிங்கப்பூரியர்கள் 11 சதவிகிதம் கொண்டது; 95 சதவிகதம் படிப்பறிவு கொண்ட நாடு ; தேசிய உற்பத்தி (2103'ல் சுமார் 339 பில்லியன் டாலரும் (சுமார் 3,39,000 * 75 = 25,42,000 கோடி ரூபாய்கள்!), தேசிய ஆண்டு தனிநபர் வருமானம் சுமார் 62,500 டாலர்கள் (சுமார் நாற்பத்து ஏழு லட்சம் இந்திய ரூபாய்கள்); மக்களின் சராசரி ஆயுள் சுமார் 84.50 ஆண்டுகள்; ஆண்டு வளர்ச்சி விகிதம் சுமர் 4.1 சதவிகிதம் ; ஆண்டு பணவீக்கம் 5.2 சதவிகிதம் கொண்ட நாடு ' என்றெல்லாம் புள்ளி விவரங்களோடு எடுத்துக் காட்டுவார்கள்.

சுமார் 418 சதுர கிலோ மீட்டர் பரப்பளவே கொண்ட நாடு சிங்கப்பூர். இப்போதைய மக்கள் தொகை சுமார் ஐம்பத்தைந்து லட்சம். தமிழ், மலாய், சீனம் மற்றும் ஆங்கிலம் ஆகிய நான்கு மொழிகளும் ஆட்சி மொழிகளாக உள்ளன. சீன சிங்கப்பூரியர்கள் 74 சதவீதம், மலாய் சிங்கப்பூரியர்கள் 14 சதவீதம், தமிழ் சிங்கப்பூரியர்கள் 11 சதவீதம். மொத்தத்தில் 95 சதவிகிதம் படிப்பறிவு கொண்ட நாடு.

சிறிய நாடுதான். ஆனால் தனி நபர் சராசரி ஆண்டு வருமானம் சுமார் 47 லட்சம் டாலர். உலக அளவில் இது நான்காவது இடம்.

சிங்கப்பூர் சின்னஞ்சிறு நாடு. நாடு கூட அல்ல, சென்னையை விடச் சிறிய ஒரு நகரம். ஆனால் உலகின் பல சக்தி வாய்ந்த நாடுகளை விடத் தனது மக்களை வளமாக வைத்திருக்கும் ஒரு நாடு. எப்படி இது சாத்தியம்?

1960ம் ஆண்டு சிங்கப்பூர் அதிபர் லீ க்வான் யூ, இந்தியப் பிரதமர் ஜவாஹர்லால் நேருவைச் சந்தித்தார். பிறகு நேருவைக் குறித்து மிகவும் வியந்து பாராட்டிப்

பதிவு செய்திருக்கிறார். அன்றைக்கு நேருவின் உயரம் அப்படி. உலக அரங்கில் இந்தியாவின் உயரம் அத்தகையது. ஆனால் நேருவாலும் இங்கே சாதிக்க முடியாததை லீ எப்படி சிங்கப்பூரில் சாதித்தார்? மொத்த உலகும் அண்ணாந்து பார்க்கும்படியாக ஒரு தேசத்தை எப்படிக் கட்டமைத்தார்?

'லீ' என ஒற்றை எழுத்தில் அழைக்கப்படும் லீ க்வான் யூ என்ற மாபெரும் தலைவன் சொற்படி நின்ற ஒரு மக்கள் கூட்டத்தின் ஒழுக்கமான உழைப்பின் பலன்தான் அது.

1965 ஆம் ஆண்டில் லீ, 'சிங்கப்பூர் இனி சுதந்திரமான தனி நாடு; தனது வாழ்வையும், வீழ்வையும் தானே தீர்மானித்துக் கொள்ளப் போகும் நாடு' என்று பிரகடனம் செய்தபோது சிங்கப்பூரில் மக்கள் தொகையைத் தவிர எந்த ஒரு வளமும் இல்லை.

சிங்கப்பூர் மாநில சுயாட்சி பெற்ற ஆண்டு 1959. மலேசியாவோடு சேர்ந்து ஒரு உள் மாநிலமாக பிரித்தானியாவிடமிருந்து விடுதலை பெற்ற ஆண்டு 1963. தனி நாடாகப் பிரகடனம் செய்து கொண்டு இயங்கத் தொடங்கிய ஆண்டு 1965. அதாவது இந்தியா விடுதலை பெற்றதற்குப் பதினெட்டு ஆண்டுகளுக்குப் பிறகுதான் சிங்கப்பூர் விடுதலை பெற்றது.

விடுதலை பெற்ற போது சிங்கப்பூரின் தனிநபர் ஆண்டு வருமானம் சுமார் 520 டாலர்கள்தான். (இன்றைய நமது ரூபாய் மதிப்பில் 36400 ரூபாய்). அப்போது இந்தியாவின் தனிநபர் ஆண்டு வருமானம் சுமார் 120 டாலர்கள் (இன்றைய ரூபாய் மதிப்பில் 7140 ரூபாய்). விடுதலை பெற்ற இந்த 50-70 ஆண்டுகளில், சிங்கப்பூர் எப்படி இப்படி ஒரு சிங்கப் பாய்ச்சல் பாய்ந்தது?

காரணம், லீ.

சிங்கையின் முதல் மற்றும் நிர்மாணப் பிரதமர் அவரே. இன்று வரை சிங்கப்பூரின் ஆளும் கட்சியாக, அவர் தோற்றுவித்த மக்கள் செயல் கட்சிதான் இருக்கிறது. கடந்த 57 ஆண்டுகளாக அந்த ஒரே கட்சியிடம்தான் மக்கள் ஆட்சிப் பொறுப்பை ஒப்படைத்திருக்கிறார்கள். காரணம் மக்களுக்கு அவர் மீதிருந்த நம்பிக்கை. அவர் காட்டிய செயல் திறமை.

தென்கிழக்காசிய நாடுகளை 17, 18 மற்றும் 19-ஆம் நூற்றாண்டுகளில் பிரித்தானிய தேசம் பிடித்து வைத்துக் காலனிய ஆதிக்கம் செலுத்தி வந்தது. 19-ஆம் நூற்றாண்டின் முற்பகுதி மற்றும் மத்தியப் பகுதிகளில், ஒவ்வொரு நாடாக, பல காலனிய நாடுகள் விடுதலை பெற்றன. மற்ற காலனி ஆதிக்க நாடுகள் போலவே, சிங்கப்பூரில் ஒரு பிரித்தானிய கவர்னர், ஆளுவோருக்கு ஆலோசனை சொல்லுபவராக இருந்தார். அதற்கான ஒரு சட்டமன்றக் குழு (லெஜிஸ்லேட்டிவ் கவுன்சில்) அமைப்பிலேயே நாடு ஆளப்பட்டு வந்தது. இந்த ஆட்சிக் குழு மன்றத்தின் உறுப்பினர்கள் பெரும்பாலும் நியமன உறுப்பினர்களே.

இரண்டாம் உலகப் போரின் முடிவுக்குப் பிறகு, 1945-50 ஆம் ஆண்டுகளுக்குப் பிறகு எல்லா காலனிய நாடுகளும் விடுதலை பெற்று தனித்தியங்கப் போராடின. அந்த நாட்களில், சிங்கப்பூர் உள்ளிட்ட மலாயன் (இன்றைய மலேசியா) வட்டாரத்திலும் இதே போராட்டங்கள் தொடங்கின. எனவே பிரித்தானியா, இந்த ஆட்சி மன்றக் குழுவில் அதிக சுயாட்சி மற்றும் தேர்தல் மூலம் உறுப்பினர்களைத் தேர்ந்தெடுக்கும் முறையை அனுமதித்தது.

இந்த நேரத்தில் கேம்பிரிட்ஜ் கல்லூரியில் சட்டம் பயின்று (1949-ல்), சிறப்புத் தேர்வில் தேறி, இளம் பாரிஸ்டராகி சிங்கப்பூர் திரும்பியிருந்தார் லீ. தன் வழக்கறிஞர் தொழிலையும் செய்யத் தொடங்கியிருந்தார். வந்த வேகத்தில் சிங்கப்பூர் தபால் ஊழியர்களுக்கான வழக்கு ஒன்றை ஏற்று நடத்தி வென்றிருந்தார். அது அவருக்குக் குறிப்பிடத்தக்க புகழை பெற்றுத் தந்திருந்தது. அதை முன்னிட்டுத் தனது தோழர்களுடன் இணைந்து மக்கள் செயல் கட்சியைத் தொடங்கியிருந்தார்.

இந்தச் சூழ்நிலையில்தான் ஆட்சி மன்றக் குழுவுக்கான தேர்தல் வந்தது. லீயும் தனது கட்சியுடன் போட்டியிட்டார். அப்போது அமைந்த சட்ட மன்றக் குழுவின் 32 உறுப்பினர்களில், 25 உறுப்பினர்கள் தேர்தல் மூலம் தேர்ந்தெடுக்கப்பட்டனர். அதில் லீயின் கட்சி, மூன்று உறுப்பினர்களை வென்றிருந்தது. அதற்கடுத்த 1959 தேர்தலில், தமது செயல்பாடுகள் மூலம், மொத்தமுள்ள 51 உறுப்பினர்களில், 43 உறுப்பினர்களை வென்றார் லீ; அப்போதுதான் பிரதமரும் ஆனார்.

மலாயாவோடு இணைந்து முன்னேறுவது. கம்யூனிஸ்ட் இயக்கங்களின் பிடியில் இருந்தும், பிரித்தானியப் பிடியில் இருந்தும் வெளி வருவது. மலாயன் சிங்கப்பூரை வென்று நாட்டை முன்னேற்றுவது. மலாயனை வென்றெடுப்பது. இவைதான் அவர் தேர்தலில் முன்வைத்த கொள்கைப் பிரசாரங்கள்.

1957-ல் உத்தேச சுதந்திரத்தைப் பெற்றிருந்தது மலேசியா. 1963-ல் முழு மலேசியாவாக உருவானது. அப்போது மலேசியக் கூட்டமைப்பில் சிங்கப்பூரை

இணைத்தார் லீ. இதன் மூலம் இரண்டு நாடுகளும் இணைந்து முன்னேறலாம் என்று நினைத்தார்.

தொடக்கத்தில் இயைந்து பணியாற்றியது மலேயா. பிறகு வந்த நாட்களில் லீயின் செயல்பாடுகள் மலேசியாவின் பாராளுமன்றத்திலும் லீயின் கட்சிக்குச் செல்வாக்குப் பெற வைத்தது. அதனால் மலேயாவின் நிர்வாக விசயங்களிலும் லீயின் கட்சியும், சீனப் பெரும்பான்மையும் தலையிடலாம் என்ற அச்சம் மலேயாவிற்கு ஏற்பட்டது. எனவே சிங்கப்பூரைப் பிரிந்து சென்று விடும்படி *1964*-ல் மலேயா வற்புறுத்தத் தொடங்கியது. இதனால் *1965* ஆகஸ்டு மாதத்தில் சிங்கப்பூர் மலேயாக் கூட்டமைப்பில் இருந்து கழற்றி விடப்பட்டது.

தங்களுடன் சுமுகமாகப் பேசி, இணங்கியிருந்து தனக்கு அடங்கிய மாநிலமாக சிங்கப்பூர் இருக்கும் என்று மலேசியா எதிர்பார்த்திருந்தது. ஆனால் 'சிங்கை தனி நாடு' என்ற பிரகடனத்தை சிங்கப்பூர் பாராளுமன்றத்தில் லீ *1965*-ல் துணிந்து அறிவித்தார். ஆயினும் அவர் மீது எத்தகைய அழுத்தம் இருந்தது என்பதை, சிங்கை வானொலிக்கு அன்று அவர் அளித்த ஒரு பேட்டி வெளிக்காட்டியது.

நாடு தனித்து இயங்கத் தொடங்கியபோது (ஆகஸ்ட் *9*, *1965*) சிங்கப்பூரில் மக்கள் மட்டும்தான் இருந்தார்கள். வேறு எந்த வளமோ வசதியோ கிடையாது.

தம்மிடம் இருப்பது மனித வளம் மட்டுமே என்பதைத் தெளிவாக அறிந்திருந்தார் லீ. அந்த மனித வளத்தை யார் பயன்படுத்திக் கொள்வர்? அதற்கு முதலீடு யார் செய்வர்? முதலீட்டாளர்கள் யார், எப்போது வருவார்கள்?

இந்தக் கேள்விகளை முன் வைத்து, தன் நாட்டின் வளர்ச்சியில் கவனம் செலுத்தினார் லீ.

அதற்காக ஆரோக்கியமான, இதமான வாழும் சூழல், சிறிதும் ஊழலற்ற சட்டத்தின் தன்மையை உறுதி செய்தல் ஆகியவற்றைக் கட்டமைத்தார். இதில் உள்ளடங்கி தொழிலாளர்கள் ஒன்றுபட்டு உழைத்தாலே நாடு முன்னேறும் என்பதை மக்களுக்கும், முதலீட்டாளர்களுக்கும் புரிய வைத்தார். அதைச் செயல்படுத்தியும் காட்டினார்.

1968 வாக்கிலேயே சிங்கை முழுவதும் தூய்மையான, பசுமையான நகராக மாற வேண்டும் என்று லீ முடிவெடுத்தார். ஆஸ்திரேலியாவின் பசும் புற்கன்றுகள் வரவழைக்கப்பட்டு சிங்கப்பூரில் நடப்பட்டன. ஆனால் சிங்கையின் அமிலத்தன்மை நிரம்பிய மண்ணில் அந்தப் புற்கள் பரவி வளரவில்லை.

அதைக் கண்ட லீ சோர்ந்து விடவில்லை. இங்குள்ள மண்ணை உலகின் திறன் வாய்ந்த சோதனை மையங்களுக்கு அனுப்பி, சோதித்தார். 'எத்தகைய அபாயமற்ற வேதிப் பொருட்களால் சிங்கை மண் புல்வெளிகளுக்கு உகந்த மண்ணாக மாறும்?' என்று கேட்டறிந்தார். தேவையான பொருட்கள் வாங்கப்பட்டன. தீவின் மண்வெளி முழுவதும் அவை தூவப்பட்டு மண் வளம் மாற்றப்பட்டது. பின்னர் ஆஸ்திரேலியாவின் படர்ந்து வளரும் புற்கள் மற்றும் அழகிய பூச்செடிகள் கொண்டு வரப்பட்டு தீவு முழுவதும் நடப்பட்டன. உள்ளூரிலேயே புல்வெளிக் கன்றுகள் உருவாக்கும் பண்ணைகளும் உருவாக்கப்பட்டன.

ஓரிரு ஆண்டுகளில் மாற்றம் வந்தது. மாயம் போல சிங்கப்பூர் முழுக்கப் பசுமையால் ஜொலித்தது.

இதே நேரத்தில் நகரெங்கும் இருந்த திறந்த வெளி வாய்க்கால்கள், சாக்கடைகள் ஒழிக்கப்பட்டன. நில அபிவிருத்திக் கழகம் மூலம் பெரும் நகருக்குண்டான கழிவு நீர், குடிநீர் வடிகால் வாய்க்கால்கள் தெளிவாகத் திட்டமிடப்பட்டு அமைக்கப்பட்டன.

1960-களின் இறுதியில் பிரிட்டனுக்குப் பயணம் செய்கிறார் லீ. சுதந்திரம் பெற்ற நாடாக இருப்பினும், பிரிட்டனின் கப்பற்படையின் ஒரு பெரும் படையணி சிங்கப்பூரில் இருந்தது. அது இருந்ததனால் அந்தப் படையணிக்கு ஆகும் செலவினங்கள் மூலம் சிங்கப்பூர் தேசிய உற்பத்திக்கு ஒரு கணிசமான தொகை வருமானமாக வந்து கொண்டிருந்தது. 1970-களின் தொடக்கத்தில் இந்தப் படையணியையும் பிரித்தானியா மீட்டுக்கொள்ளும் நோக்கில் இருந்தது.

எனவே நாட்டு மொத்த உற்பத்தி மற்றும் நிதிநிலை முன்னேற்றத்திற்கு, தொழில் முதலீடுகளை சிங்கப்பூருக்கு ஈர்க்க வேண்டிய கட்டாயத்தில் இருந்த லீ, உலகின் பல நாடுகளிலும் இருந்து தொழில் முனைவோரை வரவேற்பதற்காகப பல நாடுகளுக்கும் பயணம் செய்தார்.

அப்போது பிரித்தானியப் பயணத்தின்போது ஒரு நண்பர், மீன் பிடிக்க உதவும் தூண்டில்களை உற்பத்தி செய்யும் நிறுவனம் ஒன்றைத் தான் சிங்கையில் அமைக்க எண்ணியிருப்பதாகவும், லீ விரும்பினால் சந்தித்துப் பேச விரும்புவதாகவும் தகவல் அனுப்பினார். உடனே அவரைச் சந்தித்தார் லீ. 'ஒரு பெரிய நாட்டின் பொருளாதாரத்தில், ஒரு மீன் பிடிக்க உதவும் உலோகக் கொக்கிகளை உருவாக்கும் நிறுவனம் என்ன பங்களிப்பைச் செய்து விட முடியும் என்று லீ எண்ணாததுதான் இங்கே முக்கியம். முன்னேற்றத்திற்கான வாய்ப்பு எவ்வளவு சிறியதாக

இருந்தாலும், அதை ஆக்கபூர்வமாக அணுகும் குணம் கொண்டிருந்தார் லீ.

இதிலிருந்துதான் தொடங்கியது சிங்கையின் தொழில் முன்னேற்றப்பயணம். உலகின் பெரும் நிறுவனங்களை சிங்கப்பூர் நோக்கி வர வைத்தார். அப்படி முதலில் வந்த மாபெரும் தொழில் நிறுவனம் சோனி. பின்னர் ஐபிஎம். தொடர்ந்து உலக நிறுவனங்கள் பல தங்களது தென்கிழக்காசிய இயக்க மையமாக சிங்கப்பூரையே தேர்ந்தெடுத்தன.

பின்னர் கணினிச் சில்லுகளை உருவாக்கும் நிறுவனங்கள், உயிர் வேதியியல் நிறுவனங்கள் என்று வரிசையாக உள்ளே வந்தன. இந்த நிறுவனங்களுக்கு நல்ல மனித வளம், சிக்கலற்ற நிர்வாக முறை, அமைதியான, ஆரோக்கியமான வசிப்பிட சூழல் என்ற மூன்றையும் உறுதி செய்தது லீ அரசு.

கட்டற்ற மனித வளம் தொடர்ந்து கிடைக்க, உலகின் சிறந்த மூளைகள் கொண்டவர்களை, கல்வித் தகுதியாளர்களை சிங்கப்பூர் தொடர்ந்து வரவேற்றது. நீண்ட காலம் தங்க வசிப்பிட அனுமதி கொடுத்தது. அதன் மூலம் தனது மனித வளத்தைப் போட்டித் தன்மை குன்றாமல் பார்த்துக் கொண்டது. சிறந்த தகுதி கொண்ட தனி நபர்கள் உள்ளே வந்து, சிங்கப்பூரில் தங்கி, சிங்கப்பூரர்களாகவே மாறி, சிங்கப்பூர் குடி மக்களாகக் குழந்தைகளைப் பெற்றுக் கொள்ளும்போது ஒட்டு மொத்தமாக சிங்கப்பூரின் மனித வளம் பெருகும் என்ற லீயின் கணக்கீட்டை மெய்ப்பித்தது லீ அரசாங்கம்.

அரசின் கொள்கை முடிவுகள் இந்த திசைக்கு இணக்கமாக வகுக்கப்பட்டன. அனைத்து இன மக்களும் இயைந்து வாழும் சூழல், அரணாக பாரபட்சமின்ற நடக்கும் சட்டத்தின் ஆட்சி இவையும்

உறுதி செய்யப்பட்டன. இவற்றால் சிங்கப்பூரின் வளர்ச்சி, வேகப் பாய்ச்சலில் மாறத் தொடங்கியது.

சிங்கப்பூரின் வானூர்தி சேவை உலகின் முதல் தரமான வானூர்தி சேவை என்று அனைவருக்கும் தெரியும். இன்றளவும் உலக அளவில் பலமுறை உலகின் சிறந்த வானூர்திச் சேவை நிறுவனமாகப் பரிசு வென்று வந்துள்ளது. ஆரம்பக் காலத்தில் இந்தப் பெருமை வாய்ந்த நிறுவனத்திலேயே வேலை நிறுத்தம் ஒன்று நடந்தது. அதை லீ நேரடியாகவே அணுகினார். போராடும் தொழிலாளர்கள் மத்தியில் அவரே பேசினார். மொத்தம் 65 நிமிடங்கள்.

அவர் அன்று பேசியதன் சுருக்கம் இது:

'இது உங்களதும், என்னுடையதுமான வாழ்க்கை. என்னுடைய முழு வாழ்க்கையையும் இதை உருவாக்குவதில் நான் செலவிட்டிருக்கிறேன். நான் இதை மேற்பார்வை செய்து கொண்டிருக்கும் வரை, இதை எவராவது அழிக்க முயற்சிப்பதை நான் அனுமதிக்கவே முடியாது.'

சொன்னதைச் செய்தும் காட்டினார். லீயின் இன்னொரு புகழ் பெற்ற வாசகம், 'நான் இறந்து சவப்பெட்டிக்குள் போனாலும், சிங்கையில் ஏதாவது தவறுதலாக நடக்கும் சூழல் வந்தால், திரும்பவும் எழுந்து வருவேன்.'

நல்ல கல்வித் தகுதி கொண்ட, திறமையான, நேர்மையான, அர்ப்பணிப்பு உணர்வு கொண்டவர்களே அரசியலுக்கு வரவேண்டும் என்ற ஒரு அளவுகோலில் லீ சமரசமே செய்து கொள்ளவில்லை. அப்படிப்பட்டவர்களைத் தேடித்தேடி மக்கள் செயல் கட்சி பொறுப்புகளுக்குக் கொண்டு வந்தார். சரியான, திறமையான,

நேர்மையான மனிதர்கள் பொறுப்புக்கு வந்து விட்டால் அனைத்தும் ஒழுங்காக நடக்கும் என்பதை அனுபவபூர்வமாக உணர்ந்திருந்தார். ஏனெனில் அவரே அப்படிப்பட்ட ஒரு திறமையாளர், நேர்மையாளர்.

லீ பிரதமராக இருந்த காலத்தில், அவர் அப்பதவியிலிருந்து விலகி விட்டால், நாடு இதே மாதிரி இருக்காது என்றார்கள். ஆனால் லீ தேர்ந்தெடுத்துக் கொண்டு வந்த அடுத்த பிரதமர் 'கோ-சோ-தாங்' காலத்தில் சிங்கப்பூர் இன்னும் வேகமாக வளர்ச்சி அடைவதை லீ உறுதி செய்தார். அப்போது லீ சீனியர்-மினிஸ்டர் என்ற ஒரு பதவியில் இருந்தார். 'கோ'வுக்குப் பிறகு 'லீ'யின் மகனான 'லீ' ஜூனியரை கோ, தனக்குப் பிறகான தலைவராகத் தேர்ந்தெடுத்தார். அவரது காலத்தில் கோ சீனியர்-மினிஸ்டராகவும், லீ மினிஸ்டர்-மென்டார் என்ற பொறுப்பிலும் இருந்தார்கள். 2013 ஆம் ஆண்டுக்குப் பிறகு முற்றிலும் அரசிலிருந்து விலகி விட்டார் லீ.

ஆனால் அவர் உருவாக்கி வைத்த வழிமுறை எதுவும் மாறாது இப்போதும் கடைபிடிக்கப்பட்டு வருகிறது.

இவ்வாறு திறமையான, நேர்மையான, உண்மையானவர்களை மட்டுமே தேர்ந்தெடுக்கும் முறையை மக்கள் செயல்கட்சியின் தேர்வு முறையாகவே லீ கட்டமைத்து வைத்ததனால் மட்டுமே, மிகச் சிறந்தவர்கள் மட்டுமே பெரும் பொறுப்புகளுக்கும், நாட்டை நிருவகிப்பதற்கும் வருகிறார்கள். அதனால் நாடு திறம்பட நிருவகிக்கப் படுகிறது. இதனை சமீபத்திய கோவிட் அச்சுறுத்தலை, சிங்கை எதிர் கொண்ட முறையிலிருந்தே அறிந்து கொள்ளலாம். உலக அளவில் கோவிட் பாதிப்பினால் மரணமடைந்தவர்கள் விகிதம் மிகச் சிறிதாக

அமைந்த நாடுகளில் சிங்கப்பூர் ஒன்று. மிகச் சிறிய நிலப்பரப்பான 250 சதுர மைல்களுக்குள், 55 லட்சம் பேர் வாழ்ந்தாலும், கோவிட் பாதிப்பு பெருமளவில் நிகழாத வண்ணம் காப்பாற்றப்பட்டதற்கு, சிங்கை அரசின் சீரிய நிருவாக அணுகுமுறையே காரணம்.

கோவிட் கால நிருவாகத்திற்காக அரசின் அமைச்சர்களின் இளையர்களின் குழு ஒன்று அமைக்கப்பட்டது. அந்தக் குழுவினரில் சிறப்பாக ஒருங்கிணைத்து அருமையாகச் செயல்பட்ட தற்போதைய கல்வி அமைச்சராகப் பணிபுரியும், 49 வயது நிரம்பி திரு லாரன்ஸ் வாங், அடுத்த தலைமை அமைச்சராகத் தேர்வு பெறுவார் என்று மக்கள் செயல்கட்சி தற்போது தெளிவு படுத்தியிருக்கிறது.

லீ ஏற்படுத்திக் கொடுத்த பாதையில் மாறாது நடைபோடும் வரை, பிராந்தியத்தின் பெரு வளர்ச்சியடைந்த நாடாக சிங்கை தொடர்ந்து நிலைபெறும் என்று உறுதியாக நம்பலாம்.

ஏனெனில் தான் மட்டுமல்லாது, தனக்குப் பின்னரான அடுத்தடுத்த ஆட்சியாளர்களும் சிறப்பான ஆட்சியையே தருவதுதான் லீ மாடல்.

3. சிலப்பதிகார இடியாப்பமும் குறுந்தொகை மோர்க் குழம்பும்

(தமிழர் உணவு வரலாறு)

அந்த உணவகத்துக்கு ஒரு வெள்ளைக்காரன் வந்தான். உருளைக்கிழங்கு போண்டா ஒன்றை வாங்கினான். பிய்த்துப் பார்த்தான். அவன் கண்களில் வியப்பு. திரும்ப ஒரு உருளைக்கிழங்கு போண்டா வாங்கினான். அதையும் பிய்த்தான். மறுபடியும் வியப்பு. ஓட்டல்காரனிடம் அவன் கேட்டான்:

'இந்த போண்டாவுக்குள் உருளைக்கிழங்கு மசால் போனது எப்படி?'

உருளைக்கிழங்கு போண்டா என்றில்லை. பழ பஜ்ஜி, வாழைக்காய் பஜ்ஜி, முட்டை போண்டா, இட்லி, பனியாரம் என்ற தமிழ்நாட்டில் எத்தனை உணவுப் பண்டங்கள் உண்டோ அவற்றை வெள்ளைக்காரன் பார்த்து வியந்த கதைகள் இன்னும் கிராமப்புறங்களில் உண்டு.

வெள்ளைக்காரன்தான் வியக்க வேண்டும் என்றில்லை. நமது பாரம்பரியத் தமிழர் உணவின்

வரலாற்றை அறிந்தால் நாமும் அதே போல வியக்கத்தான் செய்வோம்.

மனிதன் முதலில் விலங்குகள் போன்று வேட்டையாடியே உண்டான். அவனுக்குள் முகிழ்த்த பகுத்தறிவு முதன் முதலில் பணியாற்றத் தொடங்கியது உணவிலிருந்துதான். கிடைத்தவற்றை உண்டு பார்த்து புதிது, புதிதாய் உணவுகளைக் கண்டுபிடித்துக் கொண்டே இருந்தான். அதுதான் தாவர உணவு (காய்கனிகள், தானியங்கள்), விலங்குணவு (இறைச்சி), கடலுணவு (மீன்,இறால் போன்றவை), விலங்குகள் உருவாக்கும் உணவுகள் (முட்டை, பால், தேன்) போன்ற பலவகை உணவுகளை மனிதன் கண்டுபிடித்துப் பயன்படுத்தத் தொடங்கினான். அன்று தொடங்கி, இன்றைய பாஸ்தா, நூடுல்ஸ் துரித உணவு வகைகள் காலம் வரை அவன் ஓய்வு ஒழிச்சலில்லாமல் கண்டுபிடித்துக் கொண்டே இருப்பதில் முதலிடம் வகிப்பது உணவு வகைகள்தான்.

சிலவற்றைப் பார்க்கலாம்.

தீம்புளிப்பாகர் என்ற மோர்க்குழம்புச் சோறு

மிகத் தொடக்க காலத்திலேயே பயிர்த் தொழிலைச் செய்யத் தொடங்கினான் மனிதன். அதில் தானியங்களை விளைவித்ததில் தொடங்குகிறது நவீன உணவின் வரலாறு. பாலை தவிர ஐந்திணைகள் என்று சொல்லப்படுகிற குறிஞ்சி, முல்லை, மருதம், நெய்தல் என்ற நான்கு வகை நிலங்களில் இருந்த தமிழர்களும் தங்கள் இருப்பிடப் பகுதிக்கேற்ற தானிய வகைகளை விளைவித்து உண்டிருக்கிறார்கள். அதைத் தெரியப்படுத்தும் இலக்கியச் சான்றுகள் சங்கப் பாடல்களிலேயே உள்ளன.

மலையும், மலை சார்ந்த பகுதியான குறிஞ்சி நிலப் பகுதிக்காரர்கள் தினையும், தேனும், இறைச்சியும், வெந்நெல் எனப்படும் மூங்கில் நெல்லும் (*'மென் தினை நுவணை உண்டு'- ஐங்குறுநூறு*) உண்டிருப்பதற்கான சான்றுகள் உள்ளன. இவ்வாறே காடு சார்ந்த முல்லை நிலக்காரர்கள் காட்டரிசியான வரகு, கிழங்குணவுகள், பால் (*'வருகுவை ஆயின் தருகவன் பாலென- அக நாநூறு; 'குன்றத்துப் பழங்குழி அகழ்ந்த கானவன் கிழங்கினொடு'- குறுந்தொகை*) மற்றும் விலங்குணவுகளை உண்டனர்; முல்லை நிலக்காரர்களுக்கு பாலிலிருந்து தயிர், நெய் இவற்றைப் பிரித்தெடுக்கும் அறிவும், சுயமும் இருந்திருக்கிறது.

சோறும் வெண்ணெய்யும், தயிரும் கலந்து செய்து தீம்புளிப்பாகர் என்ற மோர்க் குழம்புச் சோறு உணவை அவர்கள் விரும்பி உண்டதற்கான சான்று குறுந் தொகையில் உள்ளது. முற்றிக் கட்டியாயிருந்த தயிரை தன்னுடைய மென் விரல்களால் பிசைந்து, கடுகு மிளகு போன்றவற்றை நெய்யில் தாளித்து ஊற்றிப் பிசைந்து, தயிரை ஊற்றித் தலைவி செய்த மோர்க் குழம்பை இனிது என்ற சொல்லில் ரசித்து உண்டதைக் கண்டு மகிழும் காட்சி இது.

முளிதயிர் பிசைந்த காந்தள் மெல்விரல்
கழுவுறு கலிங்கம் ,கழாஅது உடீஇ
குவளை உண்கண் குய்ப்புகை கழுமத்
தாந்துழந்து அட்ட தீம்புளிப் பாகர்
இனிதெனக் கணவன் உண்டலின்
நுண்ணிதின் மகிழ்ந்தன்று ஒண்ணுதல் முகனே

(குறுந்தொகை)

சமைத்து உண்ட முதல் மனிதன்

வயல் சார்ந்த மருத நிலக்காரர்கள் பண்பாடும் செல்வச் செழிப்பும் கொண்டு வாழ்ந்துள்ளனர். இவர்கள் செவ்வரிசி, மாடு, ஆடு சார்ந்த பால் உணவுகள், கள் முதலியவற்றையும், கருப்பஞ் சாற்றையும் உணவாகப் பயன்படுத்தியிருக்கின்றனர். நெல்லுக்கு அரணாகக் கரும்பு பயிரிடும் வழக்கமும், விருந்தினர்களுக்குக் கரும்பைப் பிழிந்து சாறு எடுத்துக் கொடுத்து உபசரிக்கும் வழக்கமும் இருந்திருக்கிறது; பெரும்பாணாற்றுப் படையில் பாணனின், 'மருதநிலத்தில் வாழ்ந்தால் கரும்பின் தீஞ்சாற்றை அருந்தலாம்' என்ற கூற்று இதனை விளக்குகிறது. இந்தப் பாடலில், 'எந்திரம் சிலைக்கும் துஞ்சாக் கம்பலை விசயம் அடூஉம் புகைசூழ் ஆலைதொறும் கரும்பின் தீஞ்சாறு விரும்பினர் மிசைமின்'என்று கரும்புச் சாறு எடுக்க எந்திரங்கள் பயன்பட்டன என்று சொல்லப்படும் செய்தி வியந்து பார்க்கக்கூடியது.

கடல்புரத்தில் வாழ்ந்த நெய்தல் நிலக்காரர்கள் மீன், இறால் போன்ற கடலுணவுகளுக்கு மூலகாரணியாக விளங்கினர். அவர்கள் உப்பை விளைவித்தனர். அவற்றைப் பண்ட மாற்றம் செய்து கொண்டு தானியங்களைப் பெற்றனர். தங்களது சிறப்புணவாக மீன் சார்ந்த உணவையே உண்டனர். முல்லை நிலத்துக்காரர்கள் வெண்ணெய், நெய் முதலியவற்றை உருவாக்கியதால் இவற்றைப் பண்டமாற்று செய்தனர். இப்படி மற்றவர்களிடமிருந்து பொருட்கள் பெற்றதை கரியலூர் உருந்திரங் கண்ணனார் பாடல் ஒன்று குறிப்பிடுகிறது.

பாலை நிலத்தில் வாழ்ந்தவர்கள் கிடைக்கும் உணவுகளைப் பதப்படுத்தி வைத்துப் பின்னர்

உண்ணும் உணவு முறை கொண்டவர்கள். இவர்கள் இருந்து வாழ்ந்த நிலப் பகுதிக்கேற்ற உணவுப் பழக்கத்தைக் கொண்டிருந்தார்கள். இறைச்சி, அப்பம் போன்றவற்றை எண்ணெயில் பொரித்து உண்ணும் வழமையும் நுட்பமும் சங்க காலத்திலேயே இருந்தற்கான குறிப்புகள் சங்க இலக்கியங்களில் உள்ளன. இதை, 'கொதிக்கும் எண்ணெய்யில் ஊன் பொறிபடும் ஓசை, நீர்க் குளத்தில் விழும் மழைத் துளி ஒலியைப் போல' இருந்ததாக,'நெடு நீர நிறை கயத்துப் படு மாரித் துளி போல, நெய் துள்ளிய வறை முகக்கவும்' என்ற புறப் பாடல் குறிக்கிறது.

சங்க கால மக்களின் உணவுப் பழக்கம் பற்றிக் குறிப்பிடும் தேவநேயப் பாவாணர் 'உலகில் முதன் முதலில் உணவை நாகரிகமாய்ச் சமைத்து உண்டவன் தமிழனே. தம் நாட்டில் விளைந்த உணவுப் பொருட்களைப் பச்சையாகவும், சுட்டும் வெறுமையாக அவித்தும் ஏனைய நாட்டார் உண்டு வந்த காலத்தில், உணவைச் சோறும் கறியும் என இரண்டாக வகுத்து, நெல்லரிசியைச் சோறாக்கி சமைத்தும், கறி அல்லது குழம்பு வகைகளைச் சுவையூட்டுவனவும், உடம்பை வலுப்படுத்துவனவும் நோய் வராது தடுப்பனவுமான பலவகை மருந்துச் சரக்குகளை உசிலை (மசாலை)யாகச் சேர்த்து ஆக்கியும் உயர்வாக உண்டும் வந்த பெருமை தமிழனுடையதாகும்' என்று கூறுகிறார்.

மூவேந்தர் காலச் சோறு

சமூகத்தின் வழி நின்ற உணவு மற்றும் சமயத்தின் வழி நின்ற உணவுக் கோட்பாடு சங்க காலக் குறிப்புகளின் வழியே கிடைக்கிறது. கடுமையாக நிலத்தில், வயல்களில் உழைக்கும் மக்களுக்கு கம்பங் கூழ் வழங்குகிறார்கள். வேதியர்கள் ஊன் அல்லாத

நெல்லரிசிச் சோறுடன், உடைத்துப் போட்ட மாதுளம் பிஞ்சுகளும், வெண்ணெய்யும் கலந்து சமைத்த சோற்றுடன், வடு மாங்காயினையும் விருந்தினர்க்கு அளிக்கிறார்கள். தொடர்ந்து தானும் உண்கிறார்கள். இதன் குறிப்பும் சங்க நூல்களில் காணப்படுகின்றன. இடம், சமயம், சமூகம் போன்றவற்றின் வழி உணவுப் பழக்கங்கள் வேறுபடுகின்றன. என்றாலும் பொது விதியாக நாளுக்கு இரு வேளை உணவு மட்டும் உண்ணும் வழமை இருந்திருக்கிறது. காலை உணவில் கூழ் அல்லது பழஞ்சோற்றோடு காய்கறிகள் அல்லது ஊன் பொரியல்கள். வேலை முடிந்த அந்தி நேரத்தில் சுடு சோறும், கறியும், பானங்கள் அல்லது பால் அருந்துதல். இப்படி உணவு உண்ணும் முறை இருந்துள்ளது. மூன்று வேளை உணவு உண்ணும் பழக்கம் அப்போது இருந்திருக்கவில்லை.

தமிழரின் பிரதான உணவாக அரிசியே இருந்திருக்கிறது. தமிழர்களிடையே பல்வகை அரிசி வகைகள் இருந்திருப்பதை இலக்கிய நூல்கள் பல உறுதிப்படுத்துகின்றன. அபிதான சிந்தாமணி, 'ஈர்க்குச்சம்பா, புழுகு சம்பா, கைவரைச்சம்பா, செஞ்சம்பா, மல்லிகைச்சம்பா, குண்டு சம்பா,இலுப்பைப் பூச்சம்பா, மணிச் சம்பா, வளைதடிச் சம்பா, கோரைச் சம்பா, குறுஞ் சம்பா, மிளகுச் சம்பா, சீரகச் சம்பா, காளான் சம்பா, மைச் சம்பா, கோடைச் சம்பா, காடைச் சம்பா, குன்றுமணிச் சம்பா, அன்னமழகி அரிசி, கார் அரிசி, மணக்கத்தை அரிசிவாலான், கருங்குருவை, சவ்வரிசி மூங்கிலரிசி, கோதுமையரிசி, கம்பரிசி, தினையரிசி, சோள அரிசி, வரகரசி, கேழ்வரகரசி என்று அடுக்குகிறது. இவையின்றி கேடிலிச் சம்பா, கலிகஞ் சம்பா, கனகம் சம்பா, கலப்புச் சம்பா, கம்பஞ் சம்பா, காடைக்கழுத்தன் சம்பா, கோடன்

சம்பா, பாசடைச் சம்பா, சன்ன சம்பா, சின்ன சம்பா, சிறுமணிச் சம்பா, சுரைக்காய்ச் சம்பா, சுகுதாச் சம்பா, செம்பாளைச் சம்பா, சொரியஞ் சம்பா, திருவரங்கச் சம்பா, துய்யமல்லிகைச் சம்பா, பாலாஞ்சம்பா, பெருஞ்சம்பா, பேய்வள்ளைச்சம்பா, பைகோச்சம்பா, மங்கஞ் சம்பா, மணல்வாரிச் சம்பா, மலைகுலிக்கிச் சம்பா, மாவம்பைச் சம்பா, முனைவெள்ளைச்சம்பா, கார்த்திகைக்கார், முட்டைகார், சித்திரைகார், கருமோசனம், வெள்ளைமோசனம், வால்மோசனம், பொச்சாரி, அருஞ்சோதி, இரங்கமாட்டான், ஈசுரக்கோவை, பிச்சவாரி, செம்பாளை, கல்லுண்டையரிசி, புட்டரிசி, குளிப்பியரிசி, குச்சலாடியரிசி, கௌரிகுங்வரிசி என பல்வேறு அரிசி வகைகளைப் பட்டியலிடுகிறது. இத்தனை வகை அரிசிகளைப் பயிரிட்டுப் பயன்படுத்தியிருக்கும் சங்கத் தமிழர்களிடமிருந்து இப்போது முற்றிலும் வேறுபட்டு மிகச்சிறு வகையிலான அரிசி வகைகளையே நாம் பயன்படுத்தி வருகிறோம்.

சோழ நாடு சோறுடைத்து என்பது தொன்று தொட்டு இருந்து வரும் பழமொழி. சோழ நாட்டில் மட்டுமல்ல. மூவேந்தர் நிலப்பரப்பு முழுதுமே சோறுதான் உடமை. தமிழக வரலாற்றில் சங்க காலத்துக்குப் பிறகு உன்னதமாக விளங்கியது சோழர் காலம்தான். அது 8-ஆம் நூற்றாண்டின் இறுதியில் இருந்து 13-ஆம் நூற்றாண்டு வரை நீண்டது. இந்தச் சோழர் காலக் கல்வெட்டுகள் பலவற்றின் மூலம் அரிசி தமிழரின் பிரதான உணவாக மாறியதை உணர்த்துகின்றன. இக்காலத்தில் எழுந்த பல இலக்கியங்களும் இதை உறுதி செய்கின்றன. குலோத்துங்கனை வாழ்த்திய ஔவை, 'வரப்புயர நீருயரும், நீருயர நெல்லுயரும், நெல்லுயரக் குடியுயரும், குடியுயரக் கோனுயர்வான்' என்று சொல்வதன் குறிப்பின்படியும் அரிசி

நெடுங்காலமாகத் தமிழர்களின் பிரதான உணவாக இருந்திருப்பதை அறிய முடிகிறது.

பிட்டு உணவு

'பிட்டு' என்பது அரிசியை பாதி வேகவைத்து, காயவைத்து, பொடித்து மாவாக்கி, திரும்ப வேகவைத்து உண்ணக்கூடிய நுட்பம். அது ஒன்பதாம் நூற்றாண்டிலேயே வந்து விட்டது. அந்த நூற்றாண்டில் எழுதப்பட்ட இலக்கிய நூல் திருவிளையாடற்புராணம். அதில் வரும் 'மண் சுமந்த படலம்' இந்த பிட்டு உணவைப் பற்றி எப்படி உரைக்கிறது பாருங்கள்:

'பிட்டிடுவே னுனக்கென்றா ளதற்கிசைந்து
பெரும்பசியாற்
சுட்டிடநான் மிகமெலிந்தேன் சுவைப்பிட்டி
லுதிர்ந்தவெலாம்
இட்டிடுவா யதுமுந்தத் தின்றுநா
னிளைப்பாறிக்
கட்டிடுவே னின்னுடைய கரையென்றார்
கரையில்லார்'

ஒன்பதாம் நூற்றாண்டுப் பாண்டிய நாட்டில் பிட்டு ஒரு முக்கியக் காலை உணவாக இருந்திருக்க வேண்டும். இன்று தமிழர்கள் பெரும்பாலும் பிட்டை விட்டு விட்டார்கள். ஆனால் நம்மிடமிருந்து பிரிந்து போன சேர நண்பர்களின் முக்கியக் காலை உணவாக பிட்டு உள்ளது (குழாய்ப்புட்டு) என்பதை மறுக்க இயலாது.

'வரகசிச் சோறும், வழுதுணங்காய் வாட்டும்,
முரமுரெனவே புளித்த மோரும், - திரமுடனே
புல்வேளூர்ப் பூதன் புரிந்து விருந்து இட்ட
சோறு எல்லா உலகும்பெறும்'

என்ற இடைக்காலப் பாடல் வழியே நமக்கு அருமையான இன்னொரு உணவு முறைப் பழக்கம் தெரியவருகிறது. இந்தப்பாடல் ஔவையாருடையது. இப்பாடல் சொல்வது இதுதான்:

சிறுதானியமான வரகு அரிசியில் ஆக்கிய சோறு. வழுதுணங்காய் என்னும் கத்தரிக்காய் வாட்டல் -அதாவது பார்பிக்யூ.'பொரப்பொர'ன்னு புளித்த மோர் (தயிர் அல்ல) நீரைச் சுருக்கியுண்; மோரைப் பெருக்கியுண். அதாவது நீரைச்காய்ச்சிச்சுட வைத்தும், மோரை அதாவது தயிரை நீர் ஊற்றிப் பெருக்கி, ஆற்றிப் பயன்படுத்த வேண்டுவது ஆரோக்கியம் நாடுவோர் செய்ய வேண்டியது.

கேட்லி இட்லியான கதை

அரிசியை நேரடியாக நீரில் இட்டு வேக வைப்பது, அரிசியை மாவாக்கி, நீராவியில் வேக வைப்பது என்ற இரண்டு உணவுப் பக்குவப்படுத்தும் முறைகளும் தமிழர்களிடம் நெடுங் காலத்திலிருந்தே இருந்து வந்திருக்கிறது. இவற்றில் இன்றளவும் தமிழர்களின் தவிர்க்க இயலாத காலை உணவாக இட்லியும் தோசையும் இருக்கின்றன. இவை எப்போது தமிழகத்தில் நிலைபெற்றன?

இன்றைய தோசையைப் போலவே சற்றே கனமாகச் செய்யப்பட்ட அப்பமும், இடிக்கப்பட்ட அப்பமான 'இடி அப்பமும்' சிலப்பதிகாரத்திலேயே காணப்படுகிறது. இவை நீராவியால் வேகவைக்கப்பட்டனவா என்ற ஐயம் இருக்கிறது. இட்லியை நீராவியால் சமைக்கும் பழக்கம் கி.பி. 8-12 ஆம் நூற்றாண்டுக் கால இந்தோனிசியா, தாய்லாந்துப் பகுதிகளில் இருந்துள்ளது. அங்கிருந்து கூட இது இங்கே வந்திருக்கலாம். 'தமிழக மன்னர்கள் இந்த

வட்டாரத்தோடு போர் மூலமாகவோ, வணிகம் மூலமாகவோ தொடர்பு கொண்டிருந்திருக்க வேண்டும். தமிழக அரசனின் சமையல் நிபுணன் ஒருவன் இந்தோனேசியாவில் இருந்து இட்லி சுடும் கலையைக் கற்று வந்திருக்க வேண்டும்' என்று உணவியல் வரலாற்று ஆசிரியர் கேடி ஆசயா குறிப்பிடுகிறார். 'அந்தசிரீவிசயப்பகுதியில்அப்போது இட்லி 'கேட்லி' என்று அழைக்கப்பட்டிருக்கலாம்' என்கிறார் அந்த வரலாற்று ஆசிரியர்.

ஒன்பதாம் நூற்றாண்டில் எழுதப்பட்ட கன்னட நூலான 'மனசொல்லசா' என்ற நூலில் 'இட்டரிகா' என்ற உணவின் முறை பற்றிய குறிப்பு உள்ளது. ஆனால் இந்த 'இட்டரிகா' பெரும்பாலும் உளுந்து மாவினால் செய்யப்பட்டு மிளகு, சீரகப் பெருங்காயப் பொடிகளால் மணம் ஏற்றப்பட்டுள்ளது. தமிழகத்தில் இட்லி பரவியபோது சமைக்கும் முறையில் தமிழகத் தானியமான அரிசி இதனோடு கலக்கப்பட்டு, தமிழக இட்லி உருமாற்றம் பெற்று இன்றைய வடிவத்தில் வந்திருக்க வேண்டும். இன்றைய தோசையும் அப்பம் வடிவில்தான் தமிழகத்தில் சமைக்கப்பட்டது. இடி மாவுக் கரைசலைப் புளிக்க வைக்க அதில் கள்ளு கலக்கப்பட்டிருக்கிறது. இது சங்க கால வழக்கம். இந்தச் சமையல் முறை காலப் போக்கில் சீர்திருத்தம் பெற்றது. அரிசி, உளுந்து கலந்து மாவு புளிக்க வைக்கப்பட்டு இன்றைய உன்னத வடிவ இட்லி வந்திருக்கிறது. கூடவே சட்டுவத்தில் ஊற்றிச் சுடப்பட்ட தோசை, எண்ணெய் சேர்ந்து தோசைக் கல்லில் சுடப்படும் பக்குவம் வரை வளர்ந்து விட்டது.

தமிழ்நாடு என்றில்லை. உலகின் அனைத்துப் பகுதிகளிலும் அசைவ உணவு முறையே ஆதி உணவு முறை. பிறகு மரக்கறி உணவுக் கலாசாரம்

சமணர்களால் வந்தது. ஐந்தாம் நூற்றாண்டுக்குப் பிறகு அது அதிக அளவு தாக்கம் பெற்றுப் பரவலாகத் தொடங்கியது. இன்றைய தமிழகத்தில் ஒவ்வொரு வட்டாரமும் ஒவ்வொரு உணவு முறைக்குப் புகழ்பெற்று விளங்குகிறது. ரசனைதான் அனைத்துக்கும் அடிப்படை. வித விதமாகச் சமைத்துப் பார்ப்பது, ருசித்துப் பார்ப்பது என்பது நம் பிறவிக் குணம். ஒட்டுமொத்த வாழ்வையும் வண்ணமயமாக்குவது அதுதான்.

4. இது கூத்தன் குலம்

(தமிழின் கூத்திசை வரலாறு)

கலைகளில் ஈடுபாடு கொண்டு நேரம் மறந்து ஊறித் திளைப்பதில் தமிழனை விஞ்ச ஆள் கிடையாது. இன்று ஓடிடி சீரிஸ்கள் என்றால் நேற்று திரைப்படங்கள். தொலைக்காட்சி. அதற்கு முன் மேடை நாடகங்கள். வானொலி. இன்னும் முன்னால் தெருக் கூத்து. அவரவர் தேர்வு, அவரவர் ரசனைதான். ஆனால் கலையார்வம் இல்லாத தமிழர்கள் அநேகமாகக் கிடையாது.

இந்தக் கலைத் தாகம் எங்கிருந்து தொடங்கியிருக்கலாம்?

தமிழகத்தின் ஆதித் தெய்வமான சிவன், கூத்தன்தான். தமிழ் மொழியே இயலோடு இசையும் நாடகமும் கலந்த ஒன்றுதான். எனவே தற்காலத் தமிழர்களின் கலைத் தொற்று கூத்திலிருந்தும் பாட்டிலிருந்துமே வந்ததில் வியப்பில்லை.

இன்றைய திரைப்படம், நாடகம், நடனம் போன்ற அனைத்தும் கூத்தில் ஒன்றாக இயைந்திருந்தவை. நாடகம் என்ற சொல் தொல்காப்பியத்திலேயே ஆளப்பட்டிருப்பது.

'நாடக வழக்கினும் உலகியல் வழக்கினும்
பாடல் சான்ற புலநெறி வழக்கம்
கலியே பரிபாட்டா யிரு பாங்கிலும்
உரியதாகும் எம்மனார் புலவர் '

இந்தக் கூற்று தொல்காப்பியத்திலேயே இடம் பெற வேண்டுமானால் குறைந்தது அதற்கு நூறு ஆண்டுகளுக்கு முன்னதாகவே நாடகம் ஆளப் பட்டிருக்க, நடிக்கப்பட்டிருக்க, இரசிக்கப்பட்டிருக்க வேண்டும். இல்லையா?

சாத்தனார் எழுதிய கூத்த நூல் தோற்றுவாயில் சொல்வது -

'மோனத்து இருந்த முன்னோன் கூத்தில்
உடுக்கையில் பிறந்தது ஓசையின் சுழலே
ஓசையில் பிறந்தது இசையின் உயிர்ப்பே
இசையில் பிறந்தது ஆட்டத்தின் இயல்பே
ஆட்டம் பிறந்தது கூத்தினது அமைவே
கூத்தில் பிறந்தது நாட்டியக் கோப்பே
நாட்டியம் பிறந்தது நாடக வகையே'

இந்தக் கூத்த நூல் வரலாறே சுவையானது. சிலப்பதிகாரத்தின் அடியார்க்கு நல்லார் உரையில் ஒன்றாகக் குறிப்படப்பட்டுள்ள இந்த நூல் மறைந்து போன ஒன்றாகக் கருதப்பட்டது. அறுபதுகளின் இறுதியில் தமிழ்நாடு இயல் இசை நாடக மன்றத்தின் முயற்சியால் இது மறு பதிப்பு கண்டது. சுத்தானந்த யோகியின் விளக்கவுரைகளுடன், மகா வித்துவான் மே.வி.வேணுகோபால பிள்ளை பதிப்பாசிரியராய்

இருந்து பதிப்பிக்கப்பட்டு தமிழுலகிற்குக் கிடைத்தது.

'கூத்தும் இசையும் கூத்தின் முறையும் காட்டும் என்னிடம் கதை சொல்ல வந்தாயோ?' என்று திருவிளையாடல் திரைப்படத்தில் சிவ பெருமானே சொல்லிவிட்டான்; அதற்கு மேல் என்ன என்று கேட்டுவிட முடியுமா? சரித்திரம் என்றால் ஆதாரங்கள் முக்கியம்.

பல்லவர் காலம் வரையான கூத்து வரலாறு:

குறிஞ்சி நில மக்களின் கூத்து வகையான வள்ளிக்கூத்து மிகப் பழைய கூத்தின் வகைகளில் ஒன்று. வள்ளிக் கூத்து வள்ளியும் முருகனும் ஆடுவது போன்ற நாடகபாணியில் அமைந்திருக்க வேண்டும் என்று நாம் கணிக்கலாம். ஏனெனில் இதன் தொடர்ச்சி, நெடுகிலும் 2400 ஆண்டுகளாக நேற்றைய வள்ளி திருமணம் நாடகம் வரையிலும் தொடர்வு நீங்காதிருக்கும் நிகழ்வு. உலகின் வேறு எந்த மொழி, இன வரலாறிலும் ஒரு இயலின் வடிவம், பெயர் முதற்கொண்டு மாறாமல் தொடர்ந்து நிகழ்ந்து வந்திருப்பது காணக் கிடைக்காத ஒன்று.

இந்த வள்ளிக் கூத்து பற்றிய விவரணைகள் பெரும்பாணாற்றுப்படை, தொல்காப்பிய நூற்பா போன்று பலவற்றில் கிடைக்கின்றன.

வள்ளிக் கூத்து தவிர பொதுக் கூத்துக் கதைகளான ஆய்ச்சியர் குரவை, குன்றக் குரவை என்ற பெயர்களில் கூத்து நாடக வடிவங்கள் தொடர்ந்து இயக்கப்பட்டு மக்கள் இரசித்திருக்கிறார்கள். குரவை என்பது பொதுக் கூத்து வடிவத்தில் ஒன்று.

எட்டுத்தொகைநூல்களில்ஒன்றானகுறுந்தொகையில் அமைந்த ஒரு பாடல் நமக்குத் தேயத் தேய அறிமுகம்.

யாயும் ஞாயும் யார் ஆகியரோ,
எந்தையும் நுந்தையும் எம்முறைக் கேளிர்..

என்று போகின்ற பாடல். சிறிது யோசித்தால் இந்த ஒரு பாடலில், ஒரு காதல் நாடகத்தின் கூத்துக் காட்சி விரிகிறதல்லவா? பனையோலை தவிர, வேறு கருவிகள் அற்ற காலத்தில் தமிழனால் மொழிக்குள் மட்டுமே கூத்தின் அமைப்பை இவ்வாறு அடக்கி வைக்க முடிந்தது.

தமிழில் அரிய நாடகக் கலை, கூத்துக் கலை பற்றிய நூல்கள் இருந்திருக்க வேண்டும் என்றும், கி.பி 2 லிருந்து கி.பி 7ம் நூற்றாண்டு வரையான காலங்களில் இருந்த அரசியல் அதிகாரத்தினர் இந்த நூல்களைத் தேர்ந்தெடுத்து அழித்திருக்க வேண்டும் என்றும் தமிழக இலக்கிய வரலாற்று ஆசிரியர்களின் ஒரு பார்வை உள்ளது.

சிலப்பதிகார காலத்தில் இருந்து பின்னர் மறைந்து போய் கிடைக்காதிருந்த பஞ்ச மரபு என்ற பிரதி (இசைமரபு, வாக்கிய மரபு, நிருத்த மரபு, அபிநய மரபு, தாளமரபு என்ற ஐந்துமே பஞ்சமரபுகள்) பண்ணாராய்ச்சி வித்தகர் குடந்தை ப.சுந்தரேசனால், 1973ம் ஆண்டு ஏட்டுப் பகுதியில் இருந்து ஆய்வு செய்யப்பட்ட நூலாக வெளியிடப்பட்டது.

சிறிது காலம் தொய்வு ஏற்பட்டிருந்த கூத்துக் கலைக்கு மகேந்திர வர்மப் பல்லவன் காலத்தில் மீண்டும் மறுமலர்ச்சி உண்டானது. அப்பல்லவனே எழுதிய ‘மத்த விலாசப் பிரகடனம்’ என்ற நாட்டிய நூல் ஒரு புதிய தொடக்கம். இந்த நூலுக்கும் சைனர்கள் கடும் எதிர்ப்பைக் காட்டினார்கள் என்று பல குறிப்புகளினால் அறிய முடியும். மத்த விலாசம் வட மொழியில்தான் எழுதப்பட்டது. மகேந்திரன்,

நாவுக்கரசரின் தோழமையால் தமது ஆட்சியில், சிறிது சிறிதாக தமிழுக்கும் சிவத்துக்கும் பின்னர் முக்கியத்துவம் கொடுக்கத் தொடங்கினார்.

மகேந்திர பல்லவர் காலத்திலேயே வாழ்ந்த நாவுக்கரசரும், 'குனித்த புருவமும், கொவ்வைச் செவ்வாயில் குமின் சிரிப்பும்' வடித்துக் காட்டி இன்னொரு அழகிய நாடகக் காட்சியை நம்முன் வைக்கிறார் அல்லவா? அவரது காலத்தின் இன்னொரு சமயக் குரவரான ஞானசம்பந்தருடன் எல்லா இடங்களுக்கும் பயணம் செய்த திருப்பாணாழ்வார் பற்றிய குறிப்புகளும், கிடைக்கின்றனவல்லவா? இதனால் பல்லவர் காலத்தில் தமிழில் கூத்துக்கலை ஏற்றம் பெறத் தொடங்கியது என்று கொள்ளலாம்.

சோழர் காலம்

கிபி 850 இல் இருந்து கிபி 1300 வரையான காலம் சோழர்களின் பொற்காலம். தமிழின், தமிழ்க் கலைகளின், தமிழ் இலக்கியங்களின் பொற்காலம் என்றும் கூறலாம். சோழர் குல மகுடமான இராசஇராசன் தமிழ்த் திருமுறைகளின் முக்கிய பாகங்கள் வெளிவரவும், தமிழ் மொழி, கலைகள் ஏற்றம் பெறவும் பல செயல்களை இயல்பாகச் செய்திருக்கிறான். அவனது புகழ்ச் சான்றுகளில் ஒன்றான தஞ்சைப் பெரிய கோயில் இசை, நாடகம், ஓவியம், சிற்பம் போன்ற கலைகள் வளர்க்கும் கூடாரமாக இலங்கியிருக்கிறது என்பது, அக்கோவிலில் கலைக் குழுவினர் இருந்து நிகழ்வுகள் நடத்தினார்கள் என்ற வரலாற்றுக் குறிப்புகளால் அறிய முடிகிறது. இராசஇராசேசுவரம் என்னும் நாடகம் இக்கோவிலில் வருடந்தோறும் நடைபெற மானியம் ஒதுக்கிய கல்வெட்டுச் செய்தி கிடைக்கிறது. இந்த இராசஇராச நாடகத்தோடு, பும்புலியூர் நாடகம் என்ற

புகழ்பெற்ற இன்னொரு நாடகமும் மக்களிடையே புழக்கத்தில் இருந்தது கல்வெட்டுச் சான்றுகள் மூலம் (கி.பி 1100 முதலாம் குலோத்துங்கன் காலம்) தெரிகிறது.

'முத்தமிழ்க் கலையை வளர்க்க நாநூறு பெண்டிர், தமிழிசை பாடுவோர் நாற்பதுத்து எண்மர், கந்தருவர் எழுபத்தைவரையும்' இராசஇராசன் நியமித்தான் என்று இன்னொரு கல்வெட்டு கூறுகிறது.

இந்த இராச இராசேச்சுவர நாடகம் தொன்று தொட்டு எழுநூறு ஆண்டுகள் நடந்து, மராட்டியர் ஆட்சிக் காலத்தில் சரபோசி மன்னரால் நிறுத்தப்பட்டு, அதற்குப் பதிலாக சரபோசி நாடகம் நடிக்கப்பட்டது என்ற குறிப்பும் வரலாற்றில் கிடைக்கிறது.

மன்னர் எவராக இருப்பினும், கூத்தும், நாடகமும் கலை வடிவங்களாக மக்களிடையே புழங்கி வந்திருக்கின்றன என்பதை இந்தச் சான்றுகளால் தெரிந்து கொள்ள முடிகிறது.

வந்தியத்தேவன் கூடப் பழையாறைக்குள் நுழைய கம்சன் கூத்துக் குழுவின் துணையையே நாடியிருக்கிறான் என்பதையும் இங்கு நினைவில் வைத்துக் கொண்டால், கூத்தும் நாடகமும் இயல்பான மக்கள் பொழுது போக்கு நிகழ்ச்சிகளாக 10, 11ம் நூற்றாண்டுகளில் நிலவியதை உணர்ந்து கொள்ளலாம்.

பன்னிரண்டாம் நூற்றாண்டுக்குப் பின்னர்

பன்னிரெண்டாம் நூற்றாண்டில் தோன்றிய இலக்கியங்களான கம்ப இராமாயணம், சீவக சிந்தாமணி, கலிங்கத்துப் பரணி, தக்கயாகப் பரணி, திருத்தொண்டர் புராணம் பலவற்றில் ஏராளமான நாடக இயல் காட்சிகள் இடம் பெறுகின்றன.

கம்பனின் காதையில் இருந்து, 'எடுத்தது கண்டனர், இற்றது கேட்டனர்', 'அண்ணலும் நோக்கினான், அவளும் நோக்கினாள்', 'ஆழநெடுந்திரை ஆறு கடந்திவர் போவாரோ?' என்று ஏராளமான நாடகக் காட்சியியலை அப்படியே சித்திரிக்கும் பாடல்கள் போன்று ஏராளமாகக் காட்டலாம். இவையெல்லாம் கூத்தும், நாடகமும் அந்தக் கால மக்களின் இரசனையில் முக்கிய இடம் பெற்றிருந்ததை உணர்த்துபவை.

பதினான்காம் நூற்றாண்டின் பட்டினத்தடிகளின் ஒரு பாடலான 'ஒரு மடமாதும் ஒருவனுமாகி' என்ற பாடல் இன்றளவும் அரிச்சந்திரன் நாடகங்களில் இடம் பெறும் ஒன்று.

மாலிக்காபூர் படையெடுப்பினால் தமிழர் கலைகள், நாடகம், கூத்து போன்றவை சிறிது தொய்வு பெற்றாலும், கிருஷ்ண தேவ ராயர் காலத்துக்குப் பிறகு திரும்பவும் இவை எழுந்து வாழத் தொடங்கிவிட்டன. பக்தி இயக்கப் பாவலர்கள் பலரின் பாடல்கள் (அருணகிரி நாதர், குமர குருபரர், தாயுமானவர் போன்றவர்கள்) பிற்கால நாடகங்களில் சர்வ சாதாரணமாக நுழையத் தொடங்கியது இதன் பின்னரே.

பதினெட்டாம் நூற்றாண்டின் புகழ்பெற்ற இன்னொரு பெயர் அருணாசலக் கவிராயர். விருத்தத்தில் கம்பனின் கவி எத்தனை புகழ் பெற்றதோ, அதனை நிகர்த்த பேரும் புகழும் கவிராயரின் படைப்புகளுக்கு உண்டு. அவரது ராம நாடகக் கீர்த்தனை இன்றும் வாழ்வது.

நாட்டுக் கூத்து வகைகள்

இதுபோக நாட்டுக் கூத்து, கோலாட்டம், கும்மி, ஒயிலாட்டம், பொய்க்கால் குதிரை, காவடி, புலிவேடம், பொம்மலாட்டம், தெருக்கூத்து, கப்பல்பாட்டு, பள்ளு, காவடிச் சிந்து என்று கூத்தின் வடிவங்கள் பலவாறு நிலவி வந்திருக்கின்றன. இவற்றின் பெயரிலிருந்தே இவை எவ்வாறு நிகழ்த்தப்பட்டன என்று அறிந்து கொள்ளலாம். நாட்டுக் கூத்து என்பது பெரும்பாலும் இலங்கையில் வழங்கி நிகழ்த்தப்பட்ட கூத்துக்கான பெயர்.

இதனோடு இராசா தேசிங்கு நாடகம், குறவஞ்சி நாடகம் (திரிகூட இராசப்பரின் குற்றாலக் குறவஞ்சி நூலின் கதைக் களனை ஒட்டிய நாடகங்கள்), நொண்டி நாடகங்கள் (நாயகன் சொந்தத் தேவைகளுக்காகத் தவறு செய்து, அரச தண்டனையினால் கை கால்கள் வெட்டப்பட்டு, பின்னர் இறை சக்தியால் கை கால்களைப் பெற்றதாகக் கதை சொல்லி நிகழ்த்தப்படும் நாடகங்கள்) போன்றவை மற்ற பிரசித்தமான வடிவங்கள். நொண்டி நாடகங்களில் திருக்கச்சூர் நொண்டி நாடகம், திருச்செந்தூர் நொண்டி நாடகம் போன்றவை முக்கியமானவை.

நந்தனார் இசை நாடகங்கள்

இசைப்பாடல் மேதை எனக் கருதப்பட்ட கோபாலகிருட்டிண பாரதியார் எழுதிய நூல் நந்தனார் சரித்திரக் கீர்த்தனை. இந்த நூலை எழுதியபின் இதற்குச் சிறப்புப் பாயிரத்தை அன்றைய மகா வித்துவான் மீனாட்சி சுந்தரம் பிள்ளை எழுதினால் நன்றாக இருக்கும் என்று கருதி அவரது வீட்டுக்குச் சென்றிருக்கிறார் பாரதியார். மதிய உணவு உண்டு சிறிய ஓய்வில் பிள்ளையவர்கள் இருந்த அந்த

நேரத்தில் அவரைத் தொந்தரவு செய்ய வேண்டாம் என்று வீட்டின் வெளித்திண்ணையில் அமர்ந்த பாரதியார், தமது நூலிலிருந்த கீர்த்தனையில் சிலவான 'கனகசபாபதி தரிசனம் ஒருநாள் கண்டால் கலி தீரும்' போன்ற பாடல்களை உணர்வோடு பாடிக் கொண்டிருக்க, பாடல் ஒலிப்பு கேட்டு விழிந்த பிள்ளை, பாடல்களில் பொருள், சந்தம், நயம் இவற்றில் மெய்ம்மறந்து, 'உமது நூலுக்குப் பாயிரம் எழுதுவது எனக்கல்லவா பெருமை' என்று கூறி எழுதித் தந்ததாக வரலாறு.

இவரைப் பின்தொடர்ந்து வந்த சென்னிக்குளம் அண்ணாமலை செட்டியாரின் காவடிச் சிந்து, முத்துத் தாண்டவர் எழுதிய பாடல்கள், வடலூர் இராமலிங்கரின் பல பாடல்கள் இவற்றை கிட்டப்பா போன்றவர்கள் நாடகங்களின் கையாண்டு பெரும்புகழ் பெற்றிருக்கிறார்கள்.

உச்ச காலம்

விலாச நாடகங்கள், வாசகப் பா, யட்ச கானம், இசை நாடகம் - கேள்விப்பட்டிருக்கிறீர்களா? இவையெல்லாம் பத்தொன்பதாம் நூற்றாண்டின் கூத்துக் கலை வடிவங்கள். மாணிக்க வாசக விலாசம், அரிச்சந்திர விலாசம், சகுந்தலை விலாசம், பிரகலாத விலாசம், மார்க்கண்டேயர் விலாசம், குசேல விலாசம் போன்றவை சில புகழ்பெற்ற விலாச நாடகங்கள். பத்தொன்பதாம் நூற்றாண்டில்தான் தமிழிலக்கியத்தில் முழு நாடக வடிவில் ஒரு நூல் வெளிவந்தது. அது மனோன்மணீயம். சுந்தரம் பிள்ளையால் 4500 பாடல்களைக் கொண்டு இயற்றப்பட்டது மனோன்மணீயம். இக்காலத்தில் எழுந்த இன்னொரு புகழ்பெற்ற சமூக நாடகம் சரசாங்கி.

பம்மல் சம்மந்த முதலியார் (மனோகரா) , பரிதிமாற் கலைஞர் (ரூபவதி, கலாவதி), சங்கர தாச சுவாமிகள் (பக்த பிரகலாதா), உடுமலை முத்துசாமிக் கவிராயர், தெ.பொ.கிருட்டிணசாமிப் பாவலர், பாலாமணி அம்மாள், கன்னையா குழு, கிட்டப்பா, கேபி. சுந்தராம்பாள், மதுரை மாரியப்ப சுவாமிகள், பியு. சின்னப்பா, தியாகராச பாகவதர், கலைவாணர் என். எஸ்.கிருட்டிணன், நடிப்பிசைப் புலவர் கே.ஆர். இராமசாமி, ஆர்.எஸ்.மனோகர், சிவாஜி கணேசன் வரை நீளும் நாடக மரபு, பத்தொன்பதாம் நூற்றாண்டு நாடக மரபே ஆகும். இந்தக் கூத்து நாடக மரபின் இன்றய கண்ணிதான் முன்னூற்றைம்பது கோடி வணிகத்தில் நிற்கும் விக்ரம் திரைப்படம்.

ஆனால்தமிழர்களின்மரபானகூத்துநாடகவரலாற்றில் இன்றைய திரைப்படங்களில் உள்ளது போன்ற வன்முறையும் இரத்தமும் கோரங்களும் இல்லை. அவற்றில் நல்ல இராகங்களில் அமைந்த அருமையான பாடல்கள், அழகிய நடனங்கள் இருந்தன. மனித வாழ்வுக்கான இதமான கருத்துகள் இருந்தன. அந்தக் கூத்தும் நாடகங்களும் மென் உணர்வுகளையும், நற்கருத்துக்களையும் மக்களிடையே நிலை பெறும் வண்ணம் நிகழ்த்தப்பட்டன என்பதை நினைவில் கொள்ள வேண்டும்.

5. எல்லைகள் இல்லா உலகம்

(செயலிகளின் வரலாறு)

காலை விடியும் போது நமது அனைவரின் கைகளில் இருந்தும் திறன்பேசிகள் பிடுங்கப்பட்டு விட்டால் என்ன ஆவோம்? நினைத்தாலே கலவரமாக இருக்கிறது இல்லையா? இதே கதைதான் கைபேசிகளில் இருக்கும் சமூக ஊடகச் செயலிகள் போன்றவற்றை அழித்து விட்டாலும். இவை இந்தளவு முக்கியத்துவம் அடையக் காரணம், அன்றாட வாழ்வில் நமக்கு அவை செய்யும் உதவிகள். கூகிளைத் தட்டினால் உள்ளூர் வெப்ப நிலை முதல், உக்ரைன் யுத்த நிலவரம் வரை சொல்லி விடும். இத்தகைய மாய உதவிகளின் பின்னணியில் இருப்பது கணினி மற்றும் திறன் பேசிகளுக்கான மென்பொருள்கள். மென்பொருள்கள் பரவலாக வளர்ச்சி பெற்றது கடந்த சில பத்து ஆண்டுகளுக்குள்தான்.

குறுகிய காலத்துக்குள் நமது வாழ்வையே மாற்றிப் போடும் ஆகிருதியாக உருவெடுத்திருக்கும் இம்மென்பொருள்கள் எப்படி உருவாகி வளர்ந்தன?

கணினியின் கதை

சார்லஸ் பாபேஜ் (Charles Babbage) வடிவமைத்ததுதான் உலகின் முதல் கணினி என்று அனைவருக்கும் தெரியும். ஆனால் அவர் முதலில் வடிவமைத்த கணினி, மின்சாரம் கொண்டு இயங்கியது இல்லை. அது ஒரு மெக்கானிகல் தயாரிப்பு.

அவர் வடிவமைத்த கணினிகளில் சில நீராவிச் சக்தி கொண்டு இயங்கின. சில வகைக் கணினிகள் ஆயிரக்கணக்கான பற்சக்கரங்கள், பற்பிணை (கியர்கள்) கொண்டு இயங்குமாறு வடிவமைக்கப்பட்டன. உத்தேசதமாக 2500 பகுதிகள் கொண்டு வடிவமைக்கப்பட்ட இது சுமார் பதினைந்து டன் எடை கொண்டிருந்தது!

அவரது இந்த முதல் வடிவமைப்பு கணிதக் கணக்கீடுகளைப் பதினெட்டு இலக்கம் வரை செய்யும் திறன் கொண்டதாக இருந்தது. இதனை முழுதாகச் செய்து முடிக்கும் முன்னரே இதன் முன்னேறிய வடிவமான, 32 இலக்கங்கள் வரை செல்லக்கூடிய இரண்டாவது கணினியை சார்லஸ் வடிவமைக்கத் தொடங்கி விட்டார். எனவே முதல் கணினி என்பது பாதி முடிக்கப்பட்டதாகவே நின்று போனது.

இந்த முதல் இரண்டு வடிவங்களையும் வேறுபாடறியும் கருவி (டிஃப்ரன்ஸ் இன்ஜின்) என்ற பெயரில் வடிவமைக்க முயன்ற சார்லஸ், இரண்டாவது வடிவமைப்பிலும் முழுதும் வெற்றி பெறவில்லை. காரணம் தேவைப்பட்ட பணமின்மை.

1791ல் பிறந்து, 80 நீண்ட வருடங்கள் வாழ்ந்திருந்த பிரித்தானிய கணிதவியலாளரான அவர், இன்னும் கடினமான மூன்றாவது, பகுப்பாயும் கருவியை (அனலிடிகல் இன்ஜின்) என்ற பெயரில்

வடிவமைக்கத் தொடங்கினார். முதல் இரண்டு கருவிகள் போலல்லாது, மூன்றாவதிலேயே துளை அட்டைகளைப் (பன்ச் கார்டு) பயன்படுத்தி இயக்ககக் கட்டளைகளைக் கொடுக்கும்படி வடிவமைக்கத் தொடங்கினார். இந்தக் கருவி முந்தைய கணக்கீடுகளை, மீண்டும் நினைவு வைத்து மறு கணக்கீட்டில் பயன்படுத்தும் ஆற்றல் பெற்றிருந்தது. துளையட்டைகளில் எழுதப்பட்ட இயக்ககக் (புரோக்ராமிங்) கட்டளைகளை உள்ளிட்டு, பற்பிணைகளை (கியர்களை) இயக்கினால், கணக்கீடு முடிந்து விளைவுகளை இந்த இயந்திரம் துப்பியது. ஏறக்குறைய இக்காலக் கணினிகளைப் போல. எனவேதான் சார்லஸ் பாபேஜ் கணினிகளின் தந்தை என்றழைக்கப்படுகிறார்.

மென்பொருள் வரலாறு என்று தொடங்கி கணினிகளைப் பற்றி ஏன் பார்த்துக் கொண்டிருக்கிறோம்? காரணம் இருக்கிறது.

இந்த மூன்றாவது கருவியை ஏன் சார்லஸ் துளையட்டைகள் பயன்படுத்தி இயக்கத் திட்டமிட்டார்? காரணம் ஒரு பெண். பெயர் அடா லவ்லேஸ் *(Ada Lovelace)*.

முதல் இரண்டு முயற்சிகளில் தோல்வியடைந்த சார்லஸ், மூன்றாவதில் வெற்றியடையக் காரணம் இந்த அடா. அவர்தான் சார்லசுக்கு துளையட்டைகள் பயன்படுத்தி இயக்ககக் கட்டளைகளை வடிவமைத்துக் கொடுத்திருக்கிறார் என்பதற்கு சாட்சியங்கள் கிடைக்கின்றன. அவரே உலகின் முதல் மென்பொருள் வல்லுநர் என்று கருதலாம்.

இவருக்கு இன்னொரு புகழ்பெற்ற அறிமுகமும் உண்டு. இவரே லார்டு பைரனின் அதிகாரத்துவ மகள். மேலும் கணித வல்லுனரும், எழுத்தாளரும்

கூட. ஆனால் தனது முப்பத்து ஆறாவது வயதிலேயே கருக்குழாய் சார்ந்த புற்று நோயினால் இறந்து போனார் அடா.

இதற்கு அடுத்த மென்பொருளாளர், கணினி ஆய்வாளர் டாம் கில்பர்ன்.*(Tom Kilburn)*. இவரும் கணினி உருவாக்க ஆய்வில் ஈடுபட்டு, தொடக்ககாலக் கணினிகளுள் ஒன்றான மான்செஸ்டர் சிறு கணினி *(Manchester Small Scale Experimental Machine)* ஒன்றை *1948* இல் கட்டுவித்தார். இது பேபி என்றழைக்கப்பட்டது. அவர் எழுதிய மென்பொருள் இரண்டின் பதினெட்டாம் வர்க்கத்துக்கு, மீப்பெரு வகுஎண்ணைக் கண்டு பிடித்தது. இந்த மென்பொருள் சரியான விடையைக் கொடுக்க *52* நிமிடங்கள் எடுத்துக் கொண்டது.

தொடக்க காலத்தில் துளையட்டைகள் மூலம் கணினி இயக்கக் கட்டளைகளைக் கொடுத்த வந்த நிலையில், *1957*இல் ஃபோர்ட்ரான் என்ற மேல்நிலை கணினி நிரல் மொழி வெளி வந்தது. *1958* இல் புள்ளியியலாளர் ஜான் டுகே *(John Tukey)* மென்பொருளுக்கு 'சாஃப்ட்வேர்' என்ற சொல்லைப் புனைந்தார். அடுத்த இருபது ஆண்டுகளில் பேசிக், கோபால், பாஸ்கல், சி போன்ற நிரல்மொழிகள் உருவாயின.

தொடக்க காலச் சவால்கள்

*1950*களில் பர்சனல் கம்ப்யூட்டர் எனப்படும் தனிப்பயன்பாட்டுக் கணினிகள் வந்துவிடவில்லை. அவை வர இன்னும் இருபதாண்டுகள் போக வேண்டும். அதுவரை கணினி எனப்படும் கருவி இடத்தை அடைப்பதுவாக, பெரும் எடை மிக்கதான, பெருமளவு இயந்திரவியல் (மெக்கானிகல்) கருவியாகவும் இருந்தது. அவற்றின் பயன்பாடும் பொறியியல் (இன்ஜினீயரிங்)

மற்றும் இயற்பியல் துறைகளிலேயே இருந்தன. அவை கிட்டத்தட்ட பரிசோதனைச் சாலையில் நிருமாணிக்கப்பட்டவையாக இருந்தன. அவற்றை இயக்கும் பொறியாளர்களும், மென்பொருள் எழுதுபவர்களும் தனித்தனிக் குழுவாக இருக்க வேண்டியே இருந்தது. மென்பொருள் நிரல்களை எழுதியவர்கள் அவற்றைக் கணினியில் செலுத்திப் பார்க்க கணினியறைக்குக் கொண்டுவந்து வரிசைப்படுத்தி வைக்க வேண்டியிருந்தது. (காரணம் துளையட்டைகள் - பஞ்ச் கார்டுகள்).

அந்த நிரல்களைக் கணினிக்குள் செலுத்துனர் ஒருவரும் (டெஸ்பாட்ச்சர்), ஒரு செலுத்துமிடமும் (கவுண்டர்) இருந்தன. செலுத்துனர்கள் நிரல்களை வரிசைப்படி கணினிக்குள் செலுத்தி இயக்கிவிட்டு, விளைவுகளுக்குக் காத்திருக்க வேண்டி வந்தது. இந்தக் காத்திருப்பு குறைந்தது சில மணிகளிலிருந்து, சில நாட்கள் வரை கூட நீண்டன. மனிதனுக்கும், கணினிக்கும் நேரடியான தொடர்புச் செயல்பாடு இல்லாததாக இருந்தது. இன்று சிந்தித்துப் பார்த்தால் எத்தனை விநோதமாக இருக்கிறது இல்லையா?

இந்த மென்பொருள் நிரல்களை எழுதுவதும் பெரும் நிபுணத்துவ வேலையாகவும், நுண் திறமைகள் வேண்டியதாகவும் இருந்தது. நிரல் எழுதுவதற்கான மென்பொருள் மொழிகள் இருந்தன. வரி வடிவச் செயல்பாடுகளுக்கு பேசிக், கணிதப் பயன்பாடுகளுக்கு ஃபோர்ட்ரான் என்று வெவ்வேறு நிரல் மொழிகளைப் பயன்படுத்த வேண்டியிருந்தது. எனவே கணினி, கணினி இயக்குநர்கள், மென்பொருளாளர்கள் என்று மூன்று குழு இயைந்து செயல்பட்டு கணினியின் விளைவுகளைப் பெற வேண்டியிருந்தது.

அடுத்தக் கட்டம்

1962 இல் அமெரிக்க பாதுகாப்புத் துறை கோபோல் (cobol) நிரல் மொழியை வெளியிட்டது. இது பெரும்பாலும் பாதுகாப்புத் துறையின் வணிகப் பயன்பாடுகளைக் கணக்கிடுவதற்காகக் கொண்டுவரப்பட்டது. 60களின் இறுதியில் வந்த பாஸ்கல் (Pascal) நிரல் வடிவக் கட்டுமானத்தில் நேர்த்தியைக் கொண்டு வந்தது. இது டர்போ பாஸ்கல் என்னும் இன்னொரு வடிவ முன்னேற்றம் வந்தபோது, இன்னும் ஏற்றம் பெற்றது. மென்பொருள் நிரல்கள் தனித்தனித் தொகுப்புப் பகுதிகளாக (மாடுயூல் ப்ரொக்ராமிங்) எழுதப்படுவதை சாத்தியப்படுத்தின. அது அந்த நிரல் பகுதிகளைத் தொகுப்புகளாகக் கணினி தொகுத்துக்கொள்ள வகை செய்தன (கம்பைலிங்).

தனிக் கணினிக் காலம்

1970களில் பர்சனல் கம்ப்யூட்டர்கள் என்றழைக்கப்படும் தனிநபர் கணினிகள் வளர்ச்சி பெறத் தொடங்கின. 1977 இல் ஆப்பிள் நிறுவனம் ஆப்பிள்(2) கணினியை வெளியிட்டது. விசிகால்க் என்றழைக்கப்பட்ட இன்றைய எக்செல் செயலியின் முன்னோடி அந்த ஆப்பிள் கணினியோடு இணைந்த மென்பொருளாக வெளிவந்தது. தனிக் கணினிகளின் வரவோடு, வழங்கி (சர்வர்) மற்றும் கணினி வலைப்பின்னல் (லோக்கல் ஏரியா நெட்வொர்க்கிங்) போன்றவை கண்டுபிடிக்கப்பட்டன. எலியும் (மௌஸ்) அதன் பயன்பாடும், வந்தது. அதுவரை இயந்திர மொழியில் இருந்த (மெஷின் லாங்குவேஜ்) கட்டளை நிரல்கள், தொடர்பு மொழியில் (இன்டராக்டிவ் கமாண்ட் ப்ராம்ட்கள்) ஆக மாற்றம் பெற்றன.

1981 இல் ஐபிஎம் நிறுவனம் தனது கணினியை வெளியிட்டது. தொடர்ந்து ஆடோகாட், மைக்ரோசாஃப்ட் வர்டு, எக்செல் போன்றவை வெளிவந்தன.

திறமூல மென்பொருள்கள்

ஓபன் சோர்ஸ் எனப்படும் திறமூல மென்பொருட்கள் 90களில் வரத் தொடங்கின. 1991 இல் லினக்சு தனது திற மூல மென்பொருளை வெளியிட்டது. பின்லாந்து இளைஞரான 21 வயது லினஸ் தொர்வல்ட்சு (Linus Torvalds) தனது சிறிய நண்பர் வட்டக் குழுவிடம் வெளியிட்ட ஒரு சிறு பொறி பெரிதாகி லினக்ஸ் செயல்முகமாக (ஆபரேடிங் சிஸ்டம்) வளர்ந்தது. திறமூல மென்பொருள் வட்டத்தின் மிகப்பெரிய வெற்றிக் கதையாக லினக்ஸ் உருவானது. உலகெங்கிலும் இருந்து நன்கொடையாளர்களும், நுட்பக் கொடையாளர்களும் லினக்சை இன்றளவும் வளப்படுத்திக் கொண்டிருக்கிறார்கள்.

திறன் பேசிகளால் வந்த பெரும் பாய்ச்சல்

கணினிகளும், மென்பொருள்களும் வந்து கொண்டிருந்தாலும் தனிக் கணிமை மற்றும் திறன்பேசிகள் வரும் காலம் வரை அவை வல்லுநர் உலகிற்குள் மட்டும் இயங்கி வந்தன. தனிக் கணிமைக் கணினிகள் வந்தாலும் தொடக்க காலத்தில் அவை பெருவாரியாகப் பரவவில்லை. ஆனால் கை பேசிகளின் காலம் தலையெடுக்கத் தொடங்கிய போது அடுத்த பாய்ச்சலுக்கு நுட்ப உலகம் தயாரானது. கைபேசிகள் தொடர்புக் கருவிகள் என்று சொன்னாலும், அடிப்படையில் அவையும் கணினிகளே. அவை இயங்குவதற்கு ஓர் இயங்கு தளம் (ஆபரேடிங் சிஸ்டம்), உள்ளிடும், வெளியிடும் நிரல் செயலிகள் உண்டு. எனவே மென்பொருள் உலகின்

அடுத்தக் கட்டப் பெரும் வளர்ச்சி திறன்பேசிகளால் ஏற்பட்டது என்றுதான் சொல்ல வேண்டும்.

முதல் கைபேசி 1973லேயே வந்து விட்டது. என்றாலும் ஐபிஎம் நிறுவனம் வெளியிட்ட முதல் திறன்பேசி (1993) மற்றும் பால்ம் நிறுவனம் வெளியிட்ட திறன் பேசிகள் பெருமளவு பயன்பாட்டுக்கு வந்தன. அடுத்து பிளாக் பெரி வகைத் திறன் பேசிகளை வெளியிட்ட ரிசர்ச் இன் மோஷன் (Research In Motion) 1999 இல் பிளாக் பெர்ரி 850 திறன்பேசியை வெளியிட்ட போது, பயனாளர்கள் உலகம் எழுந்து பார்த்தது. இதே வரிசைகளில் ட்ராயிடில் இயங்கும் திறன் பேசிகளும் வந்தன என்றாலும், கணினி, நுட்ப உலகையும், அதன் மூலம் நாம் வாழ்ந்திருந்த வாழ்வையும் திருப்பிப் போட்டது ஆப்பிளின் ஐபேசி.

சிறிது அமர்ந்து சிந்தித்தோமானால், கணினி, திறன்பேசி, மென்பொருள் துறை, நாம் அதுவரை வாழ்ந்திருந்த வாழ்க்கை முறை அனைத்தையும் மாற்றிப் போட்டது ஆப்பிள் நிறுவனத்தின் ஐபேசிதான் என்பது விளங்கும்.

ஒரு கையடக்கமான கருவியில் தொலை பேசலாம், உலகைப் பற்றி இணையம் வழியாக அறியலாம் என்ற வாய்ப்பு நுட்ப வாழ்வியல் சாத்தியங்களை எல்லையே இல்லாது விரித்தது. இந்த விரிதல், மென்பொருள் உலகின் சாத்தியங்களை வெள்ளம் போலத் திறந்து விட்டது. சினிமாவுக்குச் சீட்டு பதிவு செய்வது முதல், சிங்கப்பூருக்குச் செல்ல விமானம் பிடிப்பது வரை, பயணத்துக்கு செக்-இன் என்னும் நுழைவு வரை கையடக்கத் தொலைபேசியில் முடித்து விடலாம் என்ற சாத்தியங்களைக் கைபேசி மென்பொருட்கள் உண்டாக்கி இருக்கின்றன.

இனி என்ன?

இந்த பிரமாண்ட வளர்ச்சியின் அடுத்த நிலை இணைய சூழ்களம் (இண்டர்நெட் ஆஃப் திங்ஸ்) மற்றும் செயற்கை நுண்ணறிவுத் துறைகளில் அடுத்த சில பத்தாண்டுகளில் நிகழப் போகும் அதகளங்கள் அநேகமாக இருக்கும். வீட்டுக்குள் அல்லது அலுவலகத்துக்குள் நுழையும் கணத்தில் இருந்து படுக்கப் போகும் கணம் வரை குரல் ஆணைகளின் மூலமே பல கருவிகள் பல செயல்களை வீட்டுக்குள்ளும், அலுவலகங்களிலும், நமக்காகச் செய்து தரும் சாத்தியங்கள் இப்போதே வந்து விட்டன. 'சிரி, சித்த அந்த ஃபேனையும், ஏசியையும் போடு; எனக்கு நல்ல குளிர்பானம் தயார்ப்படுத்து; துவைப்பானில் உள்ள துணிகளைத் துவைக்கத் தொடங்கு; உணவை இன்னும் இரண்டு மணி நேரம் கழித்துச் சூடு படுத்து; மூன்று மணி நேரம் கழித்து ஊரிலிருக்கும் என் மனையாளுக்கு நான் தூங்கி விட்டேன் என்று செய்தியனுப்பு' என்று வரிசையாகக் கட்டளைகளைப் போட்டுவிட்டு, கால்மேல் கால் போட்டுக் கொண்டு, காலச்சுவடோ, வாரமலரோ படிப்பது சாத்தியம்.

அந்த சாத்தியங்களின் எல்லை எந்த நிலைக்குப் போகும், இயந்திரங்கள் சுயமாகச் சிந்தித்து முடிவெடுக்கத் தொடங்கினால் என்ன நடக்கும் என்பதெல்லாம்தான், நாளைய கணிமை உலகு நமக்கு வைத்திருக்கும் சவால் இரகசியம்.

6. உன்னைக் கொடு, என்னைத் தருவேன்!

(வணிகத்தின் வரலாறு)

உன்னைக் கொடு, என்னைத் தருவேன்!

தமிழர்களிடையே வர்த்தகம் முதல் முதலில் எப்படித் தோன்றியிருக்கும் என்று யோசித்துப் பார்த்திருக்கிறீர்களா? நாணயம் கண்டுபிடிக்கப்படாத காலத்தில், இருப்பதைக் கொடுத்து இல்லாததைப் பெறும் வழக்கம் இதன் தொடக்கம் என்று கொண்டால், அது முதல் இன்றைய பிட் காயின், ப்ளாக் செயின் வரை வர்த்தகம் வளர்ந்த வழி எவ்வளவு நீண்டது!

சங்ககாலம் கிமு 2 முதல் கிபி 5 வரை

குறிஞ்சி, முல்லை, மருதம் நெய்தல், பாலை என ஐவகை நிலங்களில் மனிதன் வாழ்ந்தான். அவன் குழுவாகவே திரிந்தான். அப்படி ஒவ்வொரு நிலத்தில் வாழ்ந்த குழுவும் மற்ற குழுவிடம் பொருட்களை அளித்துப் பெற்றுக் கொண்டது. இந்தப் பண்டமாற்று முறையே முதல் வணிகம்.

இதற்கு சங்கப் பாடல்களில் சான்றுகள் உள்ளன.

நெய்தல் நிலத்தவர்கள் உப்பு, மீன் போன்றவற்றை மருத நிலத்துக்காரர்களிடம் கொடுத்தனர். அவர்கள் நெய், வெண்ணைய் போன்றவறை பதிலுக்கு அளித்தனர். இதைக் கடியலூர் உருத்திரங்கண்ணனார் பாடல் கூறுகிறது.

ஆற்றோரம் பயிர்த்தொழில் செய்து வாழ்ந்தவர் மருத நிலத்தவர். அதனால் அவர்கள் மற்ற நான்கு நிலத்துக்காரர்களை விட வசதியாக வாழ்ந்தனர். நல்ல உணவு கிடைத்தது. தேவையான ஓய்வும் கிடைத்தது. அவர்கள் வளமாகவும், செம்மையாகவும் வாழ்ந்ததால் ஆற்றங்கரை நாகரிகமே தழைத்தது. இன்றைக்கு நகரங்களை நோக்கி கிராமத்தவர் வருகிற மாதிரி, ஆற்றங்கரை நோக்கியே மக்களின் பயணம் இருந்திருக்கிறது.

இந்தப் பண்டமாற்றின் நீட்சிதான் வெளியூர், வெளிநாட்டு வணிகம். தங்கள் குழுக்களிடையே உள்ளூரில் பண்டமாற்று முறையில் வணிகம் நடந்தது. பிறகு அதுவே வெளியூருக்கும் புறப்பட்டது. அதுவே கடல் கடக்கவும் தொடங்கியது. இதற்கு ஏராளமான இலக்கியச் சான்றுகள் உள்ளன. இந்த வணிகங்களுக்காகவே வணிகர்கள் குழுக்களை அமைத்துக் கொண்டனர். உள்ளூரில் தரைப் பகுதியில் வணிகம் செய்தவர்கள் குழுவை சாத்து என்றழைத்தனர். அவர்களில் மிகப்பெரும் வணிகர்களின் பெயர் மாசாத்துவர். நீர்வழிப் போக்குவரத்து அமைத்து வெளிநாட்டு வணிகர்களுடன் வணிகம் செய்தவர்கள் மாநாவிகர்கள்.

சிலப்பதிகாரக் கோவலனின் தந்தை ஒரு மாசாத்துவர். கண்ணகியின் தந்தை ஒரு மாநாவிகர். அதைத்தான் 'வருநிதி பிறற்காற்றும் மாசாத்துவனென்பான், இருநிதிக் கிழவன் மகன் ஈரெட்டாண்டகவையான்; மாகவான் நிகர் வண்கை மாநாய்கன் குலக் கொம்பர், ஈகைவான் கொடி அன்னாள் ஈராறு ஆண்டு அகவையாள்' என்கிறது சிலப்பதிகாரத்தில் வரும் மங்கல வாழ்த்துப் பாடல். அப்போது கோவலனுக்குப் பதினாறு வயது. கண்ணகிக்கு வயது பன்னிரண்டு.

அந்தக் காலத்தில் அரசர்களின் தலையீடு இல்லாமலேயே வணிகர் குழுக்கள் இயங்கியிருக்க வேண்டும். வணிகப் பிரயாணத்தில் வழிப்பறிக் கொள்ளையர்களிடமிருந்து தப்பிக்க இந்த வணிகர்கள் தம்முடனே வீரர்களையும் அழைத்துக் கொண்டு சென்றுள்ளார்கள். இந்த அளவுக்கு இவர்கள் தன்னளவில் நிறைவான செயல்பாடுக்குத் தேவையான முதலீடுகளைக் கொண்டிருந்துள்ளனர். இவற்றை மீறிய தேவைகளுக்காகவே, அரசர்களை நாட வேண்டிய அவசியத்தை வணிகர்கள் கொண்டிருந்தார்கள்.

அரசர்கள் தத்தமது நாடுகளில் பண்டங்கள் தடையின்றிக் கிடைப்பதைப் பெரிதும் விரும்பினார்கள். அதற்காக இந்த வணிகர் குழுக்களை அனுசரித்துள்ளனர். அவர்களுக்கு ஏதுவான முறையான சுங்கச்சாவடிகள் அமைத்துத் தந்துள்ளனர். பாதுகாப்பான கடல் பயணங்கள் ஏற்படுத்தித் தந்துள்ளனர். கப்பல்கள், நாவாய்கள் இருளில் தடுமாறி தரைதட்டி விடாமல் இருக்கக் கலங்கரை விளக்கங்கள் அமைத்துள்ளனர். துறைமுகங்களில் பொருட்கள் களவு போகாவண்ணம் காவலும் போட்டுள்ளனர். அதற்காக நம்பிக்கையூட்டும் சுங்க (வரி விதிப்பு) முறைகளும் உறுதி செய்யப்பட்டிருக்கின்றன.

இந்த வணிகக் குழுக்கள் உள்நாடுகளுக்குள் தரை வழியைப் பயன்படுத்தின. வெளிநாடுகளுக்குக் கடல் வழியில் சென்றனர். இந்த வணிகம் பெருமளவு நடந்தபோது பண்டமாற்றுக்கு மாற்றுத் தேவைப்பட்டது. எனவே பொருள்களுக்கு பதிலாக பொன்னைக் கொடுக்கும் வழக்கம் வந்தது. பொருளுக்குப் பொன் வைத்ததன் மூலம் வணிகம் உலகம் முழுக்க மிகப் பெரிய அளவுக்குப் பரவியது.

பொற்காசுகள் சங்க காலத்திலேயே புழக்கத்திற்கு வந்து விட்டன. இந்தக் காசுகள் சிறிது தட்டையான வடிவில், அசப்பில் நெல்லிக்காய்களைப் போல உருவாக்கப்பட்டிருக்கின்றன. இதுதான் 'புல்லிலை நெல்லிப்புகரில் பசுங்காய்' என மதுரைக்கொல்லன் வெண்ணாகனார் என்ற ஒரு புலவர் பாடிய அகப்பாடலில் வருகிறது. இதன் மூலம் பண அறிவு, உலோக அறிவு, வாணிக அறிவு மூன்றும் சங்ககாலத் தமிழருக்கு இருந்துள்ளது தெரிகிறது.

பயிர்த் தொழில்கள், கைத்தொழில்கள் வளர்ந்தன. அதற்கேற்ப உற்பத்திப் பொருட்கள் வணிகச் செலாவணி பெற்றன. இது மனித வாழ்வுக்குப் பேருதவியாக இருந்தது. அதனால் மேலும் மேலும் பொருட்களின் உற்பத்தி அதிகரித்தது. உற்பத்திப் பொருட்களின் வணிகமும் அதிகரித்தது. அதனால் தொழில் நடவடிக்கைகள் அதிகமானது. மக்களின் வாழ்க்கைத் தரமும் உயர்ந்தது. ஆக நாட்டின் வரலாறு என்பது மன்னனின் வரலாறு மட்டுமல்ல. சமூக வளர்ச்சியின் வரலாறாக வணிகமே பிரதான இடம் பிடித்தது. கிழக்கிந்தியக் கம்பெனி மிளகு வியாபாரம் செய்யத்தான் இந்தியா வந்தது. அது பின்னர் தேசத்தையே வளைத்து ஆட்சி புரிந்தது. இதுவே இதற்கு நல்ல உதாரணம்.

வணிகப் போக்குவரத்து

வணிகத்தின் முக்கியத் தேவைகளில் ஒன்று போக்குவரத்து. எருதுகள், கழுதைகள் இரண்டுமே பொதிப் போக்குவரத்துக்கு ஆரம்ப காலங்களில் பயன்பட்டன. போர்களுக்காக குதிரைகள் பயன்பட்டன. அரபு, சிந்து, பாரசீக தேசங்கள் குதிரைகளின் இறக்குமதிக் களமாகின. போர்களுக்காகவே வாங்கப்பட்ட குதிரைகள் உச்ச ஆற்றல் இழந்த பின்பு வண்டியிழுக்கப் பயன்படுத்தப்பட்டன.

கரிகாலனின் முன்னோர் சோழன் ஒருவன் கடலில் பயணம் செய்து வணிகம் செய்திருக்கிறான். அதை 'நளியிரு மூன்னீர் நாவாய் ஓட்டி வளிதொழில் ஆண்ட உரவோன் மருக' என்ற புறப் பாடலால் அறிய முடிகிறது. ஆக, தொல்காப்பியக் காலத்திற்கு முன்னரே இத்தகைய கடற் பயணங்கள் வணிகத்திற்காக நடந்துள்ளதை அறிய முடிகிறது. இது கடல் வழி தொழில் பயணம் செய்த ஆதித் தமிழனுக்கு இன்னொரு சான்று.

தொல்காப்பியப் பொருளதிகாரக் கூற்றில் தொழிற் பயணங்கள் வருகின்றன. இத்தகைய கடல் வணிகத்துக்குத் தேவையானவை மரக் கலங்கள். அவற்றைக் கட்டும் நுட்பமும் தமிழரிடையே இருந்திருக்கிறது.

கடல் வணிக முறைகள்

கடல் வணிக முறைகளில் கரையோர வணிகம், நெடுங்கடற் பயண வணிகம் என வகைகள் இருந்துள்ளன.

கொற்கை, தொண்டி, பூம்புகார், சோபட்டணம் முதலிய தமிழகத் துறைமுகங்களிலிருந்து, கிழக்குக்

கடற்கரையோரமாகப் பயணம் செய்துள்ளார்கள். அப்படி நெல்லூர் (ஆந்திரம்), கலிங்கப் பட்டிணம் (ஒடிசா), தம்ரலிப்தி (வங்காளம்), கங்கை முகத்துவாரம் வழியே கங்கையில் பயணித்தால் பாடலிபுரம் (பாட்னா), வாரணாசி (காசி) என்ற இடங்களில் வணிகம் செய்து திரும்பியுள்ளார்கள். இதை கங்கை வங்கம் போகுவர் கொல்லோ என்று நற்றிணை கூறுகிறது. கி.மு நான்காம் நூற்றாண்டில் மகதத்தை ஆண்டவன் நந்த அரசன். அவன் பெரும் செல்வத்தை கங்கையாற்றின் அடியில் புதைத்து வைத்திருந்துள்ளான்.

அதைத் தமிழக வணிகர் மூலமாக அறிந்து கொண்டிருந்ததை ஒரு அகப்பாடல் சொல்கிறது. பல்புகழ் நிறைந்த வெல்போர் நந்தர் சீர்மிகு பாடலிக் குழீஇக் கங்கை நீர்முதற் கரந்த நிதியங் கொல்லோ என்பது அப்பாடல்.

இத்தகு வணிகமும், சக்தியும் கி.மு ஆறாம் நூற்றாண்டில் இருந்து கி.மு 150 ஆம் ஆண்டு வரை நீடித்துள்ளது. அதாவது இது சுமார் நாநூற்று ஐம்பது ஆண்டுகள் நின்று நிலைபெற்று வளர்ந்துள்ளது. இப்படி இது இங்கே வளர்ந்ததைக் கண்ட கலிங்க அரசன் காரவேலன், அந்தத் தமிழர் வணிகத் சாத்தை அழித்து ஒழித்துள்ளான். அதை அவனது அத்திகும்பா குகைக் கல்வெட்டுகளின் மூலம் அறிய முடிகிறது.

கலிங்கத்திலிருந்து துணியும், சந்தனக் கல்லும் பெருமளவு தமிழகம் வந்துள்ளன. தமிழகத்திலிருந்து மிளகு போன்ற வாசனைப் பொருட்கள் அங்கே சென்றுள்ளன. தமிழக சங்கப் பாடல்களில் துணிக்குக் கலிங்கம் எனப் பெயர் வந்ததன் காரணம் இதுவே.

நெடும் பயண வணிகச் சான்றுகள்

கி.மு. இரண்டாம் நூற்றாண்டிலேயே தமிழக வணிகர்கள் இலங்கை அனுராதபுரம் சென்றுள்ளனர். இதை அங்கிருந்த ஒரு தமிழக வணிகத் சாத்தின் மாளிகையில் கிடைத்த பிராமிக் கல்வெட்டுகளின் மூலம் அறிய முடிகிறது.

தமிழகத்திலிருந்து ஆயிரத்தைந்நூறு கிலோமீட்டர் தூரம் உள்ளது சாவக நாடு. அந்தத் தீவுகளோடும் (இன்றைய இந்தோனேசியத் தீவுகள்) தமிழர்கள் வணிக உறவு வைத்திருந்தனர். தமிழகம், சீனம் இரண்டுக்கும் இடையில் உள்ளது இந்தோனேசியத் தீவுகளான அக்கால சாவகம் (ஜாவா, சுமந்த்ரா). இந்தத் தீவுக் கூட்டங்கள் அக்காலத்தின் பெரும் வணிக மையமாக திகழ்ந்துள்ளன.

உலகில் வேறெங்கும் கிடைக்காத வாசனைத் திரவியங்கள் அங்கு விற்பனையாகின. அங்கு (சாவகத்தில்) தமிழகத்திலுள்ள சேரநாட்டின் மிளகு, சீனத்தின் பட்டு, பீங்கான் பாத்திரங்கள், சாவகத்தின் வாசனைத் திரவியங்கள் முதலியவை முக்கிய விற்பனைப் பொருட்களாக இருந்துள்ளன. சாவகத்தில் சந்தன மரக் கட்டைகள், கற்பூரம் போன்றவையும் வணிகம் செய்யப்பட்டுள்ளன.

பச்சைக் கற்பூரம் அக்காலத்தில் தாம்பூல வெற்றிலையுடன்சிறிது சேர்த்து உண்ணப்பட்டுள்ளது. இந்தப் பச்சைக் கற்பூரம் சாவகத்தின் சுமந்த்ரா தீவுகளிலிருந்தே கிடைத்தது. இதற்கு அக்காலப் பெயர் பளிதம். இதையே போனகம் எய்திப் பொருதினிற் கொண்டபின் பாசிலைத் திரையலும் பளிதமும் படைத்து என்கிறது மணிமேகலை.

தமிழகத்தின் சேர நாட்டு வணிகர்களும், உரோமாபுரி, கிரேக்க நாட்டு வணிகர்களும் ஒருவரோடுவர் இணைந்து வணிகம் செய்திருக்கின்றனர். மேற்குக் கடற்பயணங்கள் கிழக்குக் கடற் பயணங்கள் போல ஆபத்தற்றவையாக இல்லை. மேற்குக் கடலில் (இன்றைய அரபிக்கடல்) அக்காலத்தின் துளு நாட்டுக்கு அருகில் ஒரு சிறு தீவு இருக்கிறது. அங்கே இருந்தவர்களை கடற்குரும்பர் என்று சொல்லுவார்கள். அவர்கள் வணிகக் கப்பல்களைத் தாக்கி கொள்ளையிட்டு வந்திருக்கின்றனர்.

அவர்களை அடக்கி மேற்குக் கடலை ஆபத்தற்ற கடற் பிரதேசமாக மாற்ற விரும்பினான் சேர மன்னன் இமயவரம்பன் நெடுஞ்சேரலாதன். அதற்குத் தனது நான்கு மகன்களுள் ஒருவனான சேரன் செங்குட்டுவனின் தலைமையில் கடற்படை அமைத்தான். அவர்களை அழித்து ஒடுக்கினான். கடற் குரும்பர்களின் தீவை அவன் அழித்து ஒழித்ததைப் பதிற்றுப் பத்து சொல்கிறது.

அந்தக் காலத்தில் கடற் பயணத்தில் இத்தனை இன்னல்கள் இருந்தன. ஆயினும் அக்காலத் தமிழர் கிழக்கு நாடுகளோடும் மேற்கு நாடுகளோடும் வெகு சிறப்பாக வணிகம் செய்துள்ளனர். தமிழக அரசர்களாகிய சேர, சோழ, பாண்டியர் மூவரும் வணிகம் செழிப்பதை உறுதி செய்தார்கள். இவ்வாறு வணிகம் செய்து பெரும் வணிகராக விளங்கியவர்கள் பலர். அவர்களுக்குப் பொன்னால் செய்யப்பட்ட எட்டிப் பூவும், எட்டி என்ற பட்டமும் அரசர்களால் வழங்கப்பட்டிருக்கின்றன. மணிமேகலையில், வணிகன் தரும தத்தன், 'வாணிக மரபின் வருபொருள் ஈட்டி நீள்நிதிச் செல்வனாய் நீணில வேந்தனில் எட்டிப் பூப் பெற்று' என்று போற்றப்படுகிறான்.

தமிழகம் வந்த அயலக வணிகம்

தமிழகத்தின் சேர நாட்டிற்கு அரபியர் வந்து வணிகம் செய்தனர். அரபியர் வந்து தங்கியிருந்து முசிறி துறைமுகத்தின் பகுதிகள் பந்தர் என்ற பெயர் பெற்றுள்ளது. பந்தர் என்றால் அரபி மொழியில் கடைவீதி என்று பொருள். தமிழர்களோடு புழங்கியதால் தமிழகத்தின் அரிசி ஓரூஜ் என்று அரபு மொழியில் அங்கு சென்றது.

இன்று போரிர்ஜ் என்று அழைக்கப்படுவது மாமிச அரிசிக் கஞ்சி. இதன் மூலச் சொல்தான் இந்த ஓரூஜ் என்ற அரபிச் சொல். இந்தச் சொல்லுக்கு அரபியரின் தமிழக வணிகத் தொடர்பே காரணம். அரபியர்களால் சாவகம் போன்ற நாடுகளுக்கு நேரடியாகச் செல்ல இயலவில்லை. எனவே தமிழர் சாவகம் சென்று கொண்டு வந்த பொருட்களை அரேபியர் வாங்கினர். அதை மேற்கு நாடுகளுக்கு கொண்டு போய் வணிகம் செய்தனர். அத்துடன் தமிழகத்தின் மிளகு போன்ற வாசனைப் பொருட்களும் சென்றன. இதனால் தமிழகம் தூரக் கிழக்கு நாடுகளுக்கும், மேற்கு நாடுகளுக்கும் இடையில் சரியான வணிக மையமாக விளங்கியது.

கிரேக்கர், ரோமர்கள் அக்காலத்தில் யவனர் என்று அழைக்கப்பட்டனர். கி.மு. முதலாம் நூற்றாண்டில் இன்றைய எகிப்தை ஆண்டவர்கள் இந்த உரோமர்கள். இவர்கள் கடற்கரையோரமாகவே பயணம் செய்து முசிறித் துறைமுகம் வந்தனர். அங்கே தங்கியிருந்து வணிகம் செய்தார்கள். அவர்கள் வந்த வழி பாரசீகம், குஜராத் கட்சு கடற்கரைப் பகுதி, முசிறி என்று கடலோரமாகவே இருந்தது.

நடுக் கடலில் பருவக் காற்றைப் பயன்படுத்திப் பயணம் செய்யும் நுட்பம் அவர்களுக்கு வெகு

காலம் தெரியவில்லை. எனவே ஒருமுறை அவர்கள் இங்கே வந்து செல்ல நீண்ட காலம் பிடித்தது. யவன வணிகர்கள் பொற்காசுகளையும், வெள்ளிக் காசுகளையும் கொடுத்துப் பொருட்களை வாங்கிச் சென்றார்கள். தமிழகத்தின் பல அகழ்வாராய்ச்சிகளில் கிடைத்த, கிடைக்கும் உரோமப் பேரரசின் நாணயங்கள் இவற்றிற்குச் சான்று.

அன்றைய துறைமுகங்கள்

கிழக்குக் கடற்கரையில் உள்ள இன்றைய நெல்லூர் அக்காலத்தில் தமிழகத்துக்கு உட்பட்டிருந்தது. அதன் பெயர் அன்று கொல்லத்துறை. இன்றைய மரக்காணம் அன்றைக்கு எயிற்பட்டணம் மற்றும் சோ பட்டணம் என்று பெயர் கொண்டிருந்தது. காவிரிப்பூம்பட்டிணம். தொண்டி, கொற்கை, குமரி, மங்களூர், நறவு, முசிறி இன்றைய கோட்டயத்தின் அருகில் இருக்கும் வைக்கரை, மேல்கிந்த, விழிஞம், போன்ற துறைமுகங்கள் தமிழகத்தில் இயங்கின.

அன்றைய தமிழகமானது, இன்றைய கேரளம், ஆந்திரம், கர்நாடகத்தின் தென்பகுதிகளையும் சேர்த்தே இருந்தது. சேர, சோழ, பாண்டியர்கள் இவற்றை ஆண்டார்கள். இலங்கையின் யாழ்ப்பாணம்தான் அன்றைக்கு மணிபல்லவம். கப்பல்கள் நன்னீர் நிரப்பிக்கொள்ளும் ஒரு பயண இடைத் துறைமுகமாக இது விளங்கியது. இங்கே பெரும் வணிகங்கள் எதுவும் அப்போது நடக்கவில்லை.

விளைபொருட்கள்

வெல்லம், சர்க்கரை, மிளகு, உப்பு, முத்து, யானைக்கோடு எனும் தந்தம், நீலக்கல், போன்றவை தமிழ்நாட்டில் அதிகம் விளைவிக்கப்பட்டன. யவனர்

யவன மது (வைன்) கொண்டு வந்தார்கள். உள்ளூரில் தேறர், கள் போன்ற மதுபானங்கள் தயாரிக்கப்பட்டன. அவை உள்ளூரிலேயே செலாவணி ஆயின. அவை வணிகப் பொருளாக இருக்கவில்லை.

அறுவை என்றழைக்கப்பட்ட பருத்தித் துணியும் அதிகம் நெய்யப்பட்டு விற்பனைப் பொருளாக இருந்தது. பால் காயும் போது எழும் ஆவி போன்ற அளவுக்கு மென்மையான துணிகள் நெய்யப்பட்டதாக இலக்கியக் குறிப்புகள் உள்ளன. இழை மருங்கறியா நுழைநூற் கலிங்கம் (மலைபடுகடாம்) என்று துணி பற்றிய குறிப்பு உள்ளது.

மதுரையில் நெய்யப்பட்டுக் கொண்டு சென்று விற்கப்பட்டது மாதுரம் என்ற துணி வகை. அது பற்றிய குறிப்பை சாணக்கியரின் பொருள்நூல் (அர்த்த சாத்திரம்) சொல்கிறது. இதன்காலம் கி.பி. மூன்றாம் நூற்றாண்டு.

சோழர்கள் காலம்

கிமு ஏழாம் நூற்றாண்டிலிருந்து கி.பி மூன்றாம் ஆண்டு வரை சிறப்புற்றிருந்தது தமிழக வணிகம். அதற்குப் பிறகு கிபி ஏழாம் நூற்றாண்டு முதல் பதிமூன்றாம் நூற்றாண்டு வரை மிகப் பெரிதாகி உச்சம் தொட்டிருக்கிறது. சோழர்கள் ஆண்ட இக்காலத்தில் சீன, கிரேக்கத்துடன் நேரடி வணிகம் நடந்துள்ளது. சிரீவிஜயம் என்பது அன்றைய கடாரப் பகுதி. அது ஒரு போட்டி வணிகத் தலமாகவே விளங்கியிருக்கிறது. அது முற்றிய போதுதான் இராசேந்திர சோழன் படை கடாரம் வரை சென்று வென்று வந்திருக்கிறது.

இராஜராஜ சோழன் சீனா அரசின் சாங் வம்ச அரசனுக்கு பரிசுப் பொதி ஒன்றை அனுப்பியிருக்கிறான். அது பற்றிய குறிப்பு சீனக் கலைக் களஞ்சியத்தில் உள்ளது.

அந்தப் பொதியில் 60 யானைத் தந்தங்கள், 60 பவுண்டு நறுமணத் தைலங்கள், ஆயிரம் கிலோ முத்துக்கள் இருந்துள்ளன. அதைத் தமது தூதுவர் ஐம்பத்திரண்டு பேர் மூலமாகவே ராஜராஜன் சீன அரசனுக்கு அனுப்பியிருக்கிறான். இதற்கான குறிப்புகள் உள்ளன. சோழர் காலத்தில் திசையாயிரத்து ஐந்நூற்றுவர் என்ற வணிகக் குழுமம் இருந்துள்ளது. ஆயிரத்து ஐந்நூறு பேர் கொண்ட இந்த வணிகக் குழு மிகச் சக்தி வாய்ந்ததாக விளங்கியிருக்கிறது. இது பெரு வணிகங்கள் மூலம் மாபெரும் செல்வ வளத்தை சோழ நாட்டுக்குக் கொண்டு வந்ததாக அறியவும் முடிகிறது.

முகம்மதியர், பிரித்தானியர் காலம்

சிறப்பு மிக்க தமிழக வணிகம், முகமதிய ஆட்சிக் காலத்திலும், பின்னர் வந்த ஆங்கிலேயர் காலத்திலும் தேயத் தொடங்கியது. இது தமிழகத்துக்கு மட்டுமேயான சுருங்குதல் அல்ல. இந்தியா முழுமைக்குமான தேய்காலம். இந்திய சமஸ்தானங்கள் எனப்பட்டவையில் ஐந்நூற்றுக்கும் மேற்பட்ட அரசுகள் இருந்தன. அவை ஒவ்வொன்றாக பிரித்தானிய சுரண்டலுக்கு உள்ளாகி பொலிவை இழந்தன.

இந்த இருநூற்றைம்பது ஆண்டுகளில் இந்திய, தமிழக வணிக வலிமை குன்றியிருப்பது உண்மைதான். அப்படியிருந்தும் தமிழகத்தின் சிறு சிறு வணிகக் குடிகள் பலர் அரும்பாடு பட்டுள்ளனர். இவர்கள் இந்தக் காலக் கட்டத்திலும், தென்கிழக்காசிய நாடுகளுக்குப் பயணம் செய்து, அங்கேயே தங்கியிருந்து தன் தாய்நாட்டுக்குத் தமது வணிகத்தைப் பெருக்கித் தந்துள்ளார்கள்.

இன்று ஆன்லைன் வணிகம் குறித்துப் பேசுகிறோம். உலகம் கையடக்கமாகி இருக்கிறது. நடப்பதே தெரியாமல் வணிகம் நடக்கிறது; விரிவு கொள்கிறது. இவையெல்லாம் மேற்கண்ட வழியில் நடந்த வர்த்தகத்தின் வரலாற்றுத் தொடர்ச்சியே ஆகும்.

7. தொடர்களில் தொங்கும் தாலி

(தாலியின் வரலாறு)

தமிழ் தொலைக்காட்சித் தொடர்களுக்கு அடிப்படை ஒரு கதாநாயகி, ஒரு திருமணம், ஒரு தாலி. என்னதான் காலம் மாறிவிட்டதாகச் சொன்னாலும் அனைத்துத் தொடர்களின் கதாநாயகிகளும் இன்றும் மஞ்சள் மாறாத குண்டு தாலியுடன் தான் அனைத்துக் காட்சிகளிலும் வந்து போகிறார்கள். தாலிக்கு வேலை இருந்தால் அது சேலைக்கு மேலே தெரிந்ததெல்லாம் அக்காலம். கதாநாயகி இருந்தாலும் இல்லாவிட்டாலும் காட்சியில் தாலி தெரிந்தாக வேண்டியது இன்றைய நிலைமை. நவீன பெண்கள் வேண்டுமானால் கழட்டி பீரோவில் வைக்கலாம். நவீன தொலைக்காட்சித் தொடர்கள் தாலிக்கு மட்டுமே கழுத்து என்னும் கொள்கையைத்தான் கொண்டிருக்கின்றன.

சமீபத்தில் நடைபெற்ற நயந்தாரா திருமணம் உலகறிந்தது. திருமணத்துக்குப் பின்பு அவர் கணவருடன் தேன்நிலவு சென்ற புகைப்படங்கள்

இணையத்தில் வெளியாயின. அனைத்திலும் நயந்தாராவைக் காட்டிலும் அவர் அணிந்திருந்த தாலியே பிரதானமாக வெளிப்பட்டதை நினைவு கூரலாம்.

நிற்க. தமிழர் திருமணத்தில் தாலி எப்போது நுழைந்தது?

சங்ககாலத் தமிழனின் அந்தரங்கத்தை ஆன்மசுத்தியோடு பேசுவது அகநானூறு. தாலி என்ற சொல்லுக்கு அதிலிருந்தே பரிச்சயம் தொடங்குகிறது. சங்ககால மனிதர் வாழ்வில் அவர்கள் அறிந்த, பார்த்த வலிமை வாய்ந்த, சீற்றம் மிக்க விலங்கு புலி. எனவே புலியை அடக்கிக் கொன்றவர், வென்றவர் இன்னும் வலிமையானவராக, வீரம் மிக்கவராக மதிக்கப்படுதல் இயல்பு.புலியை வென்றதன் ஒரே அடையாளம், வென்ற புலியின் பற்களைக் கோத்து மாலையாக அணியும் வழக்கம். ஆண்கள், பெண்கள் இருபாலரிடமே இது இருந்துள்ளது.

அங்கிருந்தே புறப்படுகிறது இந்தத் தாலி. தலைவனோடு உடன்போக்கு நிகழ்த்தினாள் தலைவி. அவளை 'புலிப்பல் கோத்த புலம்பு மணித் தாலி, கற்கெழு சிறுகுடிக் கானவன் மகளே' என்கிறது அகநாநூற்றுப் பாடல் ஏழு.

இன்றைய காலத்தில் அணியப்படும் தாலியின் வடிவத்தைக் கவனியுங்கள். புலியின் இருபுறம் வளைந்த பல்லின் மருவிய வடிவம் எல்லா தாலிகளிலும் இடம் பெற்றிருக்கும். தால் என்ற சொல் நாவைக் குறிக்கும். நாவை உடையது தாலம், அதாவது வாய். புலியின் வளைந்த பல் வாயைக் குறிப்பிடுவதே தாலம். அதுவே தாலி என்ற சொல்லாக மருவியிருக்கலாம். ஆனால் அக்காலத்தில்

இது திருமணத்திற்காக அணிவிக்கப்பட்டது; திருமணத்தின் குறியீட்டு மணவணி இந்த புலிப்பல் மணிதான் என்பதற்கான உறுதியான ஆதாரங்கள் ஏதும் இல்லை.

அகநானூற்றில் 86 மற்றும் 136 ஆகிய இரு பாடல்கள் கரணம் என்கிற திருமணச் சடங்குகளைப் பற்றி விரிவாகப் பேசுகின்றன. அகம் 86 இல் கூறப்படும் திருமணச் சடங்குகளை விட, அகம் 136இல் கூறப்படும் திருமணச் சடங்குகள் அதிகம். இவை கால வேறுபாடுகளால் ஏற்படுகிறது. இதை உணர்ந்த உரையாசிரியர் நச்சினார்க்கினியர் கற்பியல் முதற்சூத்திரத்திற்கு அகம் 86 பாடலைக் 'கற்பெனப் படுவது கரணமொடு புணரக் கொளற்குரி மரபிற் கிழவன் கிழத்தியைக் கொடைக்குரி மரபினோர் கொடுப்பக்கொள்வதுவே' என எடுத்துக்காட்டுகிறார். இதனுள் வதுவைக்கு ஏற்ற சடங்குகள் (கரணங்கள்) நிகழ்ந்தவாறும், தமர் கொடுத்தவாறும் காண்க'என்று கூறியுள்ளார்.

இதே நச்சினார்க்கினியர், 'பொய்யும் வழுவுந் தோன்றிய பின்னர் ஐயர் யாத்தனர் கரணம் என்ப' என்னும் கற்பியல் நான்காம் சூத்திரத்திற்கு, அகம் 136 ஆம் பாடலை எடுத்துக்காட்டுகிறார். 'தொல்காப்பியர் தான் நூல் செய்த காலத்துப் பொய்யும், வழுக்களும் பற்றி, இருடிகள் (ரிஷிகள்) கரணம் (சடங்குகள்) யாத்தவாறு (அமைத்தவாறு) கூறினார்'என்று குறிப்பிடுகிறார்.

அதாவது சான்றோர் சடங்குகள் (கரணங்கள்) அமைத்ததற்கு முன்னரான வழமை அகம் 86 இன்படியே நடந்ததென்றும், பொய்யும் வழுவும் நிரம்பிய காலத்திற்கேற்றவாறு, சடங்குகளை அதிகரித்த காலத்து, சடங்குகள் அகம் 136 ஆம்

பாடல்படி நிகழ்ந்தன என்றும் அறிய முடிகிறது. இதனாலேயே பின்னரான பாடலின்படியான சடங்குகள் அதிகம் குறிப்பிடப்படுகின்றன. ஆனால், அகம் 86, 136, ஆகிய இரண்டு செய்யுட்களிலும் தாலி அணிவித்த சடங்கு பற்றிய குறிப்பு எதுவும் இல்லை. ஆனால் கைப்பிடித்தல் சடங்கு (பாணிக்கிரணம்) வான்மீகி இராமாயணத்திலும், வியாச பாரதத்திலும் குறிப்பிடப்படுகிறது.

கண்ணகியின் தாலி

பண்டைய தமிழர் வாழ்வியலின் பல நிகழ்வுகளை விளக்கும் ஒரு நூல் சிலப்பதிகாரம். இது கோவலன், கண்ணகியின் திருமணத்தைப் பற்றிப் பல செய்திகளைப் பேசுகிறது.

காவிரிப்பூம்பட்டணத்து வணிகர் குல மரபின்படி திருமணம் நடக்கிறது. இந்தத் திருமண நிகழ்வைப் பற்றி மகளிர் சிலர் யானை மீது சென்று வீடு வீடாக சொல்கிறார்கள். மணச்செய்தி இவ்வாறாக ஊரெங்கும் பரவுகிறது. மண நேரத்தில் முரச வாத்தியம் முழங்கியது. மத்தளம் அதிர்ந்தது. பணிலம் போன்ற கருவிகள் வாசிக்கப்பட்டன. அரசனது சிறப்பு எழுவது போல வெண்குடைகள் எழுந்தன. மணப்பந்தல் அழகாக அலங்கரிக்கப் பட்டிருந்தது. வயிரம் பதித்த தூண்களின் மீது முத்துப்பந்தல் கட்டப்பட்டிருந்தது. நீலப் பட்டால் மணப்பந்தல் கூரை வேயப்பட்டு அழகாகக் காட்சியளித்தது. அந்தப் பந்தலில் மணமக்கள் ஆசனத்தில் வீற்றிருந்தனர்.

குறித்த நேரத்தில் சடங்குகள் தொடங்கின. மணமக்கள் தீ வலம் வந்தனர். பிள்ளைகள் பெற்று, வாழ்வனுபவம் நிரம்பிய மூத்தோர் கணவனும் மனைவியும் நிறைந்த அன்புடன் நீடூழி வாழ்க என்று மலர் தூவி வாழ்த்தினர். அத்துடன் மணவினை மங்கல

முடிவு பெற்றனர். திருமணத்திற்கு வந்த அனைவரும் மணமக்களை வாழ்த்தினர்.

பின்னர் கோவலனைப் பிரிந்த கண்ணகியின் நிலையை விவரிக்கும் இடத்தில், 'கொங்கை முன்றில் குங்குமம் எழுதாள். மங்கல அணியிற் பிறிதணி மகிழாள். கையறு நெஞ்சத்துக் கண்ணகி' என்ற பாடல் வருகிறது. இங்கே மங்கல அணி என்பதைத் தாலி என்று விரித்துப் பொருள் கொள்வோர் உண்டு. ம.பொ.சி இதனை இவ்வாறு விரித்துப் பொருள் கொண்டார். ஆனால் பல தமிழ்ச் சான்றோர்கள் இதனை நேரடியாகத் தாலி என்று குறிப்பிடுவதாக ஏற்றுக் கொள்ளவில்லை. மங்கல அடையாளங்கள் தவிர வேறு அணிகலன்கள் அணியாது கண்ணகி எளிமையாகவே இருந்தாள் என்றே இப்பாடல் பொருள்தருவதாக அவர்கள் கருதினார்கள்.

தாலி அடையாளம் இல்லாத ஆண்டாள்

ஞால் என்ற சொல்லுக்கு உலகம் என்று பொருள். ஞாலமாகிய உலகம் தொங்குவது. எனவே ஞால் என்ற சொல்லுக்குத் தொங்குவது என்றும் பொருள் வரும். ஞால் என்ற சொல்லின் திரிபாகிய தால் என்ற சொல்லும் தொங்குவதைக் குறிக்கும். எனவே ஒரு சங்கிலி போன்ற அணியில் இடையில் தொங்கும் அணிக்குத் தாலி என்ற பெயர் நிலை பெற்றது. தாலிகளில் ஐம்படைத் தாலி, புலிப்பற்தாலி, ஆமைத்தாலி எனப் பலவகை உண்டு. ஐந்து படைகளைப் பொன்னால் செய்து கழுத்தில் அணிவித்தால் அது ஐம்படைத்தாலி. புலிப்பல் வடிவில் மட்டும் செய்யப்படுவது புலிப்பற் தாலி. ஆமை வடிவில் அமைக்கப் பட்டது ஆமைத்தாலி. ஆக தாலிகள் தொங்கும் வடிவில் அமைக்கப்பட்டதால் தாலி என்று அழைக்கப்பட்டன.

தாலி என்ற சொல்லுக்கு பனை என்ற பொருளும் உண்டு. பெரியாழ்வார் பாடல் ஒன்றில் 'தாலிக் கொழுந்தைத்தடங்கழுத்தில்பூண்டு'என்றுகூறுகிறார். இது எட்டாம் நூற்றாண்டைச் சேர்ந்த பிரபந்தத்தில் வருவது. கண்ணபிரான் சிறுவயதில் பனங்குருத்தால் செய்யப்பட்ட தாலிகொழுந்து என்னும் அணியைக் கழுத்தில் அணிந்து விளையாடினான் என்று இதற்குப் பொருள். இன்றும் பனையோலைக் கொழுந்தினைப் பின்னி அணியாக சிறுவர்கள் அணியும் பழக்கம் கிராமங்களில் உண்டு.

இதே காலகட்டத்தில் வரும் நாச்சியார் திருமொழியில் ஆண்டாள் தாம் கண்ணனைக் கைப்பிடித்த கோலாகலத்தை அணுவணுவாக இரசித்து எழுதிய காட்சிகள் உள்ளன.

அவற்றில் -இந்திரன் போல தேவர்கள் வந்து மணம் பேசுதல். மணமகள் புத்தாடை உடுத்துதல். மணமகனின் சகோதரி (மாலவன் தங்கையான துர்க்கை) மணமகளுக்கு மணமாலை சூட்டல், மணமகளுக்கு காப்பு நாண் கட்டல், மணமகன் மணப்பந்தலுக்கு வருதல், வாத்தியங்கள் முழங்கக் கண்ணன் ஆண்டாளின் கைப்பிடித்தல், வேதியர் மந்திரம் ஓத கண்ணனும் ஆண்டாளும் தீவலம் வருதல், கண்ணன் தனது கையால் ஆண்டாளின் பாதத்தை அம்மி மேல் வைத்தல், ஆண்டாளின் உடன்பிறந்தார் கண்ணன் கைமீது ஆண்டாளின் கையை வைத்து பொரிமுகந்து அட்டுதல். இருவருக்கும் குங்குமம் அப்பிச் சாந்து பூசுதல், வீதிவலம் செய்வித்து இருவரையும் மஞ்சனம் ஆட்டல் இப்படி விலாவாரியாகக் குறிப்பிடப்படும் சடங்குகளில் தாலி கட்டும் சடங்கு பற்றிய குறிப்புகள் இல்லை.

ராமன் தேடிய சீதைக்கும் தாலி இல்லை

பதினோறாம் நூற்றாண்டுக்குப் பிறகு கச்சியப்ப சிவாச்சாரியார் எழுதியது கந்த புராணம். இதில் மூன்று திருமணங்கள் விவரிக்கப் படுகின்றன. சிவன்-உமாதேவி, முருகன்-தெய்வானை, முருகன்-வள்ளி ஆகியவையே இந்த மூன்று திருமணங்கள். இவற்றில் சிவன்-உமாதேவி திருமணத்தில் கைப்பிடித்தல், தாரை வார்த்தல் மட்டுமே வருகிறது. முருகன்-வள்ளி திருமணத்திலும் விருப்போடு இன்று உனக்குக் கொடுத்தேன், கொள்க'என்று தாரைவார்த்துக் கொடுக்கும் நிகழ்வு வருகிறது. ஆனால் முருகன்-தெய்வானை திருமணத்தில் மட்டுமே மங்கல நாண் குறிப்பு வருகிறது. 'அங்கையின் ஈந்திட ஆண்டகை கொண்ட மங்கல நாணை மணிக்களம் ஆர்த்து நங்கை முடிக்கொர் நறுந்தொடை சூழ்ந்தான்' என்பது அவ்வரிகள்.

சிவன்-உமாதேவி, முருகன்-வள்ளி திருமணத்தில் வராத மங்கல நாண், முருகன்-தெய்வானை திருமணத்தில் வந்துவிடுகிறது. இவ்வாறு கந்த புராணத்தில் வரும் தாலி, பெரிய புராணத்திலும் இரண்டு இடங்களில் வருகிறது.

இங்கே இன்னொரு வியப்பு கம்ப இராமாயணம். இதில் கம்பன் இராமன்-சீதை திருமண நிகழ்வை வித்தாரமாக விவரிக்கின்றார் கம்பன். அப்போதும், மங்கலநாண் பூட்டும் நிகழ்வு பற்றிய குறிப்பு ஏதும் இல்லை. மூலநூலான வால்மீகி ராமாயணத்திலும் மங்கல நாண் பற்றிய குறிப்பு ஏதும் இல்லாதது இதற்குக் காரணமாக இருக்கலாம். ஆனால் வேறு பல பாத்திரங்களின் வாயிலாக, தாலி அல்லது மங்கல நாண் பற்றிய செய்திகள் பல இடங்களில் கம்ப இராமாயணத்தில் வருகின்றன. இன்றும்

செட்டிநாட்டுப் பகுதிகளில் திருப்பூட்டுதல் என்ற சொல் வழங்கப்படுகிறது. திருப்பூட்டுதல் என்றால் தாலி கட்டும் நிகழ்வு. இதை வருணிக்கும், திரு'என்ற சொல்லையும் கம்பரே முதன்முதலில் தாலியைக் குறிக்க எடுத்தாள்கிறார்.

தார்ஸ்டனின் தாலி பற்றிய தகவல்கள்

பத்தொன்பதாம் நூற்றாண்டின் பொக்கிஷம் தார்ஸ்டனின் ஆய்வு நூல். இவரின் தென்னிந்திய சாதிகளும் குடிகளும் என்ற நூல் மிகுந்த புகழ் பெற்றது. தென்னிந்தியாவில் அக்காலத்தில் வாழ்ந்த எல்லாக் குடிகளையும் பற்றிப் பேசுகிறது. தமிழர்களின் வாழ்வும் விரதங்களும் ஆய்வு நோக்கில் விசாரித்து அறியப்பட்டுத் தொகுக்கப் பட்டதுமாகும் இந்நூல். இதில் சமூகப் பழக்க வழக்கங்கள், மொழிகள் பற்றிய பல செய்திகள் தொகுக்கப்பட்டுள்ளது.

தமிழ், தெலுங்கு, கன்னடம், மலையாளம், துளு, குடகு, தொதவர், கோட்டார், கொண்டார், கோயி என்ற பத்து மொழிகள் திராவிட மொழிகள் என்று அழைக்கப்படுபவை. இவற்றில் முதலில் குறிப்பிட்ட ஆறும் சமவெளியின் சாதாரண மக்கள் பேசிய மொழி. கடைசி நான்கும் மலை சூழ்ந்த பிரதேசங்களில் வாழ்ந்தவர்கள் பேசிய மொழிகள். இந்த பத்து மொழிகளையும் பேசிய இனத்தவர் ஒரே இனமாக வாழ்ந்ததற்கான சான்றுகள் உள்ளன.

தொதவரும், கோட்டாரும் நீலகிரி மலைமேல் வாழ்பவர்கள். அவர்களோடு இணைந்து வாழுபவர் படகர்கள். அந்த மக்கள் அனைவரும் திருமணத்தின் போது தாலி அணியும் வழமை இல்லாதவர்கள். கோதாவரி மாவட்டத்தில் வாழ்ந்தவர்கள் கோயிகள். கஞ்சம், விசாகப்பட்டணம் பகுதிகளில் வாழ்ந்தவர்கள் கொண்டர். அவர்கள் எவரும் தாலி

அணியும் பழக்கம் இல்லாதவர்கள். ஆனால் கணவன் இறந்தால் தான் அணிந்திருக்கும் பித்தளைக் காப்பை உடைத்துப் போட்டு விடும் வழமை இவர்களிடம் உள்ளது. தமிழர்களிடமும் கணவனை இழந்தவர்கள் கை வளையலை உடைத்தல் பழக்கம் இருக்கிறது.

மேற்குத் தொடர்ச்சி மலையில் வாழ்பவர் முதுவர் பழங்குடிகள். இவர்கள் மதுரை வட்டாரங்களில் அயல்நாட்டவர் படையெடுப்புகளின் போது ஓடிவந்து மலைப்பகுதிகளில் வசிக்கத் தொடங்கியவர்களாம். தார்ஸ்டனின் தன் நூலில் இவர்களிடம் விசாரித்து அறிந்த செய்திகளைப் பற்றிக் குறிப்பிடுகிறார். அதில் மணமகளுக்குக் காதணிகளையும், பித்தளைக் காப்பையும், புடவை மற்றும் சீப்பை மணமகன் கொடுக்கும் வழமை இருந்திருந்ததாகச் சொல்கிறார்.

இந்த மக்களிடம் திருமணத்தின் போது தாலி அணிவிக்கும் பழக்கம் கிடையாதா? என்று விசாரிக்கப்பட்டுள்ளது. அதற்கு தாலி கட்டும் பழக்கத்தை செயல்படுத்திப் பார்த்தோம். அப்படி தாலி அணிவிக்கப்பட்டு திருமணம் செய்த பெண்கள் சீக்கிரமே இறந்து விட்டனர். அதனால் அந்தப் பழக்கம் நிறுத்தப்பட்டு விட்டது என்று கூறியிருக்கின்றனர். தாலி பற்றிய தகவலில் இது விநோதம்.

முதுவர் குடிகள் மதுரை மீனாட்சி, சொக்கநாதர், பழனியாண்டவரை தெய்வங்களாக வணங்கும் பழக்கம் உள்ளவர்கள் என்கிறார் தார்ஸ்டன். பல்வேறு இனக்குழு வரலாற்றை சேகரித்துத் தொகுத்த அவரின் நூலின்படி நாம் தெரிந்து கொள்வது. மணமகளுக்கு நாத்தனார், நாத்தனார் இல்லையெனில் மணமகளைச் சேர்ந்த வேறொரு பெண், மணப்பெண்ணுக்குத் தாய்மாமன், அல்லது தாய்மாமன் மனைவி,

கணவன், கணவனின் பிரதிநிதியான மூத்த ஆண் , மணமகளின் தந்தை, குடும்பத்தலைவன் அல்லது இனத்தலைவன், புரோகிதன் என்பவர்களில் ஒருவர் பற்பல இனமக்களில் ஒரு மங்கல அணிகலனை அணிவிக்கும் பழக்கம் இருந்தாகத் தெரிகிறது.

பிராமணர்களில் தாலி கட்டும் போது பெண்ணே, சமயச்சிறப்பு அடைவதற்காக நான் இத்தாலியைக் கட்டுகின்றேன் என்று சொல்லிக்கொண்டே தாலி அணியும் பழக்கம் உள்ளது. இது இக்காலத்தில் நிகழ்கிறது. ஆனால் இது வேத காலத்து பழக்கமல்ல. வேத காலத்து திருமணச் சடங்குகளை விவரித்துக் கூறும் கிரிஹ்ய சூத்திரங்களில் இந்தத் தாலி கட்டும் பழக்கம் விவரிக்கப்படவில்லை. இதனை தார்ஸ்டனே சுட்டிக் காட்டுகிறார்.

இதுவரை நமக்குக் கிடைத்த பல சான்றுகள்படி திருமணத்திற்கான அடையாளம் தாலி அல்ல. சங்காலம் தொட்டு பதினோறாம் நூற்றாண்டு வரை கூட தாலி இல்லவே இல்லை.

கைப்பிடித்தல், தீவலம் வருதல், மஞ்சள் குங்குமம் சாற்றுதல், வேதங்கள் அல்லது பாடல்கள் சொல்லி வாழ்த்தும் முறைமைகளே திருமணத்திற்கான அடையாளங்களாக இருந்து வந்துள்ளன. தாலி அல்லது மங்கல நாண் கழுத்தில் கட்டும் பழக்கம் பதினோறாம் நூற்றாண்டு தொடங்கி எப்படியோ சமூகத்தில் பொதுமையாக நிலைபெற்று விட்டது.

8. தெய்வங்கள் எப்படித் தோன்றின?

தமிழர் தெய்வம் என்றால், முருகன். நாம் பொதுவாகக் குறிப்பிடுவது இதைத்தான். தமிழர்களுக்கென அறியப்பட்ட சமயங்கள் சிவம், விண்ணவம். குமரனை வழிபடுகின்ற குமரமாகிய கௌமாரம். சாக்தம் எனப்படுகின்ற சக்தியம். பிள்ளையாரை வழிபடுகின்ற காணாபத்யம் என்ற கணபதியம். செயினம் என்ற சமணம். இவை தவிர புத்தம் பிற்காலத்தில் தோன்றியது. கரைந்தும் போனது. சிற்சில இடங்களில் நிலவியது காளாமுகம். அவையும் மறைந்து விட்டன. சிவம் விண்ணவம் மட்டுமே நிலைத்தன.

இதை நமது கிராமப்புறங்களில் சொல்லிப் பாருங்கள். ஒப்புக்கொள்ள மாட்டார்கள். கிராமக் கோவில்களில் திருவிழாக்கள் நடப்பதைப் பார்க்கிறோம். அங்கே தெய்வங்கள், கோவில்கள் எதுவும் சிவம், விண்ணவ வரையறைக்குள் அடங்காது. மாரியம்மன் கோவில். அடைக்கலம் காத்தார் கோவில். எல்லைச்சாமி கோவில். இப்படியான வழக்குகளுடன்

உள்ளவையாக இருக்கும். பெருங்கோயில்களுக்குச் செல்லும் பக்த கூட்டத்திற்கு இணையான பெருங்கூட்டம் கிராமக் கோவில்களிலும் உண்டு. இவ்வாறுள்ள கிராமக் கோவில்களுக்கும், சிவ, விண்ணவக் கோவில்களுக்கும் உள்ள தொடர்பு-தொடர்பின்மை எது? இவற்றைப் பற்றி ஓரளவு புரிதலாவது நமக்கு வேண்டும். அதை அறிவதற்கு வழிபாடு தோன்றியிருக்கக் கூடிய முறைகளைப் பற்றி நாம் சிந்திக்க வேண்டும். அந்தச் சிந்தனை நமக்குப் புதிய வாசல்களை திறக்கும்.

விளிச்சொற்களின் தோற்றுவாய்

பெருந்தெய்வம் என்ற சொல் புறநானூற்றுக் காலத்திலேயே இருந்துள்ளது. இரண்டு வேந்தர்களை ஒன்றாகக் கண்டார் புலவர் ஒருவர். இரு பெருந்தெய்வமும் உடன் நின்றா என்று புறப் பாடலை *(எண் 58)* பலராமனையும் திருமாலையும் நினைத்துப் பாடியிருக்கிறார்.

சிறு தெய்வம் என்ற சொல் ஏழாம் நூற்றாண்டில் எடுத்தாளப்பட்டுள்ளது. அப்பர் தேவாரத்தில் 'சென்று நாம் சிறு தெய்வம் சேரோம் அல்லோம்' என்று வருகிறது. பக்தியை தத்துவ நிலைக்கு உயர்த்தியவர்கள், பக்தியோடு ஞானத்தையும் தேடுபவர்கள், இவர்களின் வழிபடு முறையாக பெருந்தெய்வ வழிபாடு இருந்திருக்கலாம்.

இரத்தமும் சதையுமாகப் பழகும் அண்ணன், தம்பி, தோழன் போன்ற நெருக்கம், அவர்களிடையே பக்தி செய்யும் முறைமையில் சிறு தெய்வ வழிபாடு இருந்திருக்கலாம். இதனை இந்த அழைப்பு முறை வைத்து முடிவு செய்யலாம். அசைவ உணவு கொள்பவர் சிறு தெய்வங்களின் வழிபாட்டை

ஆதரிப்போராக இருப்பர். அசைவத்தைத் தவிர்ப்போர் பெருந்தெய்வ வழிபாட்டில் நிற்கிறார்கள். இதுவும் இதற்கு இன்னொரு அளவு கோல். இவற்றையெல்லாம் வைத்து இதுதான் நியதி என்று எழுதி வைக்கவில்லை. என்றாலும் நடைமுறைப் போக்குகளிலிருந்தே சிலவற்றை இப்படிப் புரிந்து கொள்கிறோம்.

பெருந்தெய்வங்கள் பெரியோர் மரபின்படி அமைந்தவை. சிறுதெய்வங்கள் நாட்டார் மரபின்படி அமைந்தவை. இப்படி ஒரு பொதுக் கருத்து உண்டு. இது பெருமளவு உண்மைதான். ஆனால் பெரியோர் மரபு என்று எதுவும் தானாக விளையவில்லை. காலந்தோறும் பெரியோர் மரபு நாட்டார் மரபின் வலிமையான அம்சங்களை வாங்கிச் செரித்துக் கொள்கிறது. அதையும் நாம் நினைவில் கொள்ள வேண்டும்.

தெய்வங்களின் தோற்றுவாய்

தெய்வம் என்ற தத்துவம் எவ்வாறு தோன்றியிருக்கும்? இதுவும் சிந்திக்க வேண்டிய அம்சம். தொடக்க காலத்தில் மனிதனுக்கு இயற்கை ஒரு புதிராகவே இருந்தது. இருள், சூரியன், பாம்பு போன்றவை மனிதனுக்குப் பெரும்புதிர். தாவர உணவு, விலங்கு உணவு ஆகியவற்றை மனிதன் இயற்கையிடமிருந்தே பெற்றான்; எனவே அந்த இயற்கையின் பேராற்றலை வணங்கத் தலைப்பட்டான். கூட்டு உழைப்பினால் மனிதனுக்கான உணவுத் தேவையை வேகமாக நிறைவேற்றிக்கொள்ள இயலும் என்று உணர்ந்தான்.

தனது உணவுத் தேவையை எளிதாக்க இயற்கையின் பேராற்றலைத் தனக்கு இணங்க வைக்க முயன்றான். உணவுக்குரிய பயிர்கள். உணவுக்குரிய விலங்குகள்.

இவை நிறைய நிறைய தோன்ற வேண்டும். அதற்காக இயற்கையை வேண்டி நின்றான் மனிதன். அதற்காகப் பயிர் விளைவது போல ஆடிக்காட்டினான். மழை பெய்வது போல பாடிக்காட்டினான். அவ்வாறு 'போலச் செய்து காட்டுவதன்' மூலம் இயற்கையை இணங்க வைக்க முடியும் என்று நம்பியது அன்றைய மனிதகுலம்.

மனிதன் மந்தை உணர்ச்சி கொண்டவன். கூடி வாழும் விலங்கினத்தைச் சேர்ந்தவன். அவனுக்கு தனிமை பெரும் அச்சம். அதுவே வக்கிரத்தையும் கொடுத்தது. மனிதனின் கற்காலச் சக்கரமும் சரி. உலோகங்களின் செம்பு வெண்கலக் காலமும் சரி. அதற்குப் பிறகு வந்த அறிவியல் வளர்ச்சி தொடங்கி கணினி காலம் வரையிலான அத்தனை சாதனைகளும் மனிதனின் கூட்டு முயற்சியே. தெய்வங்களும் அவ்வாறான கூட்டு அனுபவங்களினாலேயே பிறந்திருக்க வேண்டும்.

கால்நடை வளர்ப்போரின் தெய்வம் மாடு, கன்றுகள். உழவர்களின் தெய்வம் மழை. அதைத் தருகின்றவன் இந்திரனாக இருக்கலாம். கையில் கலப்பை கொண்ட பலராமனாகவும் இருக்கக் கூடும். தொடக்க கால தமிழனின் தெய்வங்கள் தோன்றிய விதத்தைப் பார்க்க முதலில் உணவுப் பெருக்கத்தை நோக்க வேண்டும். அடுத்து உணவுப் பெருக்கத்துக்கு உதவும் கால்நடைப் பெருக்கம், இவையிரண்டுக்கும் உதவும் மழைப் பெருக்கம், அதனூடே மனிதகுலத்தையே அழிக்கும் தொற்று நோய்கள் பரவல், இந்தக் காலத்தில் குழந்தைகளை அரவணைத்துக் காப்பாற்றும் பெண்கள், இவற்றைப் பிரதிபலிப்பவையாகவே தெய்வங்கள் அமைந்தன.

இத்தெய்வங்கள் மக்களைப் போலவே முறுக்கிய மீசையுடன் இருந்தன; இவனைப் போலவே கையில் ஆயுதங்களுடனும் இருந்தன; அவை ஊர் எல்லையிலேயே நின்றன; கண்மாய் வயல்களை காவல் காப்பது போல் பாவனை செய்தன; ஆக, பயிரைக் காப்பது, கண்மாய் நீரைக் காத்து அருள்வது, அறுவடை செய்த தானியங்களைப் பாதுகாப்பது போன்ற பொறுப்புகளை இத்தெய்வங்களுக்கு பகிர்ந்தளித்து விட்டான் மனிதன். தம் காரியங் களுக்குத் துணை செய்யும் தெய்வங்கள் கையில் அவற்றிற்குரிய ஆயுதங்களுடன் இருப்பதுதானே சிறப்பு. அதுதான் தெய்வங்களை இப்படி ஏற்படுத்திக் கொண்டான்.

கிருஷ்ணன்-பலராமன் கதை

ஆனால் சிவபெருமான், திருமால், மீனாட்சி போன்ற பெருந் தெய்வங்கள் அப்படியிருந்தனவா? அவற்றின் கைகளில் ஆயுதங்கள் இல்லை. ஆதியில் இத்தெய்வங்கள் இப்படிப் பிறந்தவைதான். மனிதர்களின் தனிச்சொத்துரிமை வளர்ந்தது. உடல் உழைப்பாளர்களாக இருந்த அவர்கள் உடைமையாளர் ஆனார்கள். அவர்களுக்குள் குழுச் சண்டைகள் வந்தன. வெற்றி கொண்ட குழு தோல்வி கண்டவர்களை அடிமைகளாக்கியது. அவர்களைத் தம் உழைக்கும் மக்களாக ஆக்கிக் கொண்டது.

இப்படி உழைக்கும் மக்கள் உடைமையாளர்களாக ஆனதில் அவர்கள் தெய்வங்களும் மாற்றம் கண்டன. உடைமையாளர்களின் தெய்வங்களாக அவை உயர்வு பெற்றன. அதற்கேற்ப உருவமும் தரித்தன. இந்த உடமையாளர்கள் புலால் உண்ணாமையைக் கடைப்பிடிக்க ஆரம்பித்தனர். அதையொட்டி வந்த பண்பாடு உடமையாளர் தெய்வங்களின் பண்புகளாக மாறின.

இயற்கையோடு மனிதக் கூட்டம் உணவுக்காகப் போராட நேர்ந்தது. சில நேரங்களில் அவர்களுக்கு உதவி செய்தது இயற்கை. பல நேரங்களில் அவர்களைப் பழி வாங்கியது. எனவே மக்கள் இனக் குழுவாகக் கூடிப் போராடினர். இதனால் இனக் குழுக்களுக்குள் போராட்டங்கள் விளைந்தன. வென்ற இனக் குழுக்கள் உடைமையாளர்கள் ஆனார்கள். உடைமையாளர்களின் சாதனைகள் தெய்வங்களின் சாதனைகளாயின.

உதாரணமாக கிருஷ்ணன்-பலராமன் கதை. கிருஷ்ணன் விருட்டினி-யாதவர் இனக்குழுவைச் சேர்ந்த தலைவன். பலராமன் சாத்துவதர் என்ற உழவர்களின் தலைவன். கால்நடை மேய்க்கும் கிருஷ்ணன் புல்லாங்குழலை வைத்திருந்தான். உழவர் தலைவனான பலராமன் கையில் கலப்பையைக் கொண்டான். பலராமன் நிறைய மது குடித்தான். ஒரு முறை மதுவெறியில் ஒரு மரத்தடியில் சாய்ந்து கிடந்தான் பலராமன். போதை மிகுதியில் யமுனை நதியை நீராடுவதற்காகத் தன்னிடம் வருமாறு அழைக்கிறான். நதி நங்கையாகி நம்மிடம் வருவாளா என்ன? அவள் மறுத்ததால் சினம் கொண்டான் பலராமன். தன் ஆயுதமான கலப்பையை வீசி எறிந்து யமுனையைத் தன்னிடம் வரவழைக்கின்றான்.

இது கதைதான். இதன் பொருள் என்ன? பலராமன் காலத்தில் அவன் தலைமையை ஏற்றவர்கள் சாத்துவதர். அவர்கள் யமுனை நதிக்கரையில் கால்வாய்கள் வெட்டினர். அதன் மூலம் புதிய நீர்த் தடங்களை உருவாக்கினர். அதன் வாயிலாக விவசாயம் பெருகியது. கிருஷ்ணன் பலராமன் கூட்டாளிகளாகினர். உழவு செய்தவரும், கால்நடை வளர்த்தவரும் தம்மிடையே அமைத்துக் கொண்ட கூட்டணியின் குறியீடுதான் கதையாடல்.

போராட்டங்கள் தொடர்ந்தன. இந்தப் போராட்டங்களால் இனக் குழுக்கள் பெருகின. ஒன்றுடன் ஒன்று பொருந்தி கரைந்து அரசுகள் தோன்றின. அப்போது அந்தந்த உடைமையாளர்களின் தெய்வங்கள் ஒன்றுடன் ஒன்று கரைந்தன. மழுப்புகள் நீங்கி பெருந் தெய்வங்களாயின. ஹரப்பா நாகரிகத்தின் பசுபதி வழிபாடு, தமிழ்நாட்டின் தறி வழிபாடு, வேதத்திலுள்ள ருத்ர வழிபாடு, இவை எல்லாம் இணைந்து பெருந்தெய்வ சிவ வழிபாடு தோன்றியது. தமிழ்நாட்டின் முருக வழிபாடுதான், கிழக்கிந்தியப் பகுதிகளின் கார்த்திகேய வழிபாடாக மாறியது. அதுவே இப்போது செரிமானமாகி முருகவழிபாடாகத் தொடர்கிறது. அது போலவே கிருஷ்ணன், பலராமன் இனக் குழுக்களின் இணைப்பு, வேத காலத்தின் நாராயண வழிபாட்டோடு இணைந்து கொண்டது. அதன் விளைவே திருமால் வழிபாடு.

தாய்த் தெய்வங்கள்

பழந்தமிழர்களின் தாய்த் தெய்வம் வீற்றிருக்கும் இடமே அம்மன் கோயில்கள். அவை பெரும்பாலும் வடக்கு நோக்கியே இருந்தன. இப்போதும் அப்படியேதான் இருக்கின்றன. மூன்று புறம் கடலும், வடபுறம் மட்டுமே நிலமும் கொண்டது தென்னாட்டுத் தமிழகம். இங்கே பகைவர் படையெடுப்பு வடபுறம் இருந்தே வரவேண்டும். எனவேதான் எல்லா தாய்த் தெய்வக் கோயில்களும் வடக்கு நோக்கியே அமைந்தன.

எல்லா தாய்த் தெய்வங்களும் பெரும்பாலும் சிங்கத்தின் மீது அமர்ந்த கோலம் பூண்டுள்ளன. அதோடு நான்கு அல்லது எட்டுக் கைகளுடன் உள்ளன. மனிதனுக்குக்கிடைக்காத எட்டுக்கை வல்லமையைத்

தான் கொள்வதற்காகவே இவை ஏற்படுத்தப்பட்டன. அதன் எல்லாக் கைகளிலும் பல தரப்பட்ட ஆயுதங்கள் ஏந்தியுள்ளன. அதுதான் போருக்கு ஆயத்த நிலை. திருமுருகாற்றுப் படை தாய்த்தெய்வதற்குப் பழையோள் என்ற பெயரைக் கொடுக்கிறது. அத்துடன் அவளுக்கு முருகனை மகனாகவும் ஆக்கி வைக்கின்றது. ஆண் வாடையின்றித் தனியாக ஆட்சி செய்கின்றன இந்தத் தாய்த் தெய்வங்கள். இந்த தெய்வங்கள் தனி அடையாளங்கள் கொண்டவர்கள். பொங்கல், முளைப்பாரி, சாமியாட்டம், இரத்தப் பலி போன்றவை தாய்த் தெய்வத்தின் தனிக் கூறுகள்.

தாய்த் தெய்வங்களில் பல வகை. மழைக் காலங்களில் பெருகும் நோய்களைக் கண்டித்துக் காப்பவள் 'மாரி' என்றானாள். மாரி என்றால் மழை என்ற பொருள். பத்திரகாளி என்ற தாய்த் தெய்வம் எப்படி? இதன் பெரும்பான்மை பக்தர்கள் நாடார்கள் இனத்தைச் சேர்ந்தவர்கள். பத்ரம் என்ற சொல்லானது பனையைக் குறிக்கும். பனையோடு ரத்த உறவு கொண்டது நாடார்கள் சமூகம்.

இசக்கியம்மன் என்ற பெயரில் இருக்கும் தாய்த் தெய்வங்கள், சமணத்தின் யட்சி வழி வந்தவை. பதிமூன்றாம் நூற்றாண்டுக்குப் பின்னர் சமணம் தமிழகத்தில் முற்றாகவே தேய்ந்து மறைந்து போனது. என்றாலும் இசக்கியம்மன் இன்றும் சமணம் திகழ்ந்த நெல்லை, குமரி பகுதிகளில் நிலைபெற்றிருக்கிறாள். இருட்டில் வாழும் தாய்த் தெய்வமானவள் பேய்ச்சி எனப்படும் பேச்சியானவள். அவள் வனத்தில் இருந்தால் அவள் வனப்பேச்சி எனப்படுகிறாள். இதேபோல் பத்தினியம்மன், தீப்பாய்ச்சியம்மன் போன்றவை பாலியல் வன்முறைக்கு ஆளான பெண்களின் உருவகம் எனக் கொள்ளலாம்.

அவர்களால் விளைந்த தெய்வங்கள். மயானம் சார்ந்த பகுதிகளில் நேர்ந்த வழிபாடுகள் மயான அம்மன், மாசாணியம்மன் கோயில்களாக மாறின.

தெய்வக் குடும்பம்

தாய்த் தெய்வக் கோயில்கள் மூவேந்தர் ஆட்சிக் காலத்திலும் இருந்துள்ளது. ராஜராஜனின் தஞ்சைக் கோயில் கல்வெட்டு இப்படி சொல்கிறது. இவ்வூர், பிடாரி புன்னைத்துறை நங்கை கோயிலும் திருமுற்றமும், இவ்வூர்த் துர்க்கையார் கோயில் திருமுற்றமும், இவ்வூர் காளாரி பிடாரியார் கோயிலுந் திருமுற்றமும், ஐயன் கோயிலும் திருமுற்றமும், இவ்வூர் குளமும் கரையும் இலையிலி நீங்கு நிலன்.

தாய்த்தெய்வக் கோயில்களுக்கும் ஐயனார் கோயில்களுக்கும் இறையிலியாக வரி நீக்கம் செய்யப்பட்ட செய்தியை இந்தக் கல்வெட்டு சொல்கிறது. பதினோராம் நூற்றாண்டு வரை பெருந் திரளான மக்கள் தாய்த் தெய்வ வழிபாட்டில்தான் நின்றிருக்கிறார்கள். இதற்கு இவை போன்ற செய்திகள் அடையாளமாகும்.

ஆக, தமிழனின் தொடக்க காலமே தாய்த் தெய்வமான கொற்றவையோடுதான் ஆரம்பித்துள்ளது. ஆதி முதலிலேயே 'முருகு' எனப்பட்ட ஓர் ஆற்றலையும் தமிழர் வணங்கினர். தனி மனிதச் சிந்தனை வளரவே முருகு, முருகன் ஆனது. தந்தை தெய்வமானவன் சிவன். சிலப்பதிகாரம் தோன்றிய காலத்தில் சிவனின் மனைவியாகிறாள் தாய்த் தெய்வமானவள். வைதிகம் வேரூன்றியது எட்டாம் நூற்றாண்டு. அதன் பிறகுதான் சிவன் மனைவியான அம்மன் திருமாலின் தங்கையாக உருவகம் செய்யப்படுகிறாள். அதன் மூலம் தெய்வக்குடும்பம் நிறைவடைகிறது.

தஞ்சைப் பெருவுடையார் கோயில் மட்டுமல்ல. இன்னும் பல தமிழகக் கோயில்கள் கற்றளிகளாக மாற்றம் பெற்றன. திருமுறைகளால் அடையாளமும் பெற்றன. இவை பெருந் தெய்வங்களாகவும் மாறின. என்றாலும் அவை தனித் தாய்த்தெய்வங்களாக நிலைத்துள்ளன. அக்கோயில்கள் இன்றளவும் அவ்வாறே புகழும் பெற்று விளங்குகின்றன. வைதிகத்தின் பெரும் தாக்கம் அவற்றை மாற்றி விட இயலவில்லை.

இதில் ஆழமாகக் கவனிக்கப்பட வேண்டியது. இப்படியான கோயில்களில் வீற்றிருக்கும் தெய்வங்களை ஒப்பு நோக்கினால் தாய்த்தெய்வமே பெரும் ஆற்றலுடன் விளங்குவதைக் காணலாம். உதாரணமாக மதுரைக்கு இன்றும் அரசி மீனாட்சிதான். தந்தைத் தெய்வமான சொக்கநாதர் வலிமை குன்றியவராகவே உள்ளார். இதேதான் காஞ்சி காமாட்சி. திருநெல்வேலி காந்திமதி அம்மன். திருவானைக்காவின் அகிலாண்டேசுவரி அம்மன். இப்படிச் சொல்லிக் கொண்டே போகலாம்.

வடிவமும் வழிபாடுகளும்

பெருந் தெய்வங்களின் அடையாளங்கள் எங்கும் வேறுபடுவதில்லை. சிவன், திருமால், உமையவள் எல்லோருமே எல்லா இடங்களிலும் ஒரே பெயரில் ஒரே வடிவில் இருக்கிறார்கள்.

ஆனால் சிறு தெய்வங்களின் பெயர்கள் ஊருக்கு ஊர் மாறுபடும். சிறு தெய்வங்களில் ஆண் தெய்வங்களின் பெயர்கள்ஐயா, அப்பன், சாமி, அடியான்என்ற விகுதிப் பெயர்களில் உள்ளது. கருப்பையா, கருப்பசாமி, இருளப்பன், பனையடியான், முனியாண்டி என்றவாறிருக்கும். பெண் தெய்வங்களில் அம்மன்,

நாச்சி, கிழவி முதலிய விகுதிகளோடு உள்ளன. இவற்றிற்கு எடுத்துக்காட்டாக முத்தாலம்மன், பெரியநாச்சி, அரியாக் கிழவி போன்ற பெயர்களைச் சொல்லலாம்.

சிறு தெய்வக் கோயில்கள் பெரும்பாலும் ஊர் மந்தை, ஊர் எல்லை, குளக்கரை, கண்மாய்க்கரை, வயற்புரம், நெடுஞ்சாலை ஓரம் இவற்றிலேயே அமைந்திருக்கும். பெரும்பாலான சிறு தெய்வங்களும் காவல் தெய்வமானவைகளே. சிறு தெய்வங்கள் அனைத்தும் வீர வழிபாட்டுத் தெய்வங்கள். ஆண் தெய்வ வடிவில் உள்ளவை காக்கும் தெய்வங்கள். கால்நடைகளை, நீரை, ஊரை, பெண்களை, விளைந்த பயிர்களை அவை காப்பதாக மக்கள் நம்புகின்றனர். பெண் தெய்வ வடிவில் உள்ளவை பெரும்பாலும் பகைவரால் கொல்லப்பட்டோர், பாலியல் வன்முறையை எதிர்த்து உயிர் விட்டோர், அல்லது அந்த முயற்சியில் மாய்த்துக் கொண்டோர் போன்றோரின் அடையாளத்தில் வைக்கப்பட்டவையே. அவை எல்லாம் வீர வழிபாட்டுக்கு உரியது ஆகிறது. அதோடு, காப்பாகவும், (நோய்க்காப்பு, மனநலம் காத்தல், மகப்பேறு தருதல்) போன்ற நோக்கிலும் பெண் சிறு தெய்வங்களின் வழிபடு முறை இருக்கின்றது.

சிறு தெய்வக் கோயில்களில் பிராமணரல்லாதவர்களே பூசாரிகள். அவர்கள் பொதுவாக இடைநிலைச் சாதிகளிலிருந்து வந்தவர்கள். பெரும்பாலும் அந்தந்தச் சாதியார் அமைத்த கோயில்கள் எனில் அச்சமூகத்திலிருந்தே ஒருவர் அல்லது ஒரு குடும்பத்தினர் பூசாரியாகிறார்; அல்லது நந்தவனம் வைத்துப் பூத்தொடுக்கும் பண்டாரம், வெள்ளாளர்கள் போன்றோரும் பூசாரிகளாக ஆவதுண்டு. சிறுதெய்வக் கோயில்களில் பூசாரிகள் 'சாமியாடுவதும்' குறி

சொல்வதும் நடக்கிறது. சிறு தெய்வக் கோயில்களில் சாமியாடுவோர் திருவிழா நாட்களில் நாற்பது நாட்கள் அசைவம் சாப்பிடக் கூடாது; காமம் தவிர்த்து விரதங்கள் இருக்க வேண்டும்; அவர்கள்தான் குறி சொல்லும் சாமியாட்டங்களில் ஈடுபட வேண்டும் என்ற ஐதீகம் இன்றும் உள்ளது.

சிறு தெய்வக் கோயில்களில் ஆடு, கோழி, சேவல் போன்றவை பலியிடப்படுகின்றன. எருமைக் கடா பலியிடப்பட்ட வரலாறு உண்டு. ஆனால் இன்று இவை வழக்கில் இல்லை. சில சமூகத்தினர் தம் காவல் தெய்வத்திற்கு பன்றியைப் பலி கொடுக்கும் பழக்கம் உண்டு. சமீபத்திய அரசு ஆணை, இரத்தப் பலி கொடுப்பதைப் பெருமளவு குறைத்திருக்கிறது. புரட்டாசி மாத வழிபாடுகள் மற்றும் நவராத்திரி விழாக்கள் போன்றவை சிறு தெய்வக் கோயில்களில் தொன்றுதொட்டு நடப்பவை. அம்மனையும் ஆடியையும் பிரிக்க முடியாதென்பது நாம் அறிந்ததே.

இது ஆடி மாதம். எங்கெல்லாம் அம்மன் கோயில்கள் உள்ளனவோ, அங்கெல்லாம் விழாக்கள் அமர்க்களப்படும்.

௯. டயட் எப்படி தோன்றியது?

உணவு என்பது தவிர்க்க இயலாதது. உயிர்வாழப் பிறந்த எவரும் உணவில்லாமல் இருக்க முடியாது. ஏனெனில் உடலுக்குத் தேவையான, இயங்குவதற்குத் தேவையான சக்தி உணவில் இருந்தே கிடைக்கிறது. உடல் எப்போதும் வளரவும், இயங்கவும் காரணமான வளர்சிதை மாற்றத்திற்கான சக்தி உடல் ஏற்றுக் கொள்ளும் உணவிலிருந்தே பெறப்படுகிறது. உடலுக்குக் கிடைக்கும் சக்திதான் உடல் இயங்கவும், அதன் ஆதாரமான மூளை இயங்கவும், சிந்திக்கவும், பாடல் கேட்கவும், கிரிக்கெட் விளையாடவும், இசை பயிலவும் உதவுகிறது. காதடைக்கும் அளவுக்குப் பசி இருக்கும் போது, எவராவது இசை கேளேன், கிரிக்கெட் விளையாடேன் என்றெல்லாம் நமக்கு அறிவுரை வழங்கினால் நமக்கு எப்படிப் பற்றிக் கொண்டு வரும்? எனவே உடல் இயங்க ஆதாரம் உணவு. இதே உணவு உடலுக்குப் பிரச்னை ஆகுமா? ஆகும்.

அளவுக்கு மிஞ்சினால் அமிர்தமும் நஞ்சு என்ற பழமொழி கேள்விப்பட்டிருக்கிறோமல்லவா? உடல் இயங்கவும், அதன் ஆதாரமான சிந்தனை சீராக இருக்கவும் அடிப்படைத் தேவையான உணவு மிகும் போது, அதற்கும் எதிர் வினையை உடல் செய்கிறது. உடல் எடை கூடுகிறது. நடந்தால் மூச்சு வாங்குகிறது. நீரிழிவு நோய் வருகிறது. உடல் திணறுகிறது. சகலமும் பாதிக்கிறது. மருத்துவரிடம் போனால் உணவை அளவோடு உண்ணுங்கள், உடற்பயிற்சி செய்யுங்கள் என்கிறார்.

இப்படி அதிக உணவு பிரச்னையாகிறது என்று மனிதன் அறிந்து கொண்டது எப்போது? உணவை முறைப்படுத்தி உண்ணும் முறையாகிய டயட் என்னும் உணவுக்கட்டுப்பாடின் மூலம் நோய்களைக் களைய அல்லது குறைக்க முடியும் என்ற சிந்தனை எழுந்தது எப்போது? டயட் என்னும் உணவுக் கட்டுப்பாட்டின் கதை, வியப்பான செய்திகள் அடங்கியது.

உடலும் உணவும்

உணவு எனப்படுவது பொதுவாக மூன்று முக்கிய சத்துக்களும், கனிம உப்புகளும் அடங்கியது. சைவ உணவாயினும், அசைவ உணவாயினும் இது பொருந்தும். அந்த மூன்று முக்கிய சத்துக்களாவன - மாவுச் சத்து, புரதச் சத்து, கொழுப்புச் சத்து. இதோடு மற்ற கனிம உப்புகள், விட்டமின்கள் என்ற உயிர்ச்சத்துப் பொருட்களும் உணவில் உள்ளன. மாவுச் சத்து பெரும்பாலும் தானியங்களிலும், புரதச் சத்து மீன், இறைச்சி, பால், சோயா போன்றவற்றிலும், கொழுப்பு வெண்ணெய், நெய், விடைக் கொட்டைகள், மாமிசம் போன்றவற்றிலும், கனிமங்கள் கீரை, பச்சைக் காய்கறிகள் போன்றவற்றிலும் பொதுவாக உள்ளன.

ஒவ்வொரு உணவுப் பொருளிலும் ஒரு சத்து அதிகம் உள்ளதாக இயற்கையில் படைக்கப்பட்டிருக்கிறது. எனவேதான் மனிதன் சரிவிகத உணவாக அனைத்து வகை உணவுகளையும் உண்ணும் பழக்கத்திற்கு வந்திருக்கிறான். இது உடலின் சத்துத் தேவைகளுக்கான சமத் தன்மையைப் பேணுவதற்காக பல்வேறு முறைகளைப் பின்பற்றிப் பார்த்து, சிறிது சிறிதாகத் திருத்தப்பட்டு மனிதன் இன்று வந்தடைந்திருக்கும் உணவுகளின் இடம்.

இது முழுக்கச் சரியான இடம்தானா என்ற கேள்வி இப்போதும் உண்டு. இந்தக் கேள்விதான் மனித குலத்தின் வளர்ச்சியின் ஆதாரக் கேள்வி.

தொடக்க காலத்தில் மாந்தர் இனம் அதிகமாக மற்ற விலங்குளின் இறைச்சியை உண்டு வாழும் இனமாக இருந்ததே மூளையின் வளர்சிதை மாற்றத்தைப் பெரிது படுத்தி, குரங்கை ஒப்ப, மனிதனின் மூளை அளவில் பெரியதாக வளரவும், கைகள் நிலத்திலிருந்து விடுபட்டு உடல் நெடுநோக்கில் நிற்கவும் காரணமாயிற்று என்று ஒரு கருது கோள் உண்டு.

அதே நேரத்தில் இன்றைய மனிதனின் குடல் அமைப்பு தாவர உணவை உண்ணும் வண்ணம் தகவமைக்கப்பட்டிருக்கிறது, ஊனுண்ணிகள் போல இயற்கையாக ஊனை உண்டால் மனிதனின் குடலுக்கு அது இயல்பான உணவாக இருக்காது என்ற கருதுகோளும் உண்டு. இரண்டு கருது கோள்களும் அறிவியலின் பாற்பட்டவையே. இவை இரண்டுக்கும் இடையே, எந்தவித உணவாகட்டும், உணவைக் குறைத்தாக வேண்டும் என்ற நிலையை மனிதன் அடைந்தது எவ்வாறு என்ற புள்ளியில்தான் உணவுக் கட்டுப்பாடு எனும் டயட் தொடங்குகிறது.

பொருந்தா உணவின் விளைவு

கட்டுப்பாடற்ற மனிதனின் உணவு எதில் கொண்டு போய்விடும்? இரண்டு இடங்களுக்குக் கொண்டு போய் விடும்.

ஒன்று அந்த உணவு மனித உடலுக்கு உகந்த உணவாக இல்லாத நிலையில், நோயை உண்டாக்கி, மனிதனின் உடலைச் சிதைத்து மரணமடைய வைக்கலாம்.

இரண்டாவது வகையில் மனித உடலுக்கு மிக உகந்த உணவாக இருந்து, அது உடலுக்கு நல்ல வளர்ச்சியையும் சத்துக்களையும் அளித்தாலும், அது அதிகமாகும் போது அதனாலும் மனித உடலுக்குக் கேடு சூழும்.

இந்தக் கேட்டின் முதல் விளைவு பெரும்பாலும் நீரிழிவு நோய். இரண்டாவது உடலில் கொழுப்பு அதிகம் எரிக்காமல் சேமிக்கப்படுவதால் ஏற்படும் இதயம் தொடர்பான அல்லது குருதிக் குழாய்களில் கொழுப்பு படிவதால் ஏற்படுகின்ற நோய்கள், இவை இரண்டுக்கும் அடுத்த நிலையில் உடலின் முக்கிய உள்ளுறுப்புகளான சிறுநீரகம், பித்தப்பை போன்றவை பாதிக்கப்படும் நோய்கள் இவை ஏற்படுகின்றன. இந்த மூன்று வித நோய்களும் பெரும்பாலும் முறையற்ற உணவுப் பழக்கத்தால் ஏற்படுபவை.

நோய்களின் விளைவு

உணவு அதிகமாவதால் முதலில் ஏற்படுவது உடலில் சேரும் அதிகக் கொழுப்பு. ஏனெனில் மாவுச்சத்து உணவு எரிக்கப்படாவிட்டால் அதுவும் கொழுப்பாகத்தான் உடலில் சேமிக்கப்படுகிறது. தசைநார்களில் கொழுப்பாகச் சேரும் அதனால்தான் உடல் பருமன் ஏற்படுகிறது. நேரடிக்

கொழுப்புணவின் மிகுதி குருதியில் கொழுப்பை அதிகரிப்பதோடு, சேமிக்கப்படும் கொழுப்பையும் அதிகரிக்கும். இந்த நிலையில் தேவைப்படுவதே டயட் என்னும் உணவுக் கட்டுப்பாடு.

மனித இனம் நீரிழிவு எனப்படும் டயபடிசைக் கண்டறிந்தது இரண்டாம் நூற்றாண்டிலேயே நிகழ்ந்து விட்டது. மருத்துவ அறிவியலின் தந்தையான இப்போகிரேடசின் மாணவரான அரிடாயசு *(Aretaeus)* நீரிழிவு நோய்க்கு டயாபடீசு என்ற பெயரிட்டு விட்டார். இது கிரேக்கச் சொல். பின்னர் உரோமானியர்கள் நீரிழிவு நோயாளிகளின் சிறுநீரை தேனீக்கள் விரும்புவதை கவனித்தனர். அவர்கள் தேன் போன்ற இனிப்புச் சுவையுடையது என்ற பொருள் படும் மெலிடசு *(Mellitus)* என்ற சொல்லையும் சேர்ந்து, இந்த நோய்க்கு டயாபடிசு மெலிடசு *(Diabtes Mellitus)* என்று பெயரிட்டனர்.

1552 இல் கெசி ரா *(Hesy–ra)* என்ற எகிப்திய மருத்துவர் 'விசித்திர நோயின்' அடையாளமாக அடிக்கடி சிறுநீர் கழித்தல் நடைபெறுகிறது என்று கண்டறிந்தார்.

வெகுகாலத்திற்குப் பின்னர் *17*ம் நூற்றாண்டில் இங்கிலாந்தின் மருத்துவ ஆய்வாளர் வில்லிசு *(Willis)* என்பவரே சிறிநீரில், உடல் எரிக்கத் தோற்ற சர்க்கரைச் சத்து மிகுந்து வெளிவருகிறது என்று ஆய்ந்து கண்டிறிந்தார். இதற்குப் பிறகு உணவுக் கட்டுப்பாட்டியல் எனப்படும் டயட் வளரத் தொடங்கி விட்டது.

1916 ல் அமெரிக்காவின் பாஸ்டன் மருத்துவர் எலியட் யோசுலின் *(Elliot Joslin)* உலகின் குறிப்பிடத்தக்க நீரிழிவு நோய் மருத்துவராக நிலை பெற்றார். அதற்குக் காரணம் அவர் வெளியிட்ட *Treatment of Diabetes Mellitus* என்ற நூல். உணவுப் பட்டினியும், உடற் பயிற்சியும்

நீரிழிவைக் கட்டுப் படுத்தும் என்ற ஆய்வு முடிவை முதலில் வெளியிட்டது அவரே.

விநோதமான உணவுக் கட்டுப்பாட்டு முறைகள்

அதிக உணவு, அதன் விளைவாக நீரிழிவு மற்றும் மற்றைய நோய்கள், அதன் விளைவாக உணவுக் கட்டுப்பாடு போன்றவை *17'*ம் நூற்றாண்டுக்குப் பின்னர்தான் சிந்திக்கப்படத் தொடங்கியது என்றாலும், உணவைக் குறைத்தால் உடல் எடையைக் குறைக்கலாம் என்ற சிந்தனை *10'*ம் நூற்றாண்டு வாக்கிலேயே வந்து விட்டது.

நார்மண்டியைச் சேர்ந்த இங்கிலாந்து அரச குடும்பத்தவரான வில்லியம் கான்க்வரர் என்ற அரசர், பத்தாம் நூற்றாண்டைச் சேர்ந்தவர். பெரும் உடல் எடையைக் குறைக்க மதுவை மட்டும் குடிக்கும் உணவுப் பழக்கத்தைத் தொடங்கினார். இது அவரது உடல் எடையைக் குறைத்தாலும், பின்னர் நடைபெற்ற ஒரு சண்டையில் இவரது குதிரை கீழே தள்ளியதில் அவரது வயிற்றுக் குடல் பகுதியில் உள்காயம் ஏற்பட்டு அவர் மாண்டார்.

பதினாறாம் நூற்றாண்டில் வாழ்ந்த இத்தாலியப் பாதிரி லுய்கி கொர்நாரோ *(Luigui Cornaro)* உணவு அளவை விட அதிகமான மதுவை எடுத்துக் கொண்டால் உடல் எடை கூடாமல் இருக்கலாம் என்ற சித்தாந்தத்தை முன்வைத்தார். இது *1558'*ல். அவர் *12* அவுன்சுகள் உணவும் *14* அவுன்சுகள் வைன் மதுவும் எடுத்துக் கொண்டதாகக் குறிப்புகள் சொல்கின்றன. அவர் *102* ஆண்டு வரை இருந்திருக்கிறார்.

நாம் அனைவரும் கேள்விப்பட்டிருக்கும் லார்டு பைரன், வினிகரையும் நீரையும் கலந்து அருந்தும் வழக்கத்தைக் கடைப்பிடித்து உடல் எடையைப்

பராமரித்தார் என்கிறார்கள். அதிலிருந்துதான் ஆப்பிள் சிடார் வினிகரை நீருடன் கலந்து உணவுக்கு முன் அருந்தும் வழக்கம வந்தது.

*1900*களில் நாடாப்புழுக்களை விழுங்கினால், அவை நாம் அதிகமாக உண்ணும் உணவின் ஒரு பகுதியை உண்டுவிடும்; எனவே நமது எடை அதிகமாகாது என்ற விநோதமான நம்பிக்கை நிலவியது. இதற்காக சுத்தம் செய்யப்பட்ட 'செரிலைசுடு' நாடாப் புழுக்களை விற்பனை செய்யும் விளம்பரங்கள் கூட வந்திருக்கின்றன.

சித்த மருத்துவத்தில்...

தமிழ்ச் சித்த மருத்துவத்தில் அதிக உணவின் காரணமாக ஏற்படும் நீரிழிவு நோயை மதுமேகம், அதிமூத்திரம் என்ற நோய்ப் பெயர்களால் குறிப்பிட்டிருக்கிறார்கள். இவற்றிற்கான மருந்துகளும் குறிப்பிடப்பட்டிருக்கின்றன. மருதம்பட்டை, நாவல்மரப்பட்டை, ஆவாரம் பூ போன்றவை சேர்ந்த தமிழ்ச் சித்த மருந்துகள் நீரிழிவு நோய்க்குப் பரிந்துரைக்கப் பட்டிருக்கின்றன. ஆவாரை பூத்திருக்கச் சாவாரைக் கண்டதுண்டோ என்ற சொலவடையும் தமிழ்ச் சித்த மருத்துவ உலகில் உண்டு. எனினும் இன்றைய அறிவியல் மருத்துவம் சுட்டிக் காட்டிய சோதனைகளைச் செய்து அந்த முடிவுகளின் படி தகுந்த மருத்துவர்களிடம் ஆலோசித்த பின்னரே இந்த மருந்துகளை எடுப்பது சிறந்தது.

பழந்தமிழர்களின் வாழ்வு முறை உடலியக்கத்தோடு இயைந்த வாழ்வு முறை. எனவே அதிக எடை தொடர்பான உடல் நோய்கள் மிக அரிதாகவே இருந்திருக்கக் கூடும். எனவே அது தொடர்பான சான்றுகளோ, குறிப்புகளோ இல்லை.

ஆனால் அதிக உணவின் காரணம் மட்டுமல்லாது மிதமிஞ்சிய காமத்தில் ஈடுபடுவது போன்ற வேறு சில காரணங்களாலும் நீரிழிவு நோய் வரக்கூடும் என்று சித்த மருத்துவ மரபு கூறுகிறது. எனவேதான் உணவுக் கட்டுப்பாடு பற்றிய குறிப்புகள் காணப்படாவிடினும் மதுமேகம், அதிமூத்திரம், நீரிழிவு நோய் பற்றிய குறிப்புகள் சித்த மருத்துவப் பாடல்களில் கிடைக்கின்றன. ஆனால் அனைத்திலும் ஆதாரமாக 'பசித்துப் புசி' என்று தங்கச் சுருக்கமாக பண்டைத் தமிழ் எவ்வாறு உண்ண வேண்டும் என்பதைச் சொல்லி விட்டிருக்கிறது. இதைக் கிரமமாகக் கடைப்பிடித்தால் நோயின்றி வாழ்வது இயலுவதே.

இன்றைய டயட்களின் வகைகள்

இன்றைய உணவு முறைகளில் காய்கறிகள் மட்டும் உண்ணும் உணவு முறை, மாவுச் சத்தைப் பெருமளவு நீக்கி, அதிக கொழுப்புணவு எடுத்துக் கொள்ளும் பேலியோட்டிக் உணவு முறை, இன்னும் நுணுக்கம் செய்யப்பட்ட கீடோ உணவு முறை, இயற்கை வாழ்வு முறை என்ற உணவு முறை என்று பலவகைப்பட்ட உணவு முறைகள் வந்து விட்டிருக்கின்றன. இவற்றில் ஏதொன்றையும் கண்மூடித்தனமாகப் பின்பற்றக் கூடாது. அந்த உணவு முறையைப் பற்றி முழுமையாக அறிந்து, நமது உடலையும் முழுமையாகச் சோதனை செய்து கொண்டு தகுந்த மருத்துவர்கள் கண்காணிப்பில் இந்த உணவு முறைகளை எடுப்பதே அறிவு பூர்வமானது.

10. பங்கு, பணம், பிரம்மாண்டம்

(பங்கு வர்த்தக வரலாறு)

இப்போதென்றில்லை; கடந்த இருபது முப்பது வருடங்களாகவே, உலகத்தின் பெரும் பணக்காரர் யார் என்றால் ஓரளவு விவரம் தெரிந்தவர்கள் உடனே பில் கேட்ஸைச் சொல்வார்கள். இன்னும் சிறிது கூடுதல் விவரம் தெரிந்தவர்கள் சொல்லும் இன்னொரு பெயர் வாரன் பஃபட். இந்த இரு பெயர்களும் உலகின் பணக்காரர்கள் பட்டியிலில் மாறாமல் சுமார் முப்பது வருடங்களாகவே முதலிடங்களில் இருந்து வந்தன.

பில், புகழ்பெற்ற மைக்ரோசாஃப்ட் நிறுவனத்தின் நிறுவனத் தலைவர். இன்றும் கணினி உலகின் 75 சதவிகிதத்து சந்தைப் பங்கை தன்னிடத்தே வைத்துக் கொண்டிருப்பது மைக்ரோ சாப்ஃட் நிறுவனம்.

வாரன் பஃபட்டுக்கு இப்போது வயது 91. ஏறக்குறைய அவரது 60, 65 வயதிலிருந்தே உலகப் பணக்காரர்கள் பட்டியலில் இருந்தாலும் இருந்திருப்பார். அப்படி நிலைத்த பெரும் பணக்காரராக இருக்க அவர் செய்யும் தொழில்தான் என்ன?

மூன்றே மூன்றுதான். பங்கு முதலீடு, பங்கு வணிகம், பங்கு முதலீடின் மூலம் தொழில் முதலீடு. இந்த

மூன்றும் ஒன்றையொன்று தொட்டுச் சுழலும் புள்ளி ஒன்றுதான், அது பங்குகள். நாம் ஷேர் என்று சொன்னால் எளிதாகப் புரிந்து கொள்ளும் பங்குகள் முதலீட்டுத் துறையின் வித்தகர்தான் வாரன். தனது 14 வயதில் பங்குகளில் முதலீடு செய்யத் தொடங்கிய வாரன் இன்று வரை பங்கு முதலீட்டில் வித்தகராகவும், உலகின் மிக அறியப்பட்ட முதலீட்டாளராகவும் விளங்குகிறார். அது மட்டுமல்லாமல், தெரிந்தெடுத்த நிறுவனங்களின் பங்குகளில் பெரும்பகுதி முதலீடு செய்து, அதன் மூலம் அந்தத் தொழில்களிலேயே கடந்த 70 ஆண்டுகளுக்கும் மேலாக முதலீடுகள் செய்து பல நிறுவனங்களைத் தனது முதலீட்டு நிறுவனத்தின் துணை அங்கங்களாகச் சேர்த்து வருகிறார் வாரன். பங்கு முதலீடுகள் வழியாக மட்டுமே உலகின் மிகபெரும் பணக்காரராக வளர இயலும் என்பதைக் காட்டியவர் வாரன். இவ்வாறு பங்குகளில் முதலீடு செய்ய இயலும் என்ற வணிக, முதலீட்டு முறை எப்போதிலிருந்து தொடங்கியது? பங்கு முதலீடு, பங்கு வர்த்தகம் இவற்றின் வரலாறு என்ன?

பங்கு முதலீட்டின் தத்துவம்

ஒரு தொழில் அல்லது வணிகத்தின் முதலீட்டுத் தொகையைத் தனியொரு மனிதன் செலுத்தித் தொழிலை உருவாக்கும் போது அது தனித் தொழிலாகிறது. அதே தொழிலை, அந்தத் தொழில் முனைவோன், முதலீட்டுத் தொகையை சிறு சிறு தொகையான நிர்ணயித்து, அந்த முதலீட்டைப் பரவலாகப் பொது மக்களும் செய்யலாம் என்று அமைப்பது, பங்கு முதலீடாகிறது. அப்போது அந்தத் தொழிலின் உரிமையாளர்கள் அத்தகைய அனைத்து முதலீட்டாளர்களும் ஆவார்கள்.

தொழிலில் கிடைக்கும் மொத்த இலாபமானது, அந்த அனைத்துப் பங்குகளில் எண்ணிக்கையின் படி ஈவு செய்யப்படும் போது, பங்குகளின் முக மதிப்போடு, அத்தொழிலில் கிடைக்கும் இலாபமும் சேர்வதால், அந்தப் பங்குகளின் முகமதிப்பு அதிகரிக்கிறது. இந்தப் பங்குகளையே பங்கு வர்த்தக முனையத்தில் மற்றவர்கள் வாங்கி விற்கலாம் என்ற முறையில் கொண்டுவரப்படும் போது, அந்தத் தொழில் வரும் ஆண்டுகளில் மேலும் இலாபம் சம்பாதிக்கும் என்ற எதிர்பார்ப்பு எழும்போது, அந்தப் பங்குகளை வாங்குவதற்கான போட்டி எழுகிறது. இதனால் அந்தப் பங்குகளின் விலை அதிகரிக்கிறது. இந்த விலை அதிகரிப்பானது அந்த நிறுவனம் எதிர்காலத்தில் சம்பாதிக்கப்போகும் இலாபத்தின் எதிர்பார்ப்புத் தொகைக்குக் குறைவாக இருக்கும் வரை அந்தப் பங்குகளின் விலை சந்தையில் ஏறும். இவ்வாறு ஏற்றமடையும் விலையில் அந்தத் தொழிலின் சந்தை மதிப்பு கணிக்கப்படும். இந்த மொத்த மதிப்பை அந்தத் தொழிலின் சந்தை முதலீட்டு மதிப்பு (மார்க்கெட் கேபிடலைசேஷன்) என்று சொல்வார்கள்; மதிப்பிடுவார்கள். அவ்வாறான மதிப்பீடுகளின்படியே உலகின் முதல், இரண்டாம் நிலை பணக்காரர்கள் என்று என்ற கணக்கீடு பெறப்படுகிறது.

இன்றைய நிலவரத்தின் படி உலகின் பெரும் பணக்காரரான அமேசான் நிறுவனத் தலைவரான ஜெஃப் பெசோசின் பங்குகளின் சந்தை மதிப்பு 132 பில்லியன் அமெரிக்க டாலர்கள். உலகப் புகழ்பெற்ற வாரன் பஃபட்டின் பங்களின் மதிப்பு 98 பில்லியன் அமெரிக்க டாலர்கள்.

ஊக வணிகத்தின் தொடக்கம்

1400 களின் இறுதியில் இன்றைய பெல்ஜியத்தின் அன்றைய பெயரான அன்ட்வர்ப் நகரில் முதல் ஊக வணிக முனையம் நிறுவப்பட்டது. பன்னாட்டுப் பண்டக முதலாளிகள் பலர் இணைந்து இந்த முனையம் தொடங்கப்பட்டது. சிற்சில கடன் பத்திரங்களும் அளிக்கப்பட்டு வாங்கப்பட்டு விற்கப்பட்டன.

பங்குச் சந்தையின் தொடக்கம்

நவீன வடிவத்தில் உலகின் முதல் பங்குச்சந்தை *1611* இல் அம்ஸ்டர்டாம் நகரில் தொடங்கப்பட்டது. இந்தியாவை முந்நூறு ஆண்டுகள் அடிமைப்படுத்தி வைத்திருந்த நிகழ்வுக்கு முன்னோடியாக இருந்த கிழக்கிந்தியக் கம்பெனியின் டச்சுக் கிளை நிறுவனம்தான் முதல் முதலில் இந்தப் பங்குச் சந்தையில் வணிகம் செய்யப்பட்ட முதல் பங்கு. நெடுநாள் அந்த ஒரு நிறுவனம் மட்டுமே அந்தப் பங்குச் சந்தையின் விற்பனையில் இருந்ததாம். *1700'*களின் இறுதியில் சில வணிகர்கள் குழுவாக இணைந்து ஓரிடத்தில் கடன் பத்திரங்களை வாங்கி விற்றுப் பரிமாறிக் கொள்ளும் நடவடிக்கைகளை மேற்கொண்டார்கள். நடந்தது நியூயார்க் நகரில்.

இந்தக் கூட்டு நடவடிக்கைக்கு ஓர் ஒப்பந்தம் அணியமானது. அதன் பெயர் பட்டன்வுட் ஒப்பந்தம்; செய்துகொள்ளப்பட்ட ஆண்டு *1792*. *24* பங்கு வணிகர்கள் இந்த ஒப்பந்தத்தின் பங்காளிகள். இந்த ஒப்பந்தம் ஒரு பட்டன்வுட் மரத்தின் அடியில் நிகழ்ந்ததால் இந்தப் பெயர் நிலைத்து விட்டது. இந்த ஒப்பந்தின் பின் விளைவுதான் உலகப் புகழ்பெற்ற நியூயார்க் பங்கு வணிக நிலையம்.

1790'ல் பிலடெல்பியா பங்குச் சந்தை உருவானது. நூறாண்டுகள் கழித்து *1896'ல்* டவ் ஜோன்ஸ் இண்டஸ்ட்ரியல் அவரேஜ் என்ற டவ் ஜோன்ஸ் குறியீட்டெண் உருவாக்கப்பட்டது. முழுக்க பெரும் தொழிலக நிறுவனங்களுக்கான குறியீட்டெண் இது. *1923'ல்* எஸ்.அன் பி *500* என்ற குறியீட்டெண்களின் தாத்தா, *90* பங்குகளின் சராசரியுடன் அவதரித்தார். *1929'ல்* மாபெரும் பங்குச்சந்தைச் சரிவு ஏற்பட்டது. *1971'ல்* நாஸ்டாக் எனப்படும் *National Association of Securities Dealers Automated Quotations* உருவானது; பங்கு வணிகமும் இங்கு தொடங்கப்பட்டது.

குறியீட்டெண்களின் விளக்கம்

பங்கு வணிகம் பற்றிப் பேசும்போது டவ் ஜோன்ஸ், நாஸ்டாக், எஸ் அன் பி *500*, இந்தியாவில் என் எஸ் இ போன்ற சில பெயர்களின் அடிப்படையிலேயே பங்குச் சந்தையின் ஏற்ற இறக்கங்கள் குறிப்பிடப்படுவதைப் பார்த்திருப்பீர்கள். இவை என்ன?

இவை அந்தந்த நாடுகள் அல்லது பங்கு வணிக முனையங்களின் பட்டியலிடப்பட்ட பங்குகளின், தரமான தேர்ந்தெடுக்கப்பட்ட நிறுவனங்களின் பங்குகளைக் கலந்து, விகிதாச்சார அடிப்படையில் அமைக்கப்பட்ட குறியீட்டெண்கள். இந்தக் குறிப்பிட்ட நிறுவனங்களின் ஒட்டுமொத்தப் பங்குகளின் விலையில் ஏற்படும் ஏற்ற இறக்கங்கள் இந்தக் குறியீட்டெண்களின் மொத்த நிலையில் பிரதிபலிக்கும். எஸ்அன்பி*500*என்பது*500*முக்கியமான நிறுவனங்களின் பங்குகளின் விலைகளை உள்ளடக்கிய குறியீட்டெண். இதைப்போல டவ் ஜோன்ஸ் இண்டஸ்ட்ரியல் ஆவரேஜ் எனப்படும் குறியீட்டெண்ணில் *30* முக்கியமான தொழில் நுட்ப

நிறுவனங்களின் பங்குகளின் விகிதாச்சாரம் கலந்து உருவாக்கப்பட்டது.

இந்தியாவின் என்எஸ்இ என்பது *50* முக்கியமான பங்குகளின் குறியீட்டெண்.

இவ்வாறு உள்ளடக்கப்பட்ட நிறுவனங்களில் ஒன்று படு மோசமாக இயங்கி நட்ட நிலையைச் சந்தித்தால், இந்தப் பங்கு வெளியேற்றப்பட்டு அடுத்து நல்ல நிலையில் நிருவகிக்கப்படும் வேறொரு நிறுவனம் குறியீட்டெண்ணுக்குள் கொண்டுவரப்படும். எனவே குறியீட்டெண் குறிக்கும் நிறுவனங்களின் பங்குகள் பெரும்பாலும் பிரமாதமாக நிருவகிக்கப்படும் நிறுவனங்கள் என்பதை எளிதாக உணர்ந்து கொள்ளலாம்.

இந்திய பங்குச்சந்தை வரலாறு

இந்திய பங்குச் சந்தை பாம்பே ஸ்டாக் எக்ஸ்சேன்ச் எனப்படும் மும்பை பங்குச் சந்தை மற்றும் நேஷனல் ஸ்டாக் எக்ஸ்சேன்ச் எனப்படும் தேசிய பங்குச் சந்தை என்ற இரண்டு அமைப்புகள் அடங்கியது. இதில் மும்பை பங்குச் சந்தை *1875'*ல் நிறுவப்பட்டது. தேசிய பங்குச்சந்தை *1992'*ல் தொடங்கப்பட்டு *1994'*ல் செயல்படத் தொடங்கியது. ப்ரேம்சந்த் ராய்சந்த் என்ற துணி மற்றும் தங்கம் விற்பனையில் ஈடுபட்டிருந்த வணிகரால் தொடங்கப்பட்டது மும்பை பங்குச்சந்தை. நாடு விடுதலை பெற்ற பின்பு *1957'*ல் முதலில் அரசு அங்கீகரித்த இந்த அமைப்பு வெகுகாலம் தலால் தெரு *(Dalal Street)* என்ற அடைமொழியுடன் இயங்கி வந்தது. *1970'*ல் மும்பை பங்குச் சந்தைக் கட்டடம் கட்டப்பட்டு அதில் இந்தியப் பங்குச் சந்தை இயங்கத் தொடங்கியது. *1986'*ல் இந்திய பங்குச்சந்தை குறியீட்டெண்ணான சென்செக்ஸ் வடிவமைக்கப்பட்டது. *1995'*ல்

தேசிய பங்குச்சந்தைக் குறியீட்டெண் 50 முக்கிய நிறுவனங்களின் பங்குகளுடன் அமைக்கப்பட்டது.

பங்குச்சந்தை எவ்வாறு இயங்குகிறது?

எந்த வணிகத்துக்கும் விற்பவர் மற்றும் வாங்குபவர் இருவரும் வேண்டும். அதேபோல்தான் பங்கு வணிகத்திற்கும் வாங்குபவர் மற்றும் விற்பவர் தேவை. இன்றைய காலம் போல் நவீன மின்னியல் முறைகள் வருவதற்கு முன்னர், இப்படி வாங்கி விற்பதற்குத் தரகர்கள் இருப்பார்கள். இவர்கள் பங்குத் தரகர்கள். ஒவ்வொரு பங்குச் சந்தையிலும் இந்தத் தரகர்களின் மூலமாக மட்டுமே பங்குளை வணிகம் செய்யலாம். பங்குகளை வைத்திருக்கும் பொதுமக்கள் இவ்வாறு தரகர்களாக இயங்கும் ஒருவரைத் தேர்வு செய்து அவர் மூலமாகத் தனக்கு வேண்டிய பங்குகளை வாங்கலாம் அல்லது தன்னிடம் உள்ள பங்குகளை விற்கலாம். குறிப்பட்டி நாட்களில் (இரண்டிலிருந்து மூன்று நாட்கள்) இந்தத் தொகை அளிக்கப்படும் அல்லது வாங்குபவர் செலுத்த வேண்டும்.

மின்னியல் முறையில் பங்குச் சந்தைகள் இயங்கத் தொடங்கிய பின்னர் ஆட்கள் நேரடியாகச் சந்தைக்குச் செல்லும் தேவைகள் இல்லாமல் போய், கணினிகள் வழியாக இந்தத் தரகர்கள் பங்குகளை வாங்கி விற்றார்கள். பொது மக்கள் இந்தத் தரகு நிறுவனங்களின் செயலிகள் அல்லது இணையப் பக்கங்களின் வழி, தனக்கான பயனர் கணக்கைத் தொடங்கிக் கொள்ள அனுமதிக்கபட்டனர். அவர்களின் பார்வைக்கு அன்றைய பங்குகளின் விலை நிர்ணயம் பட்டியலில் கணினித் திரையிலேயே தெரியும். இது வெளிப்படைத் தன்மையை மிக அதிகரித்ததால், பொதுமக்களில் இருந்த பங்கு

வணிகத்தில் ஈடுபடுபவர்கள் எண்ணிக்கை புயல் வேகத்தில் அதிகரித்தது.

இப்போது அந்தந்த நாடுகளின் குடிமக்கள் அந்தந்த நாடுகளில் பட்டியலிடப்பட்ட பங்குகளை மட்டும் அந்தப் பங்கு வணிக முனையத்தில் வணிகம் செய்யலாம் என்ற முறை உள்ளது. இது எதிர்காலத்தில் இன்னும் நீவப்பட்டு உலகளாவிய அளவில் எந்த நாட்டின் பங்கையும், எந்தப் பங்குச் சந்தையிலும் வீட்டில் அமர்ந்திருக்கும்படியே வாங்கலாம் என்ற நிலை விரைவில் வரும்.

முதலீடா, வணிகமா?

பங்குகளில் இரண்டு விதமான வணிக முறைகள் உள்ளன. நீண்டகாலத்துக்குப் பங்குகளை வைத்திருந்து விற்பது பெரும்பாலும் முதலீடு என்று அறியப்படுகிறது. இது பெரும்பாலும் நாம் இடம், வீடு, போன்ற சொத்துக்களை வாங்குவது போலத்தான். சிலர் வாங்கிய வீட்டையோ, சொத்துக்களையோ தலைமுறைகளுக்கும் கூட விற்காமல் வைத்திருப்பார்கள். அப்படிப் பங்குகளையும் வைத்திருப்பவர்கள் உண்டு. வாரன் கூட அவர் முதலில் வாங்கிய கோகோகோலா பங்குகளை இன்னும் வைத்திருப்பதாகச் சொல்வார்கள்.

இந்த முறையில் அந்தப் பங்குளை வெளியிடும் நிறுவனத்தின் செயல்பாட்டு நேர்த்தியின் விளைவாக, அந்தப் பங்குகளின் உள்ளார்ந்த மதிப்பு அதிகரித்துக் கொண்டே செல்வதால் அந்தப் பங்குகளின் சந்தை மதிப்பு ஏறிக் கொண்டே போகும். அந்தப் பங்குகளுக்கான நிறுவனத்தின் மதிப்பும் ஏறிக் கொண்டே போகும். இது சில பங்குகளின் *100* மடங்கு *200* மடங்கு அதிகரித்திருப்பதெல்லாம் கூட

நடக்கும். வாரனின் வணிகக் குடை நிறுவனத்தின் பெயர் பெர்க் ஷையர் நிறுவனம். இந்த பெர்க் ஷையர் நிறுவனத்தின் ஒரு பங்கின் மதிப்பு *4,51,000* அமெரிக்க வெள்ளி. கிட்டத்தட்ட இந்திய மதிப்பில் *3,60,00,000.* அதாவது ஒரு பங்கின் விலை.

இந்தியாவில் சென்னையில் இயங்கும் எம்.ஆர்.எப். நிறுவனத்தின் ஒரு பங்கின் விலை *86,300.* இந்திய அளவில் உயரிய மதிப்புக் கொண்ட பங்கு எம். ஆர்.எப். நிறுவனம்தான். உலக அளவில் வாரனின் நிறுவனப் பங்கு.

இன்னொரு பங்கு முதலீட்டு முறை, குறுகிய கால இலாபத்துக்காக பங்குகளை வாங்கி விற்பது. இது சில நாட்களிலிருந்து சில வாரங்கள் வரை இருக்கலாம். அது வாங்குபவரின் கணிப்பு மற்றும் திறனைப் பொறுத்தது.

பங்கு வணிகம் சூதாட்டமா?

பங்கு வணிகம் சூதாட்டம் என்று பலரும் பொத்தாம் பொதுவாக ஒரு கருத்தைச் சொல்வதைப் பார்க்கலாம். அது உண்மையன்று. நல்ல தேர்ந்த நிறுவனங்களைத் தேர்வு செய்து அவற்றில் முதலீடு செய்து நீண்டகாலத்திற்குப் பொறுமையாகக் காத்திருப்பவர்கள் நல்ல இலாபத்தையே பொதுவாக அடைவார்கள். வாங்கிய பங்கின் நிறுவனம் நன்றாகச் செயல்படவில்லை என்று தெரியவரும் போது, சட்டென்று அதிலிருந்து வெளியேறவும் தெரிந்திருக்க வேண்டும். இதற்கு சந்தை நிலவரத்தைக் கவனித்துக் கொண்டிருப்பது அவசியம்.

தனக்கான வணிக விதிகளைச் செம்மையாக வகுத்துக் கொண்டு பங்கு வர்த்தகத்தில் ஈடுபடுபவர்கள் காலப்போக்கில் நல்ல இலாபத்தை ஈட்டுவது இயலக்கூடியதே.

11. இந்திய விடுதலை வரலாறு

(சுருக்கமான இந்திய விடுதலை வரலாறு)

இந்தியாவின் 75வது சுதந்தர தினத்தை இவ்வாரம் கொண்டாடுகிறோம். பெருமிதம் மேலோங்கும் இத்தருணத்தில், இரண்டாயிரமாவது ஆண்டுக்குப் பிறகு உதித்த தலைமுறை, இந்தச் சுதந்திரத்தை அடைவதற்கு நாம் தந்த விலையை அறிந்திருக்க வாய்ப்பில்லை என்னும் எண்ணமும் எழாமல் இல்லை. அது நம் கல்வி முறையின் பிழை. இருக்கட்டும். இன்றைய தலைமுறையினருக்கு இந்திய சுதந்திரப் போராட்டத்தின் வரலாற்றைச் சிறிது விளக்கிச் சொல்வோம்.

இந்திய சுதந்திரப் போரின் வரலாற்றைத் தெரிந்து வைத்துக் கொள்வது ஒவ்வொரு இந்தியனுக்கும் - தமிழனுக்கும் அவசியம். ஏனெனில் ஏதேனும் ஒரு காரணி - நிறம், மதம், இனம், சாதி போன்ற ஏதேனும் ஒன்று - காலந்தோறும் வெவ்வேறு நேரங்களில், வெவ்வேறு விதமாக நம்மை அடிமைப்படுத்த வந்து கொண்டேயிருக்கின்றன. அடிமைப்படுத்த

வரும் சக்தியை அடித்து விரட்டத் தெரிந்துகொள்வது அவசியமல்லவா? இந்திய விடுதலைக்கு எத்தனை பேர் எத்தனை விதங்களில் பங்களித்திருக்கிறார்கள் என்பதை அறிதல் இதற்காகவே அவசியமாகிறது.

பிரித்தானிய சுரண்டலும் இந்தியப் பொருளாதார வீழ்ச்சியும்

1750'க்குப் பிறகு சுமார் 200 ஆண்டுகள் இந்திய நிலப்பகுதியின் முழுமையையும் கிழக்கிந்தியக் கம்பெனி நிறுவனமும், பின்னர் 1857'க்குப் பிறகு பிரித்தானிய நேரடி அரசும் அடிமைப்படுத்தி ஆண்டன. போர்ச்சுகீசியர்களும் டச்சுக்காரர்களும் கூட இந்தியப் பகுதிகளை அடிமைபடுத்தி, வளங்களைச் சுரண்டினார்கள் என்றாலும், பிரித்தானியா போன்று வெறிகொண்டு ஒரு மாபெரும் நிலப்பரப்பின் மனிதர்கள், விளைபொருட்கள், நிலவளங்கள் கொடுத்த செல்வங்கள், மன்னர்கள் கொண்டிருந்த செல்வங்கள் என்று அனைத்தையும் கபளீகரம் செய்தர்கள் வேறு யாருமில்லை.

10'ம் நூற்றாண்டில் உலகப் பொதுஉற்பத்தியின் பங்கில் சுமார் 29 சதவிகிதத்துக்கும் மேலிருந்த இந்திய நிலப்பகுதியின் பொதுஉற்பத்தி (ஐடிபி), பிரித்தானியா இந்தியாவின் சமஸ்தான அரசுப் பகுதிகளை அடிமைப்படுத்திய காலமான 1750'களில் 25 சதவிகிதிமாக இருந்தது; இருநூறு ஆண்டுகால பிரித்தானிய சுரண்டலுக்குப் பிறகு 1950'ல் இது 4 சதவிகிதமாகச் சுருங்கியது.

இதே காலகட்டத்தில் பிரித்தானியச் செலாவணியான பவுண்டின் மதிப்பு எவ்விதம் மாறியது என்பதைப் பார்த்தால், இந்தியாவிலிருந்தும் மற்ற காலனி நாடுகளிலிருந்தும் எத்தனை செல்வத்தை பிரித்தானியா கொள்ளை கொண்டு சென்றது

என்று புரியும். நமது ஒரு ரூபாய்க்கு 100 பைசாக்கள் இருப்பது போல, ஒரு பவுண்டு என்னும் பிரித்தானிய நாணயத்துக்கு 240 பென்சுகள். 1600'ல் ஒரு பென்சுக்கு இருந்த மதிப்பு, 400 ஆண்டுகள் கழித்து, 1900ங்களில் ஒரு பவுண்டு அளவு மாறி விட்டது. அதாவது அது 240 பங்கு அதிக மதிப்புடையதாக மாறி விட்டது.

இதே காலகட்டத்தில் இந்தியப் பொது உற்பத்தி சுமார் 600 சதம் குறைந்திருக்கிறது என்பதை ஒப்பு நோக்கும் போது, மாபெரும் டாம்பீக வாழ்வு முறையில் இந்த 400 ஆண்டு காலத்தைக் கழித்தும், பிரித்தானியப் பவுண்டின் மதிப்பு 240 பங்குகள் அதிகரித்தது என்பதையும் கருத்தில் கொண்டால், 'கூட்டிக் கழிச்சுப் பாரு; சுரண்டல் கணக்கு சரியா இருக்கும்' என்பது விளங்குகிறதுதானே?

பிரித்தானியர்கள் வருகையின்போது இந்திய நிலை

இன்றைய இந்தியா, பதினொன்றாம் நூற்றாண்டு வரை தென்பகுதியில் சேர, சோழ, பாண்டியர்கள் வசமும் மத்திய மற்றும் வட இந்தியப் பகுதிகள் குப்தர்கள், மௌரியர்கள், வர்த்தனர்கள் என்று பல மன்னர்களாலும் ஆளப்பட்டது. அப்போது 56 தேசங்களாகப் பிரிவு பட்டு தனித்தனி அரசுகளாக இருந்த இந்தியா, பிரித்தானிய அடிமைக்காலத்தின் முடிவான 1900'களில் 500 சமத்தானங்களாகப் பிளவு கொண்டிருந்தது. அத்தனை பகுதிகளையும் உள்ளடக்கித்தான் பிரித்தானியா இன்றைய இந்திய நிலப்பகுதியை அடிமைப்படுத்தி ஆண்டு கொண்டிருந்தது. பிரித்தாளும் கொள்கையின் உச்சபட்சமான செய்முறைக்கான அத்தாட்சி இது.

இந்த அடிமைப்படுத்தும் பணி பிரித்தானியாவால் முழுமையாக 1750'ல் இருந்து தொடங்கியது என்று வரலாறு சொன்னாலும், 1498'ல் ஐரோப்பிய

வணிகர்கள் வாசுக்கோடகாமாவைத் தொடர்ந்து இன்றைய கோழிக்கோடு நகரான கேரளத் துறைமுகப் பகுதியில் வந்து இறங்கியதிலிருந்து தொடங்கியது எனலாம். படிப்படியாக வணிகத்தின் காரணமாக வந்த டச்சுக்காரர்கள் வணிகத்துக்கான சிறு இடம், பின்னர் சிறு நிலப்பகுதி, பின்னர் இன்றைய புதுச்சேரியின் பெருநிலப்பகுதி என்று பரவி, பிரித்தானிய ஆதிக்கத்திற்கும் முன்னரான போர்ச்சுகீசிய ஆதிக்கத்துக்கு அடிகோலினார்கள். பிரித்தானியர்களின் முழுப்பிடிக்குள் வங்காளம் வந்த *1757'* ம் ஆண்டின் பிளாசிப் போரைச் சொல்லலாம். இந்தப் போரை முன்னெடுத்த இராபர்ட் கிளைவ் சதியின் மூலம் இந்தப் போரில் வங்காள நவாபை வெற்றி கொண்டு, வங்காளத்தைப் பிடித்து கொல்கொத்தாவில் கம்பெனியின் ஆட்சியை முழுமையாக நிறுவினான்.

இந்தியா முழுமையாக அடிமைப்பட்ட விதம்

*1757'*ல் நிகழ்ந்த இந்த வங்காளப் போரின் விளைவு கிழக்கிந்தியக் கம்பெனிக்கு மாபெரும் நம்பிக்கையையும், சரியாக நிகழ்த்தவல்ல ஒரு பிரித்தாளும் சூழ்ச்சி முறையையும் வழங்கியது. *1707'*ல் ஔரங்கசீப் மறைந்த கையோடு *14'*ம் நூற்றாண்டிலிருந்து *17* ம் நூற்றாண்டு வரை இருந்த மாபெரும் முகலாய சாம்ராச்சியம் மறையத் தொடங்கியது. மொகலாயப் பேரரசு மறைந்த காலத்தில் ஒரு மராட்டிய அரசு எழுந்தது. முகலாய அரசை விழுங்கிப் பெரும் ஆற்றலோடு எழுந்த மராத்தியர், வலிமையான ஒரு மைய ஆட்சியை நிறுவத் தோற்றதாலும் சிவாஜிக்குப் பிறகு பெரும் மராத்திய வீரர்கள் இல்லாததாலும் தள்ளாடியது. எனவே பிரித்தானிய கிழக்கிந்தியக் கம்பெனி

சூழலின் வாய்ப்பைத் தங்கத்தட்டில் வாங்கிக் கொண்டது போல் ஏந்திக் கொண்டது. வணிகர்களாக இந்தியாவுக்குள் நுழைந்த அவர்கள் தக்காண, வங்காள நவாப்புகளின் வாரிசுரிமைப் போட்டிகளில் சிலருக்கு நண்பர்களாகவும், நாளடைவில் அனைவருக்கும் நடுவர்களாகவும் மாறினர்.

தென்னகமும் வீழ்ந்த கதை

1740-60 காலகட்டத்தில் மூன்று கர்நாடகப் போர்களில் ஆற்காடு நவாபை முடக்கி, பிரெஞ்சுக்காரர்களைப் பாண்டிச்சேரிக்குள் நிறுத்தி, தென்னகத்திலும் ஊடுருவினர் கம்பெனியினர். அந்தச் சமயத்தில்தான் *1757'*ன் பிளாசிப் போரில் வென்று வங்காளத்தில் கால் ஊன்றினான் கிளைவ். அடுத்த ஏழு ஆண்டுகளுக்குள் மொகலாய மன்னர்கள், அயோத்தி நவாப் அனைவரையும் வீழ்த்தி (பக்சார் போர்) வங்காளத்தில் வேரூன்றினர் கம்பெனியினர். வங்காளம் ஊட்டிய உரம் இந்தியா முழுமையும் விழக் காரணமானது. அக்காலத்தில் தென்னகத்தில் இரண்டு பேர் அவர்களை எதிர்த்தனர். ஐதர் அலி மற்றும் திப்பு சுல்தான். விரைவில் அவர்களும் வீழ்ந்தார்கள்.

வெல்லெஸ்லியின் வருகைக்குப் பிறகு 'துணைப்படைத் திட்டம்' என்ற ஒரு அமைப்பு முறை சுதேசி மன்னர்களுக்கான வாய்ப்பாக வழங்கப்பட்டது. அதன்படி சுதேசி மன்னர்களுக்குப் 'பாதுகாப்பாக' ஒரு கம்பெனிப்படை மன்னர்களது ஆட்சிப் பிராந்தியத்தில் நிலையாகத் தங்கும்; அதற்கான செலவை மன்னர்களே ஏற்க வேண்டும். மேலும் இன்னொரு சுதேசிப் படையையும் கம்பெனி 'பயிற்சி அளித்து' சுதேசி அரசுகளுக்கு வழங்கும். அந்தப் படைகளுக்கு, கம்பெனியின் ஆங்கிலேய அதிகாரிகள் தலைமை வகிப்பார்கள்; சுதேசி வீரர்கள்

படையிலிருப்பார்கள். இவ்வாறு சுதேசி மன்னர்களின் இராச்சியத்துக்குப் 'பாதுகாப்பு' வழங்கப்பட்டது. இதற்குக் கைம்மாறாக, கம்பெனியின் அனுமதியின்றி சுதேசி அரசர்கள் வெளிநாட்டு உறவுகளிலோ, போர்களிலோ ஈடுபடக்கூடாது. இந்தத் திட்டத்தில் பெரும்பாலான சுதேசி அரசர்களை இணைத்து அவர்களது சிறகுகளை ஒடித்தனர் கம்பெனியினர்.

வாரிசு இல்லாத அரசுகள் கம்பெனி ஆட்சியுடன் வலுக்கட்டாயமாக இணைக்கப்பட்டன. வாரிசு இல்லாத அக்கால சமத்தான அரசர்கள் தமது பங்காளிகள் குலத்தில் இருந்து தத்து எடுத்து அரச வாரிசுகளை நிர்ணயிக்கும் வழக்கம் இருந்தது. இந்த நிலை வந்த பல அரசுகளை கம்பெனி அரசு அங்கீகரிக்கவில்லை; அவற்றைக் கையகப்படுத்தியது. குவாலியர், ஜான்சி என்று இம்முறையில் கம்பெனி அரசு கையகப் படுத்தியதை எடுத்துக்காட்டலாம்.

தென்னகம் தந்த எதிர்ப்புகள்

1751'ல் நெற்செவற்கட்டில் பூலித்தேவன் *(1715 - 1767)* என்ற *(பாண்டியநாட்டில் அமைந்த)* பூழி நாட்டின் பாளையக்காரத் தலைவனும் வெள்ளையர் அதிகாரத்தை எதிர்த்துப் போர் புரிந்தான். பாளையக்காரர்களை ஒன்று திரட்டி வெள்ளையரை எதிர்க்கும் முயற்சியில் பூலித்தேவன் ஈடுபடுகிறார் என்று தெரிந்த கம்பெனி அரசு, மருதநாயகம் என்று பின்னர் பெயர்பெற்ற கான்சாகிப் என்ற தமிழகப் பெருவீரனை, பூலித்தேவனுக்கு எதிராகக் களமிறக்கி விடுகிறது. கான்சாகிப்புக்கு இன்னொரு சுதேசிப்படை தயார் செய்யப்பட்டு, வெள்ளையரோடு இணைந்த பாளையக்காரர்கள் சார்பாக அளிக்கப்பட்டது. கான்சாகிப்புக்கு தனி அரசு ஆசை காட்டப்பட்டது.

*1761'*ல் கான்சாகிப் தலைமையிலான வெள்ளையர் கூலிப்படையினருடன் நடந்த போரில் பூலித்தேவன் தோற்ற பிறகு அவரது எதிர்ப்பும் வலிமையும் குன்றியது. பூழி நாட்டின் கோட்டையை இழந்த பூலித்தேவன் வெளியேறி மறைந்து வாழ்ந்து எதிர்ப்பைக் காட்டினார். ஆயினும் *1767'*ல் நடந்த கடைசிப் போரில் அனைத்தையும் இழந்த பூலித்தேவன் கைது செய்யப்பட்டு இரகசியமாகக் கொல்லப்பட்டார் என்றே நம்பப்படுகிறது.

இவ்வாறு பிரித்தாளும் சூழ்ச்சியையும், துணைப் படைத் திட்டத்தையும் வெள்ளையர் மிகத் தந்திரமாக சுதேசி அரசர்களுக்கும் பாளையக்காரர்களுக்கும் எதிராகச் செயல்படுத்தினார்கள். 'வெள்ளையர்களே வெளியேறுங்கள்' என்று முழக்கமிட்ட முதல் சுதேசி அரசன் பூலித்தேவனே.

*1783'*ல் பாஞ்சாலங்குறிச்சியின் பாளையக்காரன் கட்டபொம்மன் வெள்ளையருக்கு வரி செலுத்த மறுத்து எதிர்த்து பெரு வீரத்துடன் போரிட்டு, வெள்ளையர் தளபதி ஃபுல்லர்ட்டனின் கடும் முயற்சினால் தோல்வியடைந்து கொல்லப் பட்டான். அதே புல்லர்ட்டன் சிவகங்கைப் பாளையக்காரர்களையும் அடக்கிக் கொன்று வீழ்த்தி அப்பகுதியையும் தமது ஆதிக்கத்தில் கொண்டு வந்தான். வேலு நாச்சியார், பெரிய மருது, சின்ன மருது போன்றவர்கள் எல்லாம் இக்காலகட்டத்திலேயே பிடிக்கப்பட்டுக் கொல்லப்பட்டனர் அல்லது போரில் மடிந்தனர்.

திப்புவும் வீழ்ந்த பிறகு, *1792'*ல் பிச்சே ராஜா என்றழைக்கப்பட்ட கேரள ராஜ வர்மா என்ற கோட்டயம் பகுதியைச் சேர்ந்த அரசனைப் பல சலுகைகள் கொடுத்து கம்பெனியார் அடக்கி

வைத்தார்கள். தென்னிந்திய பாளையக்காரர்கள் வெள்ளையர்களுக்குப் பெரும் எதிர்ப்பை அளித்தனர். திருநெல்வேலி, பெல்லாரி, அனந்தப்பூர், கர்நூல், வடவாற்காடு போன்ற மாவட்டங்களில் இவர்கள் அளித்த எதிர்ப்பையும் வீரத்தையும் ஆங்கில ஆசிரியர்களே குறிப்பிட்டுள்ளனர்.

1800லிருந்து கம்பெனி அரசு தன் எல்லைகளை விரிவாக்கிக் கொண்டே, பழைய இந்தியாவையும் மாற்ற ஆரம்பித்தது. 1799'ல் அயோத்தி நவாப் அஷாபதுல்லா இறந்த பிறகு வாசீர் அலி என்பவன் அயோத்தி பட்டத்துக்கு வந்தான். அவனுக்கு எதிராக அவனது பங்காளி சாதத் அலி கலகம் செய்த போது, கிழக்கிந்தியக் கம்பெனி அரசு அவனை ஆதரிக்கவில்லை. ஆனால் பதிலாக வாசீர் அலியை துணைப்படையை வலிமையாக்கிக் கொள்ள நிர்ப்பந்தப் படுத்தியது. அவன் மறுத்த போது சாதத் அலி நவாப் ஆக்கப் பட்டான்.

பதவியிழந்த வாசீர் அலி, காபூல் மன்னன் ஜமன் ஷா உதவியைக்கோரிப்பெற்று, கம்பெனிஅரசைஎதிர்க்கப் போகிறான் என்ற வதந்திச் செய்தியில் ஐயம் கொண்ட கம்பெனி அரசு, வாசீம் அலியை கல்கத்தாவுக்குச் சென்று வசிக்கும்படி வற்புறுத்தி அனுப்பி வைக்க, கம்பெனி அரசின் துணைப்படை பிரதிநிதியாக வாரணாசியின் செர்ரி பணிக்கப்பட்டான். ஆனால் வாசீர் அலி அவனைக் கொன்று விட, கம்பெனிப்படை அவனைத் தேடத் தொடங்கியது. வாசீர் அலி, காபூல் அரசன் ஜமன் ஷா மற்றும் திப்பு சுல்தான் ஆகியோர் ஒன்றிணைந்து பிரித்தானிய கம்பெனி அரசை எதிர்க்கத் தீர்மானித்திருந்து தெரிய வந்தது. இந்நிலையில் தப்பியோடிய வாசீர் அலியை, இராசபுதனத்து ஜெய்ப்பூர் அரசன் அடைக்கலம் தந்து,

பின்னர் வெள்ளையரிடம் ஒப்படைத்தான். இவ்வாறு அயோத்தி நவாப் ஆட்சி முடிவுக்கு வந்தது.

*1808'*ல் திருவாங்கூர் திவான் வேலுத்தம்பி *20000* வீரர்களைத் திரட்டி வெள்ளையரின் ஊடுருவலையும் செல்வாக்கையும் திருவாங்கூர் பகுதியிலிருந்து அகற்றப் போரிட்டான். கடைசியில் உட்சதியால் திருவாங்கூர் சரணடைய, தப்பியோடிய வேலுத்தம்பி, ஒரு கோயிலில் தற்கொலை செய்து கொண்டதாகச் சொல்லப்படுகிறது.

*1833'*ல் விசயநகர் மன்னன் விஜயராம் ராவ்ஜி வெள்ளையரை எதிர்த்துப் போரிட்டு, ஆனால் போரில் தோற்கடிக்கப்பட்டு மாண்டான். அவனுடைய மகனாகிய நாராயண் ராவ்ஜி பெரும் படையைத் திரட்டி மீண்டும் அரசுரிமையைக் கைப்பற்றினாலும், பின்னர் வெள்ளை அரசுடன் இணக்கமாகிப் போனான்.

மேற்கண்டவை போன்ற இந்திய சமத்தானங்கள் முழுதும் ஆங்காங்கே ஏற்பட்ட எதிர்ப்புகளை அடக்கி கம்பெனி ஆட்சி நிலைபெறத் தொடங்கியது. இதற்காக எத்தகைய போர்முறையையும் கையாள வெள்ளையர் கம்பெனி அரசு தயங்கவில்லை. இவ்வாறு *19'*ம் நூற்றாண்டுத் தொடக்கத்தின் *1800'*களுக்குப் பிறகு பிரித்தானிய ஆட்சி இந்தியாவில் விழுதுவிடத் தொடங்கியது. அடுத்த பெரும் போர் அல்லது புரட்சி அல்லது கலகம் *1857'*ல் ஏற்பட்ட சிப்பாயக் கலகம்தான்.

சமூகப் பாதிப்புகள் அல்லது மாற்றங்கள்

வெள்ளையர்கள் தங்களுக்குத் தேவையான எழுத்தர்களை உருவாக்கத்தான் ஆங்கிலக் கல்வியை இந்தியாவில் புகுத்தினர் என்ற ஒரு ஆக்கம்

எடுத்து வைக்கப்படுகிறது. இதுவே முழுமையான உண்மையல்ல. கல்கத்தாவில் பிஷப் ஹீபர் *(Bishop Heber)* மூலமாக, தலைமை ஆளுனர் ஆரம்ஹெஸ்ட் *(Amherst)* பிரபுவிற்கு, இராம்மோகன்ராய் *1823*'ல் வைத்த வேண்டுகோள் விவரம் குறிப்பிடத் தகுந்தது.

கம்பெனி நிறுவன அரசு, இந்துப் பண்டிதர்களைக் கொண்டு ஒரு வடமொழிப் பள்ளியைத் தொடங்க நினைத்திருக்கிறது என்ற செய்தியைக் கேள்விப்பட்ட இராம்மோகன்ராய், இவ்வாறு எழுதுகிறார்: 'இப்பள்ளியில் சேரும் மாணவர்கள் தமது வாழ்வின் முக்கியப் பகுதியை இலக்கண நெளிவுகள், மீமாம்சம், நியாய சாத்திரங்கள் முதலியவற்றைப் படித்து வீணாக்குவார்கள்; இரண்டாயிரம் ஆண்டுகளுக்கு முன் அறியப்பட்டவைகளை இப்போதும் அவர்கள் அறிவதில் பயனில்லை; மேலும் ஏற்கனவே பல இடங்களில் இக்கல்வி அளிக்கப்படுகிறது. இந்நாட்டை அறியாமையிலேயே வைக்க சமத்கிருதக் கல்வி மட்டும் போதும். அரசாங்கம் நினைத்தால், மக்களின் மறுவாழ்வில் அக்கறை செலுத்த விரும்பினால், ஐரோப்பியக் கல்வி முறை இங்கு கொண்டுவரப் பட வேண்டும். அரசாங்கம் பல இலட்ச ரூபாய்களைக் கல்விக்காகச் செலவிடுகிறது. பிராமணர்கள் மட்டும் அனுமதிக்கப்படும் கல்லூரிகளுக்கும், பள்ளிகளுக்கும் செலவிடும் பணத்தால் பொதுமக்களுக்குப் பலன் ஏதும் விளையப் போவதில்லை. அக்கல்வி சாஸ்திர நெறிகளைத் தவிர வேறு பயன்களும் தராது. நிருவாகத்திற்கும், அறியாமையை அகற்றுவதற்கும் பயன்தரும் ஆங்கிலக் கல்வியை ஒவ்வொரு கிராமங்களிலும் அரசாங்கம் தொடங்க வேண்டும்'.

இதன் பின்னரே மெக்காலே இந்தியாவுக்குத் தேவைப்படும் கல்விநிலையை ஆய்ந்து அறிக்கை

தரப் பணிக்கப்பட்டார். அதற்குப் பிறகு அவரது பரிந்துரைகளில் பெருமளவு ஏற்கப்பட்டு ஆங்கிலக் கல்வி முறையும், ஆங்கில மொழியும் புகுத்தப்பட்டன. இந்த நேரத்திலேயே உடன்கட்டை ஏறுதல் எனப்படும் சிதை ஏறுதலும் சட்டம் மூலம் தடுக்கப்பட்டது.

எதிர்ப்பு அல்லது கலகம் அல்லது முதல் சுதந்திரப் போர்

பறங்கியரின் ஆட்சியை எதிர்த்த கலகங்கள் சிப்பாய்கள் உள்ளிருந்தே எழத் தொடங்கியதே விடுதலைப்போரின் முகப்பு என்று சொல்லலாம். சீரங்கப் பட்டினத்தில் தோற்கடிக்கப்பட்டு கொல்லப்பட்ட திப்பு சுல்தானின் குடும்பத்தை வேலூர்க் கோட்டையில் தங்க வைத்திருந்தார்கள் வெள்ளையர்கள். வேலூர்க் கோட்டைப் படையில் முசல்மான்கள் பலர் இருந்தனர். குழம்பிக் கிடந்த படைவீரர்களைத் திப்புவின் குடும்பத்தினர் தூண்டியதாகச் சொல்லப்படுகிறது.

1806 சூலை *10'*ம் நாள் நடு இரவு *2:00* மணிக்கு திட்டமிட்டபடி சிப்பாய்களின் துப்பாக்கிகள் வெடித்தன. திப்புவின் மூன்றாவது மகன் அவர்களை உற்சாகப்படுத்தினான். தூங்கிக் கொண்டிருந்த ஆங்கில அதிகாரிகள் மற்றும் காவலிருந்த காவலர்கள் கொல்லப்பட்டனர். திப்புவின் புலிக்கொடி கோட்டையில் ஏற்றப்பட்டது. விடிந்ததும் ஆற்காட்டுப் படைகள் கர்னல் கிலிஸ்பியின் தலைமையில் வந்தன. தீப்பொறி பறக்க கோட்டைக் கதவுகள்உடைக்கப்பட்டு, நுழைந்த வெள்ளைப்படை கண்மண் தெரியாமல் பழிவாங்கியது. இந்தக் கோரநாடகத்தை மிரட்சியுடன் பார்த்தது வேலூர். வேலூர்க் கலகமாக வரலாற்றில் நிலைக்கிறது இது.

வேலூரைத் தொடர்ந்து ஐதராபாத், பெங்களூர் நந்திதுர்க், பாளையங்கோட்டை, வாலாஜாபாத் போன்ற இடங்களிலும் கலகங்கள் தொடங்கி அடங்கின.

மேலும் அக்காலக் கம்பெனியின் படையில் ஒரு ஆங்கிலேயனுக்கும் ஐந்து பேர் என்ற விகிதாசார அளவில் இந்திய வீரர்கள் இருந்தனர். அவர்கள் பல்வேறு சாதிநிலைகளில் இருந்தனர். உயர்சாதியினர் சிப்பாயை, அவனுக்கு மேல் தகுதியில் இருந்தாலும் வேறு சாதிக்கார அதிகாரி தரையில் விழுந்து வணங்குவான். மேலும் சாதித் தீட்டுகள், மதப் பழக்க வழக்கங்களை மீறினால் சாதியில் இருந்து தள்ளி வைப்பார்கள் போன்ற செய்முறைகள் வெகு பரவலாக சிப்பாய்களிடையே இருந்தன. இந்தப் பழக்க வழக்கங்களில் இராணுவத்தின் இயல்பான நடைமுறை உரசும் சூழல் வந்த போது இது பெரும் எதிர் விளைவுகளை ஏற்படுத்தியது.

16 ஆண்டுகள் கழித்து பர்மா யுத்தம் வந்தபோது, வங்காளச் சிப்பாய்களை கடல்வழியாகப் பர்மாவுக்கு அனுப்ப அரசு யோசித்தது. உயர்சாதியினர் அதிகம் இருந்த வங்காள சிப்பாய்ப்பிரிவு மதக் காரணங்களால் கடற்பிரயாணம் செய்ய மறுத்தது. எனவே வங்காளப் படையணியினர் தரை வழியாகப் போர்க்கள முனைக்குக் கொண்டு செல்லப்பட்டனர். ஆனால் அதற்கு வேண்டிய வண்டிகள் தளவாடங்கள் இல்லை. சிப்பாய்களை ஏற்றிச் செல்ல போதுமான வண்டிகள் இல்லை. கிடைத்தவை அனைத்தும் ஏற்கனவே எல்லைக்கு அனுப்பப்பட்டிருந்தன.

பர்மாவில் ஆங்கிலப்படைகள் தோற்கடிக்கப்பட்டன. சிப்பாய்கள் திரும்புவதற்கும் வழியில்லை. நெருக்கடியில் அரசு கடல்வழியாக சிப்பாய்களைத்

திரும்பப் பெறத் திட்டமிட்டது. இந்த வதந்தி சிப்பாய்களைக் கொந்தளிக்கச் செய்தது. என்ன நடந்தாலும் கடல் கடப்பதில்லை என்ற உறுதி அவர்களிடையே வலுப்பட்டது. செய்தி கேள்விப்பட்ட தலைமைத் தளபதி சர். எட்வர்ட் பேகாட் தானே வந்து சிப்பாய்களிடையே பேசினார். உடன்பட மறுத்த சிப்பாய்களின் ஒழுங்கீனம் அவருக்குக் கட்டுக்கடங்காத சினத்தை ஏற்படுத்தியது. பர்மாவுக்குச் செல்ல வேண்டும் அல்லது ஆயுதங்களைக் கீழே வைத்து விட்டு வெளியேற வேண்டும் என்று உத்தரவிடப்பட்டது. சிப்பாய்கள் கீழ்ப்படிய மறுத்து நின்றனர். அவர்கள் மீது பீரங்கிகள் இயக்கப்பட்டன. சிப்பாய்கள் பிய்த்து எறியப்பட்டனர். பலர் ஓடியும், நதியில் குதித்தும் தப்பினர். பலர் இறந்தனர். மேலும் அகப்பட்ட சிப்பாய்கள் தூக்கிலிடப்பட்டனர். கலகம் அடக்கப்பட்டாலும் சிப்பாய்கள் மத்தியில் வெறுப்பும் அச்சமும் வேரூன்றின. பரங்கியரைப் பழிவாங்க இந்திய மனம் தீர்மானித்தது.

கொழுப்புக் குண்டுகள்- பரக்பூர்- மீரட்-தில்லி, ஜான்சி

1850 வரை பிரௌன் பெஸ் வகைத் துப்பாக்கிகளே சிப்பாய்கள் பயன்பாட்டுக்குக் கொடுக்கப்பட்டு வந்தன. 1852'ல் மேம்படுத்தப்பட்ட என்பீஃல்ட் துப்பாக்கிகள் உருவாக்கப்பட்டு, சில சண்டைகளில் சோதிக்கப்பட்டு, 1856'ல் படைகளுக்கு அவை வழங்கப்பட்டன. இத்துப்பாக்கிகளுக்கான குண்டுகளின்அதிகத்தேவையைக்கணக்கில்கொண்டு டம்டம், மீரட் இரண்டு இடங்களிலும் இந்தக் குண்டுகள் செய்யப்பட்டன. இந்தக் குண்டுகளின் முனைகள் வழுக்கிச் செல்லும் தன்மையுடன் இருக்க வேண்டும் என்பதற்காக அவற்றில் கொழுப்புகள்

தடவப்பட்டிருந்தன. துப்பாக்கியில் பொருத்தும் முன் அக்குண்டுகளின் முனையைப் பல்லால் கடித்து நீக்க வேண்டும்.

தொடக்கத்தில் ஏதும் இடர் இல்லை. ஆனால் டம்டம் தொழிற்சாலையில் மிருகங்களின் கொழுப்பையே குண்டுகளில் தடவப் பயன்படுததுகின்றனர் என்ற செய்தி ஒரு தொழிலாளியின் மூலம் ஒரு பிராமணச் சிப்பாய்க்கு எட்டி, செய்தி காட்டுத் தீ போல் பரவியது. முறையே பசுவின் கொழுப்பும், பன்றியின் கொழுப்பும் குண்டுகளில் தடவப்படுகிறது என்று பரவிய வதந்தி, இந்து மற்றும் முகமதியச் சிப்பாய்கள் இரண்டு தரப்பிற்கும் மத ரீதியிலான பெரும் அவமதிப்புக்குள்ளாக்கி கலகத்துக்கும் காரணமாக மாறியது. இது பரக்பூரிலும் மீரட்டிலும் படையணி *19*, மற்றும் *54* இரண்டின் மத்தியிலும் பரவி, மங்கள் பாண்டே போன்ற சில வீரர்கள் இக்குண்டுகளைப் பயன்படுத்த மாட்டோம் என்று எதிர்த்துக் கலகமாக மாறி கடைசியில் இந்த இரண்டு படையணிகளும் அரசாங்கத்தால் கலைக்கப்பட்டன. ஆங்காங்கே இதற்குக் காரணமான மங்கள் பாண்டே போன்ற சிப்பாய்கள் மரணதண்டனை விதிக்கப்பட்டனர்.

படையணி கலைக்கப்பட்டு வேலையிழத்தல் சிப்பாய்களுக்குப் பெருத்த அவமானமாகக் கருதப்பட்ட அந்நாளில் இது படைகளிடையே கொந்தளிப்பை ஏற்படுத்தியது. இரகசியமாகச் சப்பாத்தி ரொட்டிகளின் மூலம் மீரட் சிப்பாய்கள், தில்லி மன்னர் பகதூர் ஷா போன்றவர்களை ஒருங்கிணைத்து ஒரு பெருங்கலகம் திட்டமிடப்பட்டது. கலக வாசிகள் தில்லி நகரைக் கைப்பற்றினாலும் அது எண்ணியபடி நடைபெறாமல் தோல்வியில் முடிந்தது.

சிப்பாய்கள் இந்தக் கலகத்துக்குத் தோற்றுவாயாக இருந்தாலும், தாந்தியா தோபே, தில்லி அரசர் பகதூர் ஷா, ஜான்சி ராணி இலக்குமி பாய், என்று பலரும் இந்தக் கலகக் கூட்டத்தோடு இணைந்து வெள்ளையரை எதிர்த்துப் பெரும் கலகமாக இதை மாற்றினார்கள். வெறுத்துப் போயிருந்த சிப்பாய்கள், சுதேசி அரசுகள், இயல்பான பஞ்சத்தால் கொடும் நிலைக்கு ஆளாகியிருந்த பெரும் எண்ணிக்கையிலான மக்கள் என அனைவரும் இந்தக் கலகத்தில் இணைந்து கலந்து கொண்டார்கள் என்று பல நூல்கள் வருணிக்கின்றன. இந்தப் புரட்சியை முன்னெடுத்த நானாசாகிப், அஜ்முல்லாகான், அகமது ஷா, தாந்தியா தோபே, லட்சுமிபாய் போன்றவர்கள் யுத்த அனுபவற்றவர்களாக இருந்ததும், அவர்களுக்கெதிரான வெள்ளைப் படைத்தலைவர்கள் மிகுந்த அனுபவம் மிக்கவர்களாக இருந்ததும் வெள்ளையர்களுக்குக் கலகத்தை ஒடுக்க அனுகூலமாக அமைந்தது. இந்தக் கலகத்தை அடக்கும் முயற்சியில் பல்லாயிரக் கணக்காணவர்களைக் கொன்று குவித்தனர் வெள்ளையர்கள். 1860'க்குள் இந்தப் புரட்சி முற்றாக அடக்கப்பட்டது.

சுந்தந்திரப் போரின் 20ம் நூற்றாண்டு வரலாறு

முதல் சுதந்திரப் போர் அல்லது கலகத்திற்குப் பிறகு படையில் சுதேசி வீரர்களின் எண்ணிக்கையைக் கணிசமாகக் குறைத்தது ஆங்கில அரசு. 1877'ல் மேலும் கம்பெனி நிர்வாகத்திடமிருந்து விக்டோரியா அரசியின் நேரடி ஆட்சியின் கீழ் இந்தியா வந்ததாக அறிவிக்கப்பட்டது. கடைசி முகலாய மன்னர் இரண்டாம் பகதூர் ஷா நாடு கடத்தப்பட்டு பர்மாவிலுள்ள (மியான்மர்) இரங்கூனுக்கு

அனுப்பப்பட்டார். சுதேசிக் காலாட்படையை நிருவகிக்க ஆங்கிலேய வீரர்களை மட்டுமே அனுமதித்தனர்.

*1876'*ல் சுரேந்திரநாத் பானர்ஜி இந்திய தேசிய கூட்டமைப்பை உருவாக்கினார். *1885'*ல் ஏ.ஓ.ஹ்யூமின் பரிந்துரைகளால் தூண்டப்பெற்று *73* இந்தியப் பிரதிநிதிகள் கூடி இந்திய தேசியக் காங்கிரசை நிறுவினர். திலகர், தாதாபாய் நௌரோஜி, கோகலே, இரவீந்திரநாத் தாகூர் என்று பலர் இணைந்த காங்கிரசில், தென்னாப்பிரிக்காவிலிருந்து *1915'*ல் இந்தியாவுக்குத் திரும்பிய காந்திக்குப் பரிச்சயம் ஏற்படுகிறது.

*1924'*ம் ஆண்டு காங்கிரசு இயக்கத்தின் தலைவராகிறார் காந்தி. நேரு, காந்தியின் சீடராகவும், நிழல் போலாகவும் காங்கிரசில் இணைந்து போராட்டங்களில் ஈடுபடுகிறார். *1930'*ன் உப்புச் சத்தியாக்கிரகம் பிரித்தானிய ஆட்சியாளர்களிடம் அதிர்வலைகளை ஏற்படுத்துகிறது. உப்புச் சத்தியாக்கிரகம், வெள்ளையனே வெளியேறு, வரிகொடா இயக்கம், ஒத்துழையாமை இயக்கம் என்ற அனைத்துப் போராட்டங்களையும் அகிம்சை வழியான வன்முறையற்ற வழியிலேயே முன்னெடுக்கும் காந்தியின் முன்னால், பிரித்தானிய வன்முறை எதிர்வினை செயலற்றுப் போகிறது. ஜாலியன் வாலாபாக் போன்ற படுகொலைகளை நிகழ்த்துகிறது பிரித்தானிய அரசு. ஆனால் காந்தியோ ஒத்துழையாமை இயக்கத்தில் வன்முறை ஏற்பட்ட போது போராட்டத்தையை நிறுத்தி, தனது ஆன்ம பலத்தினால் பிரித்தானிய ஆட்சியை மருட்டுகிறார்.

இன்னொரு பக்கம் சுபாஷ் சந்திர போஸ் ஜப்பானுடன் இணைந்து சிங்கப்பூர், மலேயா

போன்ற தென்கிழக்காசிய நாடுகளில் இந்திய தேசிய இராணுவத்தை நிறுவி ஐப்பானுடன் இணைந்து பிரித்தானிய ஆட்சிக்கு இந்தியாவுக்கு வெளியிலும் குடைச்சல் கொடுக்கிறார். பிரித்தானியப் படைகளை சிங்கப்பூர், பர்மா, மலாயா பிரதேசங்களில் தோல்வியுறச் செய்த ஜப்பான், அமெரிக்கா உலகப்போரில் நுழைந்ததால் 1945'ல் பின்வாங்குகிறது. ஆனால் அதேநேரம் இந்தியாவை மேலும் ஆள்வது இயலாத காரியம் என்ற முடிவுக்கும் பிரித்தானிய ஆட்சியைத் தள்ளுகிறது இந்திய தேசியக் காங்கிரசின் சுதந்திரப் போராட்டம்.

காந்தி கிட்டத்தட்ட முப்பது கோடி மக்களின் ஒருமித்த சக்தியாக எழுந்து நிற்கிறார். இந்தியாவுக்கு 1947'ல் சுதந்திரம் அளிக்கப்பட்டு பிராந்தியத்தை விட்டு வெளியேறுகிறது பிரித்தானியா; ஆனாலும் போவதற்கு முன் மாபெரும் இந்தியப் பிரிவினையான இந்திய, பாகிஸ்தான் பிரிவினையை நிறைவேற்றி விட்டே பிரித்தானியா வெளியேறியது. பிரிவினையைத் தடுக்கப் பெரிதும் முயன்ற காந்தியின் முயற்சிகள் தோல்வியில் முடிந்தன.

வரலாற்றின் இன்னொரு வெடிப்பு

200 ஆண்டுகால அடிமைத்தளையிலிருந்து பூரண விடுதலையுடன் வெளிப்பட்ட இந்தியாவுக்கு, உலகம் கண்டிராத அற்புதமான பிரதமராக நேரு கிடைத்தார். விடுதலை பெற்ற ஓராண்டுக்குள் மதவெறி அரசியலையும் மதரீதியான பிரிவினையையும் தனது 20 ஆண்டு கால சுதந்திரப் போராட்ட காலத்திலும் தள்ளியே வைத்திருந்த காந்தியை, அதே மதவெறி அரசியல் காவு வாங்கியது. எனினும் தளராது அடுத்த 20 ஆண்டுகளுக்கு இந்தியாவை ஒரு புதிய மக்களாட்சி தேசமாக, சமய நல்லிணக்க தேசமாகக்

கட்டமைத்தார் நேரு. 1965'ல் அவரது மறைவுக்குப் பின்னர் அவ்வப்போது தடுமாறினாலும் தனது, 'அனைவருக்குமான நாடு, அனைவருக்குமான முன்னேற்றம்' என்ற இலக்கில் மெதுவாகப் போனாலும், வழியில் எங்கும் மோதிவிடாது முன்னேறிய இந்தியா, 1990'களில் ஏற்பட்ட புதிய பொருளாதாரக் கொள்கைகளுக்குப் பின்னரான இருபதாண்டுகளில் இன்னொரு பெரும் பாய்ச்சலாக முன்னேறி உலகின் ஐந்தாவது பெரிய பொருளாதார நாடாக விளங்கியது.

75 ஆவது சுதந்திர தினத்தில் இன்று நிற்கிறோம். மாபெரும் மக்கள் வளம் கொண்ட தேசம். அதனைக் குறி வைத்தே மதம் ஒரு பெரும் பிரிவினை சக்தியாக முன்னிறுத்தப்பட்டிருக்கிறது. இந்தத் தலைமுறையும் இனி வரும் தலைமுறையும் விழிப்புடன் அணுகவேண்டிய புள்ளி இதுவே. சக வாழ்வுக்கு உதவாத எது ஒன்றும் வேண்டியதில்லை என்று நகர்த்தி வைக்கும் துணிவைக் கல்வியே நமக்குத் தர வேண்டும். அத்தகு கல்வியைத் தேடிப் பெறுவதே இச்சுதந்திர தினத்தில் நாம் மேற்கொள்ளும் மேலான உறுதியாக இருக்க வேண்டும்.

12. எழுதுகோல்களின் வரலாறு

எழுதுகோல்களின் தோற்றம் இன்றைக்கு ஏறத்தாழ ஐந்தாயிரம் ஆண்டுகளுக்கு முன்னமேயே ஏற்பட்டு விட்டது என்றால் நம்ப முடிகிறதா?

பழங்கால எகிப்தியர்கள் பொ.உ.மு.3000 வாக்கிலேயே பாப்பிரசு என்னும் நீர்த் தாவரத்தின் தண்டை விரித்துக் காயவைத்து அதில் நாணல் துண்டுகளின் முனைகளைக் கொண்டு எழுதுவதையும், வரைவதையும் செய்யத் தொடங்கி விட்டனர். நாமறிந்த வரலாற்றில் இதுதான் உலகின் முதல் எழுதுகோல். ஐயாயிரம் ஆண்டுகளுக்கு முன்னரே தோன்றி விட்டாலும் இந்த நாணல் எழுதுகோல்கள் இன்றைக்கு 300 ஆண்டுகளுக்கு முன்னர் வரைகூட நிலவின என்பதுதான் வியப்புக்குரிய விஷயம்.

நாணல் எழுதுகோல்கள் பல நூற்றாண்டுகள் எழுதுகோல்களாக நீடித்தன. பொ.உ.500 வாக்கில் அன்னப்பறவைகளின் இறகுத் தூவல்கள் எழுதுகோல்களாகப் பயன்படத் தொடங்கின. 1787'ல் அமெரிக்க ஐக்கியக் குடியரசின் அரசியல் சட்டம்

எழுதவும் கையெழுத்திடவும் பயன்பட்டது இந்த இறகுத் தூவல் எழுதுகோல்தான்.

1803'ல் முதல் உலோக எழுதுமுனை (நிப்) கண்டுபிடிக்கப்பட்டுவிட்டது. அதற்குப் பிறகு இறகுத் தூவல்கள் கைவிடப்பட்டு உலோக எழுதுமுனைகள் முன்னேற்றம் பெற்றன.

மையின் தோற்றம்

நாணல் தண்டுகள் கண்டுபிடிக்கப்பட்ட இந்த பொ.உ.மு.*3000* ஆண்டு வாக்கிலேயே உலகின் முதல் மையும் கண்டுபிடிக்கப்பட்டது. ஆண்டு பொ.உ.மு. *2600.* கண்டுபிடித்தவர்கள் சீனர்கள். சரியாகச் சொன்னால் சீனத் தத்துவவாதியான டியன் சியு *(Tien Lcheu)* பொ.உ.மு. *2697'ல்* மையைக் கண்டுபிடித்தார். தென்னிந்தியப் பகுதியில் இருந்து இறக்குமதி செய்யப்பட்ட கரி, விலங்குகளின் எலும்புகளில் இருந்து எடுக்கப்பட்ட பசை, விளக்கெண்ணெய் மூன்றையும் சேர்த்து அரைத்து உலகின் முதல் மையை அவர் தயாரித்தார். சீனத்தின் மை இதே விதத்தில்தான் பொ.உ.மு. *1200* வரை தயாரிக்கப்பட்டதாகத் தெரிகிறது. பொ.உ.*1000* வரை கரியை சீனம் இந்தியப் பகுதியில் இருந்துதான் இறக்குமதி செய்து கொண்டிருந்தது. பத்தாம் நூற்றாண்டில் சீனத்தில் சாங் வம்சத்தினர் ஆட்சிக்காலத்தில் சீனப் பல்துறை வல்லுனரான ஷென் கௌ *(Shen Kuo – 1031 : 1095)* எரிநெய்யை எரித்துக் கிடைக்கும் புகைக்கரியைக்கொண்டு கார்பன் தயாரிக்கும் தொழில்நுட்பத்தைக் கண்டறிந்த பின்னர்தான் சீனர்கள் கரியைத் தென்னிந்தியாவில் இருந்து இறக்குமதி செய்வதை நிறுத்தினார்கள்.

மசியிலிருந்து விளங்கி வந்த இந்தியன் இங்க்

தென்னிந்தியர்கள் பொ.உ.மு. 400 வாக்கில் (இன்றைக்கு இரண்டாயிரத்து நாநூறு ஆண்டுகளுக்கு முன்னர்) மை தயாரித்து விட்டதாகத் தெரிகிறது. அதற்கு கரி, தாவரச் சாறுகளை அவர்கள் பயன்படுத்தியிருக்கிறார்கள். இதற்கு இந்தியாவில் நிலவிய பெயர் மசி. மசி என்ற சொல் தமிழில் மூலம் கொண்டதால் அக்கால இந்தியப் பகுதியில் இதைத் தயாரித்துப் பயன்படுத்தியவர்கள் தமிழர்கள் என்றும் ஊகிக்கலாம்.

பொ.உ. 17'ம் நூற்றாண்டு வாக்கில் இந்த மசி இந்தியாவில் இருந்து ஐரோப்பாவுக்கு ஏற்றுமதி செய்யப்பட்டதால் ஐரோப்பியர்கள் இதனை இந்தியன் இங்க் என்று அழைத்ததால், இதற்கு இந்தியன் இங்க் என்ற பெயர் ஏற்பட்டது.

தமிழரின் எழுது பொருட்கள்

எகிப்தியர்கள் பாப்பிரசுத் தாள்கள், மெழுகுச் சட்டகங்கள் போன்றவற்றை எழுதுபலகைகளாகப் பயன்படுத்தியிருக்கும் போது, தமிழர்கள் அவற்றோடு இணைந்து பெருமளவில் பனையோலைகளை எழுது பலகைகளாகப் பயன்படுத்தியிருக்கிறார்கள். காரணம் பதப்படுத்திக் காயவைக்கப்பட்ட பனையோலைகளை எளிதாக எழுது பலகைகளாகப் பயன்படுத்த இயலும் என்பதும், இவற்றில் எழுதுவதற்கு சாதாரணமாகக் கூரான ஒரு எழுத்தாணி போதும் என்பதும்தான். இதனால் எண்ணிலடங்காச் சுவடிகள் தமிழ் மொழியில் ஆக்கப்பட்டிருக்கின்றன. இரண்டாயிரத்து ஐந்நூறு ஆண்டுகளுக்கும் மேலாக மொழித் தொடர்ச்சி இலங்குவதற்கும் இந்த எழுதிக் கடத்தும் முறை ஒரு காரணம்.

இன்னொன்று, நன்றாகப் பாதுகாத்து வைக்கப்பட்டு, தீ நெருங்காது இருந்தால், பனையோலைச் சுவடிகள் மூன்று நூறாண்டு வரை கூட அழியாமல் இருக்கும் ஆற்றல் கொண்டிருந்தன. எனவே அவற்றின் எடையற்ற தன்மை, ஒப்பீட்டளவில் எளிதாக ஆக்க முடிவது மற்றும் நெடுங்காலம் நீடித்து நிலைத்து நிற்பது என்ற காரணங்களால் தென்னாடு எனும் இந்தியாவின் தமிழகப் பகுதியில் பல நூற்றாண்டு காலமாக சுவடிகளும் எழுத்தாணியும் பயன்படுத்தப்பட்டு வந்திருக்கின்றன. தொல்காப்பியம் எழுதப்பெற்ற ஓலைச்சுவடியே இன்று கிடைக்கிறது என்பதும் அதன் வரிவடிவங்கள் பெரிதும் மாறாத தமிழ் எழுத்துக்களை அன்றே கொண்டிருந்தன என்பதும் தமிழ் மொழியின் செறிவுக்கு இன்னொரு சான்று.

ஓலைகளைப் பயன்படுத்தும் முறை முற்றாகத் தென்னிந்தியாவில் தமிழர்களிடம் தொடங்கி தென்கிழக்காசியா முழுதும் தமிழர்கள் பரவி வாழ்ந்த இடங்கள் தோறும் பரவியிருக்கிறது. எப்போது முதன்முதலில் ஓலைகளைப் பயன் படுத்தத் தொடங்கினார்கள் என்று உறுதியாக அறுதியிட்டுக் கண்டறியப்படவில்லை. ஆயினும் தொல்காப்பியத்தின் காலம் பொ.உ.மு. 711 என்று கண்டறியப்பட்ட நிலையில், தொல்காப்பியத்தின் மூல முதல் ஓலை கிடைக்கப்பெற்று பாதுகாக்கப்பட்டிருக்கின்ற சூழலில் ஏறத்தாழ இரண்டாயிரத்தைநூறு ஆண்டுகளாகப் பனையோலைச் சுவடிகள் தமிழில் எழுதப் பயன் படுத்தப்பட்டு வந்திருக்கின்றன என்று சொல்லலாம்.

எழுதுவதற்குத் அணியம் செய்யப்படும் பனையோலைகள் முதலில் நடு ஓலைகளாகத் தேர்ந்தெடுக்கப்பட்டு, சீராக ஒரே அளவில் செவ்வக

வடிவில் தாள்களாக நறுக்கப்பட்டு பின்னர் வெந்நீரில் வேக வைக்கப்பட்டன; அவை பின்னர் நன்றாக வெயிலில் காயவைக்கப்பட்டு உலர்த்தப்பட்டன. இவற்றால் ஓலையின் துவளும் தன்மை மாறி எழுதுதாள் போல ஓலை பக்குவப்படுகிறது. பின்னர் வழுவழுப்பான கற்கள் கொண்டு ஓலைகள் தேய்க்கப்பட்டன. இவை ஓலைகளின் மேற்புறத்தைப் பளபளப்பாகவும், வழுவழுப்பாகவும் ஆக்கின. இந்த ஓலைப் பரப்பில் எழுத்தாணியால் எழுதுவது எளிதான செயலாக இருந்தது. மேலும் இவ்விதமாகப் பதப்படுத்தப்படும் ஓலைகள் எடை இல்லாததாக ஆயின. ஒரு பெரிய நூலை பத்திருபது சுவடிக்கட்டுக்குள் அடக்கி விடலாம் என்பது, ஒப்பீட்டளவில் உலகின் மற்ற பகுதியினர் எழுதி வைத்துக் கொண்டிருந்த எழுது பலகைகளைக் காட்டிலும் எளிதாகக் கையாளக் கூடியதாக இருந்தது.

இந்தச் சுவடிகளில் எழுதுவதற்கு குண்டெழுத்தாணி, வாரெழுத்தாணி, மடக்கெழுத்தாணி என்று பல்வேறு வகையான எழுத்தாணிகளைப் பயன்படுத்தினார்கள் தமிழர்கள். குண்டெழுத்தாணி, குண்டாகவும், அதிக நீளமில்லாமலும் இருக்கும். இதனைத் தொடக்க நிலையில் எழுதுபவர்கள் பயன்படுத்துவார்கள். இதில் எழுதும் போது எழுத்துகள் பெரிதாக இருக்கும்.

வாரெழுத்தாணி எனப்படுவது பின்பகுதி நுனி கத்தியாகவும் முன்பகுதி நுனி எழுத்தாணியாகவும் பயன்படுவது. நிறைய எழுதுபவர்கள், ஓலையை நறுக்கிச் சீர் செய்வதற்கு ஏதுவாக இந்த கத்தி அமைப்பும் எழுத்தாணியோடு இணைந்திருக்கும். இது சிறிது நீளமானது.

மடக்கெழுத்தாணி என்பது வாரெழுத்தாணிக்கே கைப்பிடி அமைத்த அமைப்புடையது. விலங்குக்

கொம்புகளில் ஒரு கைப்பிடி அமைத்து, எழுத்தாணி மற்றும் கத்தி இரண்டையும் இரண்டு முனைகளில் அமைத்து, தேவையில்லாத போது இரண்டையும் உள்மடக்கி வைத்துக் கொள்ளும் அமைப்புடையது இது. வாரெழுத்தாணி போலவே, ஆனால் ஒப்பீட்டளவில் கையாளப் பாதுகாப்பானது மடக்கெழுத்தாணி.

மைப்பேனா:

பொ.உ. *1827'*ல் ருமேனியாவைச் சேர்ந்த பெட்ராச்சி பொயநாரு *(Petrache Poenaru)* என்பவரே முதல் கொள்கலனுள்ள மைப்பேனாவைக் கண்டறிந்து அதற்கான காப்புரிமையைப் பெற்றார். இதற்கு முன்னர் பொ.உ. *1636'*ல் செருமானிய கண்டுபிடிப்பாளர் தானியேல் சுவெண்டர் *(Daniel Shwenter)* இறகுத் தூவல்களிலேயே இரண்டைச் சேர்த்துக் கட்டி ஒரு இறகுத் தூவலைக் குழல் போலப் பயன்படுத்தி அதில் மையை அடைத்து, மையடைத்த பேனா போலப் பயன்படுத்த முனைந்தார். அது ஓரளவு வேலை செய்தாலும் நீண்ட நேர எழுத்துப் பணிக்கெல்லாம் சரிப்படவில்லை. ஆனால் மையூற்றுப் பேனாவுக்கு (ஃபௌண்டன் பென்) அது ஒரு தோற்றுவாய் என்று கொள்ளலாம்.

பெட்ராச்சி காப்புரிமை பெற்ற ஓராண்டுக்குள்ளேயே வில்லியம் யோசேப்பு *(William Joseph)* பர்மிங்ஃகாம் நகரில் பெருமளவு எண்ணிக்கையில் மைப்பேனா நிப்புகளைத் தயாரித்து விற்பனை செய்யத் தொடங்கி விட்டார். இருபது ஆண்டு காலத்தில், *1850*க்குள் தங்கத்தில் இரிடிய முனை கொண்ட நிப்புகள் விற்பனைக்கு வந்தன. *1880* வாக்கில் அமெரிக்கரான வாட்டர்மென் தனது விற்பேரிலேயே (பிராண்ட்) ஐடியல் என்ற வகைப் பெயருடன் ஒரு

மைப்பேனா தயாரித்து வெளியிட்டார். *1904'* வரை மைப்பேனாக்களுக்கு உடையில் செருகி வைத்துக் கொள்ளும் வண்ணம் உள்ள பிடிப்பான்கள் (கிளிப்) இல்லை. *1904'*ல் வாட்டர்மென்னே இதனையும் மைப்பேனாக்களில் சேர்த்தார். *1907'*ல் ஒரு இரப்பர் பையைப் பேனாவுக்குள் வைத்து அதனை அழுத்தி வெற்றிடமாக்கி, மையை உள்ளிழுத்துக் கொள்ளும் வண்ணம் பிஸ்டன் முறை உள்ளடக்கிய மைப்பேனா வந்தது.

குமிழ்முனைப் பேனா (பால்பாயிண்ட் பேனா)

*1938'*ல் பால்பாயிண்ட் எனப்படும் குமிழ்முனைப் பேனா மை நிரப்பத் தேவையில்லாத வகையில் கண்டுபிடிக்கப்பட்டது. எனினும் *1888'*ல் யோன் லோட் *(John Loud)* என்பவரே முதல் குமிழ்முனைப் பேனாவுக்கான காப்புரிமையைப் பெற்றிருக்கிறார். அவர் தோல் பொருட்கள் வியாபாரி. தோல் பொருட்களில் மைப்பேனாவினால் எழுத இயலாத காரணத்தால் குமிழ்முனைப் பேனாவுக்கான தேவை இருந்ததால் இவர் இதனைத் தயாரித்தார்.

எனினும் தொடக்ககாலத்தில் இந்த சின்னஞ்சிறு குமிழ் முனை உள்ளேயும், வெளியேயும் ஓடிக் கொண்டே இருந்ததால் இதில் பல தோல்விகள் வந்தன. இருபதாம் நூற்றாண்டின் கிட்டத்தட்ட மத்தியப் பகுதியில்தான் சீராக இயங்கும் குமிழ்முனைப் பேனா புழக்கத்திற்கு வந்தது. *1945*ல்தான் பரவலாக குமிழ்முனைப் பேனா விற்பனைக்கு வந்ததாம். முதல்நாள் விற்பனையிலேயே *10000* பேனாக்கள் விற்றுவிட்டதாக அறிகிறோம். கூட்டத்தைக் கட்டுப்படுத்த இயலாமல் காவல்துறையை அழைத்திருக்கிறது அந்த நிறுவனம்.

பேனாக்கள் - சில சுவாரசியமான செய்திகள்

- உலகின் மிகப்பெரிய குமிழ்முனைப் பேனா இரண்டாயிரத்துப்பதினொன்றில் ஒரு இந்தியரால் தயாரிக்கப்பட்டது. இதன் எடை 37.250 கிலோ. நீளம் 5.5 மீட்டர். இதில் இந்திய புராண இதிகாசக் கதைகளின் படங்கள் வரையப்பட்டன. ஆசார்ய மாக்குனூரி ஸ்ரீனிவாசா *(Acharya Makunuri Srinivasa)* என்பவரே இதனைத் உருவாக்கியவர்

- ஒரு முறை முழுதாக மை நிரப்பிய ஒரு பார்க்கர் பேனாவிலிருந்து 8 கி.மீ. வரை நீளமான கோடு போட்டு விடலாமாம்.

- பேனாக்களைச் சேகரிக்கும் பொழுதுபோக்கிற்கு இசுடைலோபிலியா *(Stylophilia)* என்று பெயர்.

- பேனாவை வாயில் வைத்துக் கொண்டு யோசிப்பவர் எழுதுபவர் போன்றோர், தவறுதலாக பேனா மூடியை விழுங்கி விடுவதால் மட்டும் ஆண்டுக்கு 100 மரணங்கள் நிகழ்வதாக ஒரு புள்ளி விவரம் சொல்கிறது.

- ஒரு நொடியில் உலகில் 125 குமிழ்முனைப் பேனாக்கள் (பால்பாயிண்ட்) விற்பனையாகின்றன.

- அமெரிக்கர்கள் மட்டுமே ஒரு ஆண்டில் 106 பில்லியன் குமிழ்முனைப் பேனாக்களைப் பயன்படுத்துகிறார்கள். சுற்றுச் சூழல் மாசில் முக்கியப் பங்கு வகிப்பவை இந்த குமிழ்முனைப் பேனாக்கள்தாம். பயன்படுத்திய பிறகு சரியாகக் கையாளாத இந்த விளைகுப்பை, பெரும்பாலும் நீர்நிலைகளில் சென்று சேர்ந்து அதை மாசுபடுத்துகிறது என்று புள்ளிவிவரங்கள் சொல்கின்றன.

- கரையான்களின் உடலில் பெரோமோன் என்ற ஒரு வித மை சுரக்கிறது. கரையான் இந்த சுரப்புநீரைத் தனது உணவுப் பொருட்களின் மீது சுரந்து விட்டு அவற்றை அடையாளப்படுத்தி வைக்கிறது; இதனால் அவை மீண்டும் அந்த உணவுப் பொருட்களை இந்த வேதிப் பொருளின் வாசனையை வைத்து அடையாளம் காணும். நாம் பயன்படுத்தும், எழுத உதவும் பேனா மையிலும் இந்த பெரோமான் வேதிப் பொருள் உண்டு. இதனாலேயே எழுதப்பட்ட, அச்சிடப்பட்ட நோட்டுப் புத்தகங்களைக் கரையான்கள் அரித்து உண்கின்றன.

நவீன எழுது கோல்கள்

இருபதாம் நூற்றாண்டின் இறுதியில் இசுடைலசு *(Stylus)* எனப்படும் மின்னியல் எழுதுகோல்கள், திறன்பேசித் திரைகளில் எழுதும் வண்ணம் வந்துவிட்டன. இது இரண்டாயிரத்துப் பத்து வாக்கில்தான் பரவலாகப் பயன்பாட்டுக்கு வந்தாலும், பொ.உ. *1957'*லேயே டாம் டைமண்ட் *(Tom Diamond)* என்பவரால் கணினிப் பொருள்களின் மீதான பயன்பாட்டுக்கான இசுடைலேட்டர் வந்து விட்டது.

இன்றைய ஐபேட் போன்ற கருவிகளின் இசுடைலசு கருவிகள் மிக்க ஆற்றலுடையன. அவை *1000'*க்கும் மேற்பட்ட அழுத்த, பரப்புத் தொடு விசை வேறுபாடுகளைக் கொண்டிருப்பதாகச் சொல்கிறார்கள். இவை திரையில் எழுத மட்டுமல்லாது, வரைதல், பல்வேறுவிதக் கட்டுக் கோப்புகளை ஒன்றிணைத்தல் *(Bundling from various resources like images, text , dimensional objects)* எனப் பல்வேறு நுண்ணிய மற்றும் இனிமையான பயனாளர் அனுபவத்தைத் தரக் கூடியவை. ஒரு காலத்தில்

நாணல் கொண்டு எழுதத் தொடங்கிய மனித இனம் இன்று கைகளால் எழுதவே தேவையில்லாத முழுமையான கணினி சார்ந்த எழுது பழக்கத்திற்கு வந்து விட்டது என்ற நிலையை நினைத்துப் பார்த்தால் அது வியப்புக்குரியதுதான்.

இந்த முன்னேற்றம் மனித இனத்தின் எழுதும் வேகம் மற்றும் செயல்பாட்டைப் பெரிதும் மாற்றியிருக்கிறது என்று நிச்சயம் கருதலாம்; ஆனால் கையால் பேனாவைப் பிடித்து எழுதும் ஒரு உணர்வு நுண்ணியமும் அதற்குத் தேவையான நேர்த்தியும் நம் கைகளிலிருந்து பறந்து போய்விட்டன என்பதும், அவை மீளக் கிடைக்காதவை என்பதுமே நாம் நம்ப விரும்பாத உண்மைகள்.

13. சைவ சித்தாந்த சாத்திர வரலாறு

சித்தாந்தம் என்றால் என்ன?

உலகம் என்று குறிப்பிடும் போது உலகத்தில் உள்ள சடப்பொருள்கள், உயிர்கள், மனிதர்கள் என்ற அனைத்தையும் குறிப்பதுதான் அது. ஆனால் பொதுவாக எந்த ஒன்றையும் உருவகமாகக் குறிக்கும் போது, அந்த குறிப் பொருளில் அமைந்துள்ள உயர்ந்த ஒன்றைப் பற்றியே பொதுவாகச் சுட்டுகிறோம். சிறிது குழம்புகிறது இல்லையா? சிறிது விளக்கலாம். உலகம் என்பது உயர்ந்தோர் மாட்டு என்பது நிகண்டு சொல்லும் விளக்கம். உலகத்தில் வாழும் சகல சடப் பொருட்கள், விலங்குகள், மற்ற உயிரினங்கள், மனித இனம் என்ற அத்தனையிலும் சலித்தெடுத்த, மனிதர்களிலும் உயர்ந்து, சிறந்த எண்ணங்களைக் கொண்டு வாழ்கின்ற மனிதர்களையே உலகம் என்ற சொல் குறிப்பிடுகிறது என்கிறது நிகண்டு. ஆக, உலகம் என்ற சாதாரணமாகச் சொல்லக் கூடிய சிறிய ஒரு சொல் கூட, அந்தப் பொருண்மையில் இருக்கின்ற மிக உயர்ந்த ஒரு பொருளையே உருவகமாகச் சுட்டுகிறது.

அப்படி மனிதன் எவ்வாறு உலகின் மற்ற அனைத்து உயிரினங்களிலும் இருந்து, தன்னைப் போன்ற பல மனிதர்களிலும் இருந்து வேறுபட்டு நிற்கின்றான்? மற்ற உயிர்களிடத்து இல்லாத ஆறாவது அறிவாகிய பகுத்தறிவை, எந்த ஒரு மனிதன் செம்மையாகப் பயன்படுத்தி, சிந்தனையைச் சீராக வளர்க்கிறானோ, அவனொருவனே, மற்றவர்களிடமிருந்து வேறுபடுகிறான். இந்தச் சிந்தனையின் வளர்ச்சி, மனிதன் என்ற உயிர் மனிதன் என்ற வடிவமாகப் பிறப்பெடுப்பது, தற்செயலானது அல்ல என்ற நிலைக்கு அவனை வரவைக்கிறது. மானுட வாழ்வு என்பது ஒரு விபத்தல்ல என்பதும், மானுடனாகப் பிறக்க வைப்பதற்கான உயர்ந்த சில கோட்பாடுகள் மற்றும் அவற்றிற்கெல்லாம் மூலமாக உள்ள உண்மைப் பொருள் ஒன்று உண்டு என்னும் சிந்தனை நிலை வருகிறது. இந்தச் சிந்தனைநிலையை மேலும் மேலும் விரித்து ஆழ அகன்று அலசுவதே சித்தாந்தம்.

மனிதர்கள் உயிர்கள்; அவர்கள் பிறந்து வாழ்ந்து கொண்டிருக்கும் புறவியல் உலகம். உயிர்களும் உலகமும் இயைந்து இயங்குவதற்கான ஆற்றல் ஒன்று அவசியம். அது இறை ஆற்றல். இந்த மூன்று பொருள்களுமே அடிப்படை உண்மைகளாகின்றன. இந்த அடிப்படை உண்மைகளை விரித்து ஆய்ந்தவர்கள் பண்டைத் தமிழ் மக்களெனினும், அர்களில் சிறந்தவர்களை சித்தர்கள் என்றனர்.

சடப் பொருளாகிய உலகம், சிந்தனை செழித்து நிலவுகின்ற சித்துப் பொருள்களாகிய உயிர்கள், இவற்றை இணைத்து இயக்கும் இறைவன் என்ற மூன்றும் தொடர்பு கொள்ளும் இயல் சித்தாந்தவியல். இந்த இறைச் சக்தியை சிவம் என்ற அடையாளப்படுத்தி துலக்கம் தருவதால் அது சிவ

சித்தாந்தம் அல்லது சைவ சித்தாந்தமாகிறது. இந்த இறைசக்தி, எளிதில் விளங்கிக் கொள்ள இயலாததாக, மனிதனின் சிந்தனைக்கு அப்பாற்பட்டதாக இருப்பதால், அது கடவுள் என்றும் அழைக்கப் பட்டது.

சித்தம் என்பது சிந்தனையின் எண்ணம்; அந்தம் என்பது ஒன்றின் எல்லை. சிந்தனையின் உயர்வையும் எல்லையையும் சுட்டுவது சித்தாந்தம். இதில் சிவம் என்னும் பொருளின் ஈடுபாடு, தொடர்பு இவற்றையும் சேர்த்து சிந்திப்பது சிவ சித்தாந்தம் அல்லது சைவ சித்தாந்தம்.

சிவ வழிபாட்டின் தொன்மையும் விரிவும்

சிவம் என்ற சொல்லுக்குப் பொருள் செம்மை என்பது. செம்மை என்ற சொல் சிவந்தது என்று ஒரு நோக்கிலும், அனைத்திலும் நிகரற்ற நேர் உயர் தன்மை என்றும் பொருள் கொண்டது. சிவம் என்ற கடவுள் தத்துவம் அநாதியாக இந்திய நிலப் பகுதியில் நிலை பெற்றிருந்ததற்கு பல வரலாறு, நிலவியல் மற்றும் நூற்சான்றுகள் உள்ளன.

பொ.உ.மு. 3000 ஆண்டுகள் வரைக் கூட செல்லக் கூடிய சிந்து வெளி நாகரித்திலும் சிவம் என்ற வழிபாட்டு உருவம் இருந்ததற்கான சான்றுகளும், ஏராளமான சிவலிங்க வடிவுகளும், ஓகநிலையில் அமர்ந்திருக்கும் சிவ வடிவகளும் கிடைத்துள்ளன. அதே நேரம் இந்திய நிலப்பரப்பின் தென்பகுதியில் இருந்த தென்னாட்டிலும் சைவ மரபும் சிவ வழிபாடும் நிலை பெற்றிருந்தையும் சான்றுகள் சொல்கின்றன. கூடவே பல வகையான வழிபாடுகள் இருந்தாலும் சிவவழிபாட்டுக்கு தனித்து ஒரு பெரும் பங்கு தென்னாட்டிலும், சிந்து சமவெளியைச் சேர்ந்த

நிலப்பகுதியிலும் இருந்திருக்கிறது. இங்குள்ள மக்கள் அங்கும் பரவி வாழ்ந்தார்களா, அல்லது அங்கிருந்து இங்கு வந்து நிலை பெற்றார்களா என்பதெல்லாம் இன்னும் வலுவான ஆய்வுகளுக்கும் ஆய்வு முடிவுகளுக்கும் தேவையானவை. ஆயினும் அவை எல்லாவற்றிலும் பொதுக் கருத்தாய் நிலவுவது சிவம் என்னும் கடவுள், வழிபாட்டுத் தத்துவம் அங்கும் இங்கும் எங்கும் நிலை பெற்றிருந்தது என்பது.

மொகஞ்சதாரோ மற்றும் அரப்பா நாகரிகங்களின் போது அகழ்ந்தெடுத்த ஆய்வுப் பொருட்களின் மூலம், செம்புக் காலம், மற்றும் கற்காலத்துக்கும் முந்திய தொல் பழங்காலத்தில் சைவ சமய வரலாறு தொடங்குகிறது என்றும், உலகின் பழம் பெரும் சமயங்களுக்குள் பெரும் பழம் சமயமாக சைவ சமயம் திகழ்ந்திருக்கிறது என்றும் ஆய்வறிஞர் சர் யான் மார்சல் *(Sir Jhon Marshal)* குறிப்பிடுகிறார்.

'யோகிகளுக்குக்கெல்லாம் தலையாய யோகியாக சிவன் இருந்திருக்க வேண்டும்; அதனாலேயே அவருக்கு மகா யோகி என்ற பெயர் அமைந்தது. சைவத்தைப் போலவே யோக நெறியும் ஆரியருக்கும் முற்பட்ட மக்களிடையே தோன்றியதாகும். சிவன் தலைமை யோகி மட்டுமல்ல, விலங்குகட்கெல்லாம் தலைவர். பசுபதி. இந்த இயல்பினையே சிவனைச் சுற்றி நிற்கும் எருது, காண்டாமிருகம், யானை, புலி போன்ற விலங்குகள் உள்ள நிலை சுட்டுகிறது. இந்த சிந்துவெளிக் கடவுளின் தலையிலே அமைந்த கொம்புகள் பிற்காலத்தில் மூவிலைச் சூலமாக மாறியிருக்கலாம். இவற்றையெல்லாம் ஆய்ந்தால், பிற்காலத்தில் சிவனுக்கு அமைந்த தோற்ற நிலைகளின் மூல நிலைகளே சிந்துவெளி முத்திரைகளில் காணப்படுகின்றன என்று கருதலாம்' என்கிறார்.

அரப்பாவின் நாகரிகம் பொ.உ.மு. 4000 - 2500'க்கும் இடைப்பட்டது; சிந்துவெளி பொ.உ.மு. 2500-1500'க்கும் இடைப்பட்டது. அரப்பாவில் கிடைத்துள்ள சிலைகளில் இடது காலைத் தூக்கி, வலது காலைத் ஊன்றி நின்று நடம்புரியும் தோற்றத்தில் உள்ள ஆண்சிலையும் உண்டு. மேலும் குழந்தையை அணைத்தபடி இருக்கும் பெண்வடிவங்களும், அமைதி ததும்பும் அன்னை வடிவங்களும், அச்சம் ஏற்படுத்தும் முகத்தோற்றமுடைய பெண் வடிவங்களும் மொகஞ்சதாரோவில் கிடைத்திருக்கின்றன. இவை சக்தி வடிவத்தின் மூலங்கள் என்று கருதுகிறார்கள் ஆய்வாளர்கள்.

இவற்றோடு சிந்துவெளியிலும், அரப்பாவிலும் சிறிதும் பெரிதுமாகக் கண்டெடுக்கப்பட்ட சற்றேறக்குறைய ஆயிரத்துக்கும் மேற்பட்ட லிங்க வடிவங்களையும் கருத்தில் கொள்ளும் போது, சிவம் என்னும் கடவுட் தத்துவம் தொன்மையாக இந்திய நிலப்பரப்பில் வடக்கிலும் தெற்கிலும் நிலவியிருக்க வேண்டும் என்ற முடிவுக்கு வர முடிகிறது.

சிவலிங்கத்தின்அடிவட்டப்பொருள்மன்னுயிர்களின் நெஞ்சத் தாமரை என்றும், நிமிர்ந்த பாணம், நெஞ்சத் தாமரையின் உள்ளிழுந்தெழும் சோதியாய் சுடர் விட்டெழும் பரம்பொருள் எனவும் நிலவும் கருதுகோள் சிவலிங்க வடிவத்தின் நிலைபெற்ற விளக்கமாகும்.

சாத்திரம் என்பது

சரி. சித்தாந்தம் என்றால் என்ன என்று பார்த்தாகி விட்டது. சித்தம் - சித்தர் - உயிர் - சடப் பொருளான உலகம் - இறை, இறையான சிவம், சிவத்தின்

தொன்மை; இவற்றைப் ஆழ்ந்தறியும் அறிவு, சுருக்கமாக இதுதான் சைவ சித்தாந்தம்.

ஆனால் சாத்திரம் என்பது என்ன? முறை செய்வது, ஒழுங்கு செய்வது, சாசனம் செய்வது, அதை தொகுத்துக் கூறுவது. சாசனஞ் செய்வது சாத்திரம் என்பது சொல்மொழி. சிவநெறியில் சடப்பொருளான உலகுக்கும், சித்தங்களாக இருக்கும் உயிர்களுக்கும் உள்ள நெறி அடிப்படை உண்மைகளை, ஒழுங்குபடுத்தி, ஆணை என்ற அளவில் அறுதியிட்டுக் கூறுவது சாத்திரம் எனப்படும். சாத்திரங்களில் முதல் நூலான சாத்திரம் திருமந்திரம்.

சைவ சித்தாந்தத்தின் மூல நூல் என்றும் இதனைச் சொல்லலாம். மூலன் திருமந்திரத்தை ஆக்கினாலும், தலையாய சைவ சித்தாந்தக் கருத்துக்கள் திருமந்திரத்தில் பொதிந்து கிடந்தாலும், திருமந்திரத்தின் காலம் திருக்குறளை ஒட்டிய காலம் என்பது முதல் பொ.உ.500 வரை கூட பலவாறு சொல்லப்படுகிறது. பெரியபுராணத்தில் சேக்கிழார் திருமூலர் வரலாறைச் சொல்லும் போது மூவாயிரம் ஆண்டுகள் என்ற குறிப்பைத் தருவதாலும், திருவாவடுதுறை வரலாறு பொ.உ.இரண்டாம் நூற்றாண்டை ஒட்டிச் சொல்வதாலும், இன்றைக்கு 1500'லிருந்து, 1800 ஆண்டுகள் வரை முற்பட்ட சாத்திர நூல் என்று திருமந்திரத்தை எளிதாக வைக்கலாம்.

சைவ சித்தாந்த சாத்திரங்கள்

அந்த சங்ககாலத்திற்குப் பிறகான, களப்பிரர் காலத்தில் தொல் தமிழ் நாட்டில் நிலவிய எதற்கும் நிலவியல், நூலியல் சான்றுகள் கிடைக்கவில்லை. இதற்கான காரணம் எதுவாக இருப்பினும், பின்னர் வந்த பல்லவர் காலம் தொட்டு (ஏழாம் நூற்றாண்டிலிருந்து)

பதின்மூன்றாம் நூற்றாண்டு வரை சைவ, வைணவச் சமயச் சாத்திரங்கள், இலக்கியங்கள், சான்றோர்கள் பெருமளவு தோன்றினார்கள். வாழ்வியல் கூறுகளின் சிரமப்பாடுகள் குறைந்து, சமயக் கூறுகளின் சிறப்பியல்புகள் தெளிந்த அந்தக் காலகட்டத்தில், தென்னாற்காடு மாவட்டத்தில் திருவெண்ணெய்நல்லூரில் சைவ வெள்ளாளர் குலத்தில் தோன்றிய சுவேதனப் பெருமாளாகிய, பின்னர் மெய்கண்டார்' என்ற சிறப்புப் பெயரால் அழைக்கப்படப் போகிறவரே, சித்தாந்த சாத்திரத்தின் இரண்டாவது ஆகப் பெரிய நூலாகிய சிவஞானபோதத்தை எழுதுகிறார். இது முதல் நூல், எதன் வழியாகவும் நிகழ்ந்த வழி நூலல்ல என்பதற்கான ஆய்வுக் குறிப்புகள் நிறைய உள்ளன. சிவஞான போதம் முதலாக, பதினான்கு நூல்கள் சைவ சித்தாந்த சாத்திரங்கள் என்று வழங்கப்படுகின்றன. அவை:

1. திருவுந்தியார்
2. திருக்களிற்றுப்படியார்
3. சிவஞானபோதம்
4. சிவஞானசித்தியார்
5. இருபா இருபஃது
6. உண்மை விளக்கம்
7. சிவப்பிரகாசம்
8. திருவருட்பயன்
9. வினா வெண்பா
10. போற்றிப் பஃறொடை வெண்பா

11. கொடிக்கவி

12. நெஞ்சுவிடுதூது

13. உண்மை நெறி விளக்கம்

14. சங்கற்ப நிராகரணம்

இந்த நூற்பட்டியலை விளக்கவென்றே ஒரு வெண்பா பயின்று வருகிறது.

உந்தி களிறே உயர் போதம் சித்தியார்
பிந்திருபா உண்மை பிரகாசம்-வந்த அருள்
பண்புவினா போற்றிகொடி பாசமிலா நெஞ்சுவிடு
உண்மைநெறி சங்கற்பம் உற்று.

சிவஞான போதத்திற்கான சிறந்த உரை நூலாக விளங்குவது சிவஞான மாபாடியம் என்ற நூலே. இது சிவஞான முனிவர் என்பவரால் 1750'ல் எழுதப்பட்டது.

சித்தாந்தத்தின் உட்பொருள்

உலகின் சமயங்கள் அனைத்தும் இறைவன் உயிர்களைத் தோற்றுவித்தான்; உலகைத் தோற்றுவித் தான் என்கின்றன. ஆனால் சைவ சித்தாந்தம் மட்டுமே இறைவன் எவ்வளவு பழமையானவனோ அவ்வளவு உயிர்களும் பழமையானவை, அதுபோலவே தளைகளும் (உலகும்) பழமையானவை என்று கூறும். திருமந்திரம் இதனை

'பதி பசு பாசம் எனப் பகர் மூன்றின்

பதியினைப் போற்பசு பாசம் அநாதி' என்று கூறுகிறது.

பதி, பசு, பாசம் என்று சுருக்கமாக விளக்கப்பெறும் இதனை விளக்கிப் பேசும் நூல்களே மேலே குறிப்பிட்ட பதினான்கு சாத்திரங்களாகும்.

பழந்தமிழ் நூல்களில் ஆய்ந்து பார்த்தோமானால் சிவன் என்ற சொல் ஆளப்பட்டிருப்பது மிகக் குறைவு. ஆனால் சிவனின் பண்புப் பெயரான செம்மை என்ற சொல் பல இடங்களில் சமயங்குறித்து ஆளப்பட்டிருக்கிறது. சிறந்தது பயிலுதல் என்பதே செம்மையானது; அதுவே சிவமுமானது என்பது அறிஞர்கூற்று. எனவேதான் திருமந்திரம் சிறப்பெனும் செம்பொருள் என்று இதனைக் குறிப்பிடுகிறது.

14. எது இயல்பு? எது மாற்று?

(மண்ணின் மருத்துவ வரலாறு)

எது இயல்பு? எது மாற்று?

நமக்குப் பொதுவாக உடல்நிலை சரியில்லை என்றால் மருத்துவரைச் சென்று பார்க்கிறோம். அவர் நம்மைச் சோதனை செய்துவிட்டு, நம்மிடமும் என்ன செய்கிறது என்று விசாரித்து விட்டு மருந்துகளை அளிக்கிறார். அந்த மருந்துகளில் குணமாகிவிட்டால் நாம் அதோடு விட்டு விடுகிறோம். அந்த மருந்துகளால் குணமாகவில்லையென்றால், திரும்பவும் மருத்துவரிடம் போய்ப் பார்த்துக் குணமாகவில்லை என்கிறோம். அவர் வேறு சோதனைகளைச் செய்யச்சொல்கிறார்; அந்த சோதனைகளின் முடிவுகளைப் பற்றி நம்மிடம் விளக்குகிறார். அந்த முடிவுகளின் படி தனது கருத்தைக் கொண்டு மருந்துகளை மாற்றித் தருகிறார். அதிலாவது குணமானால் சரி, குணமாகவில்லை என்றால்?

அநேகமாக நாம் செல்லுவது வேறொரு மருத்துவரிடம். அல்லது இன்னும் பெரிய, கூட்டம் அதிகம் கூடக்கூடிய மருத்தவர்; அல்லது பல மருத்துவர்கள் இணைந்து பணி செய்யும், சேவையளிக்கும் மருத்துவ மனைகளுக்குச் செல்கிறோம். அவர்கள் மேலும் சோதனைகள் செய்கிறார்கள். அறுவைச் சிகிச்சை போன்றவை தேவைப்படும் நோய்கள் என்றால் அறுவைச் சிகிச்சைக்குப் பரிந்துரைக்கிறார்கள். அதில் நமக்குக் குணமானால் சரி, அதிலும் குணமாகவில்லை என்றால் என்ன ஆகும்..? மருத்துவர் இனி ஒன்றும் செய்ய இயலாது என்று சொல்லி விடுகிறார். அப்போது நாம் வேறு வழிகளில் நோயிலிருந்து விடுபட இயலுமா என்று சிந்திக்கிறோம். சிலர் மாற்று மருத்துவத்தில் முயலுங்கள் என்கிறார்கள்.

அதென்ன மாற்று மருத்துவம்? எனில் மேற்கண்டவாறான முறைகளில் நாம் முயன்ற மருத்துவ முறை என்ன..? இதைப் பற்றி என்றாவது சிந்தித்திருக்கிறோமா..?

மேற்கண்ட முறையில் பார்த்த மருத்துவ முறை அலோபதி மருத்துவம் அல்லது ஆங்கில மருத்துவம் என்று அறியப்படுவது. மாற்று மருத்துவம் என்று சொல்லப்படுவது பொதுவாக இன்று அலோபதி மருத்துவம் அல்லாத அனைத்து மருத்துவ முறைகளுக்குமே பொதுப் பொருளாக வந்து விட்டது. மாற்று மருத்துவம் என்ற சொற்புழக்கமே சரியா என்பதில் ஐயங்கள் உண்டு.

மாற்று என்பது உண்டெனில், எது இயல்பு?

இன்றைய பொதுக்கருத்தில் அறிவியல் தரும் தரவுகளின் அடிப்படையில்தான் நாம் பலவற்றையும் அணுகுகிறோம். அது சரியே. அந்த

அறிவியலின்படியான, நோய்களின் அறிகுறிகளும் வகைப்பாடு செய்யப்பட்டுள்ளன. அறிவியலின் படி, அளிக்கப்படும் அலோபதி மருந்துகள், இந்த அறிகுறிகளைத் தாக்கி, அந்த அறிகுறிகளுக்கு முற்றிலும் மாற்றான அறிகுறிகளை விளைவிக்கும் மருந்தை உடலுக்குள் செலுத்துவதன் மூலம், அந்த அறிகுறிகளை அழிக்கும் செயல்களைச் செய்கின்றன.

எனவே அறிகுறிகளின் படி செயல்படும் மருத்துவம் என்ற பொருளைத் தொடக்கத்தில் கொண்டிருந்த அலோபதி மருத்துவம், அந்த அறிகுறிகளுக்கான மாற்று அறிகுறிகளைத் தோற்றுவிக்கும் மருந்துகளைத் தயாரிக்கும் அமைப்புகளும் நிறுவனங்களும் இந்த மருத்துவமுறையின் பின்னால் பெரும் பலமாக விளங்குவதாலும், அவை நிறுவனமயப் படுத்தப்பட்டு விட்டதால், இப்போது இயல்பான மருத்துவ முறை என்று நிலைத்து விட்டது.

அது இயல்பு எனில் வேறு அனைத்து மருத்துவ முறைகளும் மாற்று மருத்துவம் என்று கொள்ளப்பட்டு விட்டன.

மாற்றே உண்மையில் இயல்பு

இந்த மாற்று மருத்துவ முறைகள் நாட்டுக்கு நாடு வேறுபடும்; ஏனெனில் மனிதன் தோன்றிய காலம் தொட்டு வளர்ந்து வந்த இந்த மருத்துவ முறை, அந்தந்தப் பிரதேசத்துக்குத் தகுந்த மருத்துவ முறைகளைத் தன்னகத்தே கொண்டிருந்தது.

பண்டைய இந்திய நிலப்பகுதியில், இது தென்னாட்டில் சித்த மருத்தவம் என்றும், வட இந்தியப் பகுதிகளில் ஆயுள்வேதம் என்ற ஆயுர்வேதமாகவும், அரபு தேசத்திலிருந்து வந்த முறைக்கு யுனானி என்றும், சீன தேசத்தில் பாரம்பரிய

சீன மருத்துவம் என்றும், செருமானிய தேசத்தில் ஓமியோபதி மருத்துவம் என்றும் பெயர் பெறுகிறது. பொதுவான சொற்பதமாக, மாற்று மருத்துவம் என்பது ஆங்கிலத்தில் கம்போஸிட் அண்ட் ஆல்டர்நேடிவ் மெடிசின் *(CAM)* எனப்படுகிறது. பெயரிலேயே புலப்படுவது போல மாற்று மருத்துவம் என்பது ஒரு 'முற்றான, முழுமையான மருத்துவ' முறை.

இந்த மாற்று மருத்து முறைகள் பொதுவாக இன்று ஐந்து வகைகளாகப் வகைப்படுத்தப் பட்டுள்ளன. அவையாவன,

1. அக்குபங்சர் எனப்படும் வருமப்புள்ளிகளில் செய்யப்படும் குத்தூசி மருத்துவம்
2. ஆயுள்வேதம்
3. ஓமியோபதி
4. தாவர வைத்தியம் என்ற சித்த வைத்தியம்
5. சீன மருத்துவம்

கவனமாகச் சிந்தித்தால், இந்த மாற்று மருத்துவ வகைப்பாடுகளில், அக்குபங்சர் தவிர மற்ற நான்கு மருத்துவ முறைகளிலும் தாவரங்களிலிருந்து பெறப்பட்ட மூலப் பொருள்களே பெரும்பங்கு மருந்துகளாக விளங்கியது புரியும்.

ஓமியோபதி, பூக்களின் சாறுகளைக் கலந்து செய்யப்பட்ட மாவு உருண்டைகளாகவே தோற்றம் பெற்றது. பின்னர் வேதிப்பொருட்களும் கலக்கப்பட்ட மருந்துகள் உருவாயின. ஆயுள்வேதம் தாவரங்களின் மருந்துகளில் இருந்தே பல மருந்துகளைப் பெறுகிறது. பின்னர் விலங்குப் பொருட்களும் (இளம் ஆட்டின் இறைச்சி போன்றவை) ஆயுள்வேத மருத்துவ முறைகளில் சேர்க்கப்பட்டன. சீன

மருத்துவத்தில் சில வகை பாம்புக் குட்டிகளும் கூட சேர்க்கப் படுகின்றன. ஆனால் பொதுவாக இந்த நான்கு மருத்துவ முறைகளிலும் தாவர மருந்துகளின் பயன்பாடு பெரும்பங்கு வகிக்கிறது.

அலோபதி மருத்துவம் செயல்படும் முறை

இன்றைய நமது பொதுவான மருத்துவமுறைக்கு அலோபதி மருத்துவம் அல்லது ஆங்கில மருத்துவம் என்ற பெயர் உண்டு. அலோபதி என்ற சொல்லுக்கு 'உடல் உபாதைகளைக் கையாளுவது' என்பது பொருள். அதாவது 'சிம்ப்டம்ஸ் ஹேண்டிலிங்' என்ற முறை. எவ்வாறு?

அலோபதி என்ற சொல்லுக்கு அகராதி தரும் பொருள் *- the usual method of treating disease with remedies that produce effects differing from those produced by the decease* என்பது.

அதாவது ஒரு நோயினால், நமக்குக் குளிர் ஏற்படுகிறது என்றால், அந்தக் குளிர் என்னும் அறிகுறிக்கு, எதிரான அறிகுறியை உடலில் விளைவிக்கும் மருந்தைப் பயன்படுத்துவது. அதாவது உடலுக்கு வெப்பத்தைத் தரும் ஒரு மருந்தைப் பயன்படுத்துவது. ஏனெனில், நமக்கு இதுவரை தெரிந்திருக்கின்ற அறிவியல் முறைகளின்படி, அந்தக் குறிப்பிட்ட நோய் உடலுக்குக் குளிரைத் தருகிறது என்ற உண்மைக்கு எதிராகப் பயன்படுத்த, அறிவியல் முறைகளின் படி உடலுக்கு வெப்பத்தைத் தரும் ஒரு பொருளைப் பயன்படுத்தும் போது, 'குளிர்' போய்விடும் என்ற முடிவின்படி செயல்படுவது. 'குளிர் போய்விடுவது' என்பது முழுதும் அந்த நோயிலிருந்து விடுபடுவதா என்ற கேள்வியை அலோபதி மருத்துவரிடம் கேட்டால் அவர் விடையளிக்க மாட்டார். நோயினால் வந்த குளிர் இல்லையெனில் நோயாளி சரியாகி

விட்டார் என்றுதானே பொருள்..? இதில் என்ன குழப்பம் என்று தோன்றுகிறதல்லவா..?

சரிதான்; நமக்கு நோயினால் வந்த 'அறிகுறி' மறைந்து விட்டதால், நாம் குணம் பெற்று விட்டதாகக் கருதலாம்தான். ஏனெனில் அதுவே அறிவியல் அளிக்கும் தரவு. அதில் தவறும் இல்லை. ஆனால் 'குணமாவதற்கும்', 'அறிகுறிகள் மறைவதற்கும்' மெல்லிய கோடளவு வேறுபாடு உண்டு என்பதை நாம் இந்த இடத்தில் உணர்ந்து கொண்டால் போதும்.

மாற்று மருத்துவத்தின் செயல்படு முறை

மருந்தைப் பற்றிப் பேசுவது மருத்துவம். மரு என்ற சொல்லுக்கு மலை என்றும், நறுமணம் என்ற பொருளும் உண்டு. மலைகளில் விளைந்த ஏதேனும் ஒரு நறுமணத்தைக் கொண்ட தாவரங்களிலிருந்தே மருந்துகளை ஆதி மனிதர்கள் கண்டார்கள். பண்டைய தென்னிந்தியாவைப் பொறுத்தவரை இந்தத் தாவரப் பகுதிகளைப் பக்குவம் செய்து மருந்துகளாக்கி எடுத்துக் கொண்டு உடல் கோளாறுகளைச் சரிசெய்து கொண்ட நெடிய வரலாறு உள்ளது. இதைச் செய்தவர்கள் சித்தர்கள். அதனால் அதன் பெயர் சித்த மருத்துவம். தாவரங்களில் இருந்து செய்தார்கள் என்றால் தாவர மருத்துவம் என்றல்லவா இருக்க வேண்டும்; ஏன் சித்த மருத்துவம்..?

ஏனெனில் தொடக்கத்தில் சித்தர்கள் அந்த மருத்துவத்தை வளர்த்தெடுத்ததால். அதனால் பின்னாட்களில் சித்தர்கள் அல்லாதவர்களானாலும், அந்த மருத்துவ முறையைப் புழங்குபவர்களை சித்த மருத்துவர்கள் என்றார்கள்.

சித்தர் என்றால் யார்? மனிதனுக்கு உள்ளிடைக் கூறுகள் நான்கு உண்டு. அவை மனம், புத்தி,

சித்தம், அகங்காரம் என்பன. தமிழ்ச்சொற்களின் வழி, மனம், அறிவு, சித்தம், இலக்கு. மனத்தின் படி, விரும்பி அறிவின் வழி முறைகளைத் தேர்ந்து, இலக்கில் தீர்மானமாக இயங்கும் வல்லமை பெற்று இயங்கும் சித்தம், அடைவதன் பெயர் சித்தி. ஆகையினால் சித்தர்களில் வெற்றியடைந்தவர்கள் சித்தர்கள். சித்தர்கள் கண்டறிந்த உண்மைகளில் சித்த மருத்துவமும் ஒன்று. இது தவிர அட்டாங்க யோகம் என்று எட்டுவிதச் சித்திகளை சித்தர்கள் பயின்றார்கள்.

இந்தச் சித்த மருத்துவ முறைகளில் காரண காரியங்களால் உடலைச் சோதித்து, எவ்விதக் காரணிகளால் உடல் அழிகிறது என்பதை அறிந்து, உடம்பைப் பொய்யென்று சொல்லுதற்குப் பதிலாக, மெய்யென்று ஆக்கி, உடலின் மூலம் தனது யோக, ஆன்மசாதனைகளைச்செய்து, உடல்மூப்படைவதைத் தடுத்தவர்கள் என்ற அளவுக்குச் சித்த மருத்துவச் சுவடிகளில் பல குறிப்புகள் உள்ளன. உலோகங்கள், மருந்துகள் போன்றவற்றைக் குறிப்பிட்ட விகிதத்தில் முறைசெய்து ஆக்குவித்த ககனக் குளிகைகள் போன்றவற்றைச் செய்தார்கள் என்றும், இவை நினைத்த நேரத்தில் நினைத்த இடத்துக்கு அவர்கள் செல்ல உதவின என்றெல்லாம் சுவடிச் செய்திகள் உள்ளன. இவற்றை அறிவாலோ, தெளிவாலோ நாம் இன்று உணர்ந்திருக்காவிட்டாலும், சித்தர்களின் அனுபவங்களை அறிந்தவர்கள், அவர்கள் கைக்கொண்ட எல்லையில்லா உடல் ஆற்றல், குறைந்த, மிகக் குறைந்த அளவு உணவை உண்டு மிக அதிக அளவு உடலின் பயனைப் பெறுதல் போன்றவற்றை அவர்கள் சாதித்திருப்பதைக் கண்டிருக்கலாம். இதை விளக்கப் புகுந்தால், இது மாற்று மருத்துவக் கட்டுரையிலிருந்து சித்தாந்தக் கட்டுரையாகிவிடும்.

சுருக்கமாக... இந்த மருத்துவ முறைகள் தாவர மருந்துகள், உடலைப் பழக்கும் யோகம், கட்டான, திட்டமான குறைந்த அளவான, இயற்கையான, ஊட்டச்சத்து நிரம்பிய உணவு முறை போன்றவை அடங்கியது. இவற்றைக் கண்டறிந்தவர் யார்? எப்போது தோன்றியது?

சித்த மருத்தவத்தின் தோற்றம் மற்றும் பயன்பாடு

இந்தியாவில் மனிதர்கள் கிருத்துவின் காலத்திற்குப் பல்லாயிரம் ஆண்டுகளுக்கு முன்னரேயே வாழ்ந்திருந்த சாத்தியக் கூறுகள் உள்ளன. பண்டைய இந்திய நிலப்பகுதியின் மருத்துவ முறைகளைப் பற்றி அறிய, காலப் பகுதியை வரலாற்றுக்கு முந்தைய காலம், வரலாற்றுக்குப் பிந்தைய காலம் என இரு பிரிவுகளாகப் பிரிக்கலாம். வரலாற்றுக்கு முந்தைய காலம் என்பதைப் பழைய கற்காலம் தொடங்கி, வரலாறு எழுதப்பட்ட காலம் வரை என்று கொள்ளலாம்.

உலகில் உயிர் எப்போது தோன்றியது என்று அறுதியிட்டுக் கூற இயலாது. உலகின் வயது நான்காயிரத்து ஐம்பது கோடி ஆண்டுகள் என்பது அறிவியலின் கணிப்பு. சில இலக்கம் ஆண்டுகளுக்கு முன்னர் மனிதன் பூமியில் தோன்றியிருக்கலாம்.

இன்றைய தமிழகத்துக்குத் தெற்கே, கடல் கொண்டு போன நிலப்பகுதியில் நாற்பத்தொன்பது நாடுகள் இருந்ததாக, சிலப்பதிகார உரையெழுதிய அடியார்க்கு நல்லார், குமரி மலைத்தொடர், பன்மலைத்தொடர், பக்றுளி ஆறு, தென்பாலி முகம், கொல்லம் ஆகியன பற்றி விளக்கமாகக் குறிப்பிடுகிறார்.

மேலும் இரண்டாயிரத்தைந்நூறு ஆண்டுகளுக்கு முன்னரான ஆதிச்சநல்லூர் நாகரிகம் சிறப்புடன்

இருந்ததை இன்று தொல்லியல் ஆய்வுகள் வழி அறிகிறோம். நான்காயிரம் ஆண்டுகளுக்கு முன்னரே தமிழகத்தில் கொள்ளு, பாசிப்பருப்பு போன்றவற்றைப் பயிரிட்டதற்கான ஆதாரங்கள் கிடைக்கின்றன.

எனவே அக்கால மனிதர்கள் நோய்வாய்ப்பட்ட போதும் பிரயோகிக்க மருத்துவ முறைகள் இருந்திருக்க வேண்டும். ஆனால் என்ன காரணம் பற்றியோ அவை பற்றிய சுவடிகள், குறிப்புகள் கால உறுதியுடன் கிடைக்கவில்லை. இன்றுள்ள சித்தமருத்துவம் தொடர்பான சுவடிகள் நமக்குக் கிடைப்பவை மிகப் பிற்காலத்தில் கிடைத்தவை. ஏனெனில் சங்ககாலத்திற்கு முன்னர்த் தொட்டு இந்த மருத்துவமுறைகளைப் பயன்படுத்தி வாழ்ந்திருந்த தென்னாட்டு மக்கள் அதை ஆவணப் படுத்தினார்களா அல்லது ஆவணப் படுத்தியவை தொலைக்கப்பட்டனவா என்பது சரிவரத் தெரியவில்லை.

ஆளும் மன்னர்களில் தஞ்சையை ஆண்ட சரபோஜி மன்னர் காலத்தில்தான் அரசு முறையில் நாட்டு மருத்துவம் என்று சொல்லப்படுகின்ற உள்நாட்டு மருத்துவ முறைகளுக்கான சுவடிகள், நூல்கள் சேகரிக்கப்பட்டு, அந்த மருத்துவ வல்லுனர்கள் அரசாலும் ஆதரிக்கப்பட்டதற்கான வரலாற்றுச் சான்றுகள் இருக்கின்றன. மருந்துகள் செய்யும் முறைகள் விளக்கப்பட்டு, மருந்து செய்யும் நிலையங்களை அமைக்க உதவிகள் செய்யப்பட்டு, மருந்துகளும் மக்களுக்குக் கொண்டு வரப்பட்டிருக்கின்றன.

நூற்குறிப்புச் சான்றுகளின் படி பார்த்தால், தொடக்க காலத்தில் நவநாத சித்தர்கள் என்ற ஒன்பதின்மரே,

சித்தர்களாக விளங்கி தமது சீடர்களுக்குச் சித்த மருத்துவத்தைக் கற்பித்திருக்கிறார்கள் என்றும், அவர்களது சீடர்களாக பதினெண் சித்தர்கள் விளங்கினார்கள் என்ற குறிப்புகளும், பல சித்த மருத்துவம் தொடர்பான பாடல்களில், 'இவ்வாறு அகத்தியர் சொன்ன குறிப்பின் படி இந்த மருத்துவ முறை விளக்கப்படுகிறது' என்ற கூற்றும் வருவதால், குரு, சீடர் வழியாக வாழையடி வாழையாக இந்த சித்த மருத்துவ மரபு வந்திருக்கிறது என்பதை உணரலாம்.

திருக்குறளின் சிறப்பைச் சொல்லும் திருவள்ளுவ மாலையில் உள்ள ஒரு பாடலில்,

சீந்தி நீர்க்கண்டந் தெறி சுக்குத் தேனளாய்
மோந்தபின் யார்க்கும் தலைக்குத்தில்-காந்தி
மலைக்குத்து மால்யானை வள்ளுவர் முப்பாலில்
தலைக்குத்து தீர்வு சாத்தற்கு.

என்ற குறிப்பின் படி அக மருத்துவம், புற மருத்துவம், அறுவை மருத்துவம் என்ற பலவகை மருத்துவ முறைகளும் அக்காலகட்டத்தில் வாழ்ந்திருக்கக் கூடிய சாத்தியங்கள் தெரிகின்றன.

வரலாற்றுச் சான்றாக, சோழர்களின் ஆட்சிக் காலத்தில் பொதுமக்களுக்குத் தேவையான ஆதுரசாலைகள் நிறுவப்பெற்று, அவைகளுக்கு மருந்துகள் வாங்கவும், மருத்துவம் அளிக்கவும் அரசால் சிறப்பு உதவிகள் செய்யப்பட்டதற்கான சான்றுக் குறிப்புகள் உள்ளன.

மேலும் போகர் நிகண்டு என்ற நூலின் 196ஆவது பாடலில்,

வாரப்பா அறுபத்து நாலுமர புள்ளே
மகத்தான சீடவர்க்கம் கோடியாயிடுச்சே
சீரப்பா சீடவர்க்கம் சீடர்களைச் சொல்ல
சிற்றண்டம் பேரண்டம் பரவிச்சப்பா

என்ற பாடல் தரும் குறிப்பின் படி இந்தச் சித்த மருத்துவர்கள் தமது தேசம் தவிர பல பிற தேசங்களுக்கும் பரவிச் சென்று மருத்துவ முறைகளைக் கைக்கொண்டிருக்கலாம் என்ற சாத்தியம் புலப்படுகிறது. இந்த மருத்துவர்கள் சீனம், அரபு தேசம், எகிப்தியம் போன்ற நாட்டுப் பிரதேசங்களில் பரவிய போது, அங்கே கிடைத்த தாவர மருத்துவ முறைகளை இணைத்ததால், அந்தந்த மாற்று மருத்துவமுறைகள் சிற்சில மாற்றங்களுடன் வேறு பெயர்கள் கொண்ட, ஆனால் தாவரங்களின், மூலிகைகளின் வழியான சித்த மருத்துவ முறைகளின் திரிபு வகைகளாகத் தோன்றியிருக்கலாம் என்பதற்கும் சாத்தியங்கள் உள்ளன.

நாம் பயன்படுத்தும் ஏலக்காய், அதிமதுரம் போன்ற சித்த மருத்துவத் தாவர மருந்துகளைப் போன்றே, ஆனால் ஒப்பிடும் போது அளவில் பெரிய (ஒரு அரைநெல்லி அளவுள்ள ஏலக்காய் மற்றும் தடிமனாக அதிமதுரக் குச்சிகள்) போன்றவற்றை, சீனத்தின் பாரம்பரிய மருத்துவமுறை இன்றும் பயன்படுத்தப்படுகிறது.

எனவே தென்தமிழ்நாட்டின் சித்த மருத்துவ முறையும், அவர்கள் வழியாக சித்த மருத்துவத் தாவரங்களும் உலகெங்கும் சங்ககாலத்திற்குப் பிறகு பரவியிருக்கும் சாத்தியங்கள் நிச்சயமாக உண்டு.

சித்த வைத்தியத்தில் பதார்த்த குண பாடம் என்ற சொல்லாடல் உண்டு. இது ஒரு பண்டம் (உணவு அல்லது மூலிகை), அதன் பண்புகள் (குணம்), அதைப் பயன்படுத்தியதால் கிடைக்கும் பாடம், அறிவு என்ற மூன்றும் ஆவணப்படுத்தப் படுவது, ஒவ்வொரு சிறு தாவரத்திலிருந்து, பெரும் மருந்துகள் வரை உண்டு. சுக்கிலிருந்து, மிளகிலிருந்து, ஒவ்வொரு

தாவரத்திற்கும், ஒவ்வொரு மூலிகைக்கும் இந்தப் பதார்த்த குணபாடக் குறிப்புகள் உண்டு. தாவரங்கள் தவிர தங்கம், வெள்ளி, பாதரசம் போன்ற உலோகங்களை மூலிகைகள் சேர்த்து வேகவைத்துத் தூளாக (பற்பம்) மாற்றி மருந்தாகப் பயன்படுத்தும் முறையும், இரசக்கட்டு என்று சொல்லப்படுகின்ற நில்லாமல் ஓடுகின்ற பாதரசத்தை மூலிகைகள் சேர்த்துக் கட்டி திடவடிவில் மாற்றக் கூடிய மருத்துவ முறைகளும் (இதை இரசமணி முறை என்று சித்தவைத்தியம் கூறுகிறது) தங்கம் என்ற அரிய உலோகத்தை உருவாக்கக் கூடிய இரசவாத முறைகளும் விளக்கப்பட்டிருக்கின்றன. இவற்றில் அனுபவபூர்வமாக பற்பம் சேர்க்கும் முறையே இன்று வரை வாழ்ந்திருக்கிறது. மற்ற முறைகள் வழிவழியாக வந்தவர்கள் அல்லது பயனாளர்கள் இல்லாத காரணத்தால் மறைக்கப்பட்டோ, மறைந்தோ போய்விட்டன.

இது தவிர பெரும் முக்கியத்துவம் வாய்ந்த, வியக்கத்தக்க பயன்களைத் தரும் காயகல்ப மூலிகை முறைகள் என்பவையும் உண்டு. இவை மனித உடல் மூப்படைவதைத் தடுத்து இளமையையும், கட்டையும் நிலைநிறுத்துகின்ற முறைகள் என்ற குறிப்புகளோடு உள்ளவை. இவற்றை முறையாகவும், ஆற்றலோடும் பயன்படுத்தும் திறன்வாய்ந்த சித்தர்கள் இந்நாட்களில் இல்லை.

சித்த வைத்திய நூல்களில் இன்று கிடைத்துள்ளவற்றில் இந்த போகர் நிகண்டு போன்ற பல நிகண்டு நூல்கள் உள்ளன. இதே போன்று ஆயுள்வேதம் தொடர்பாகவும் இதேவித நிகண்டு நூல்கள் நிறைய உள்ளன. எனவே சித்தவைத்தியத்திற்கும், ஆயுள்வேத மருத்துவ முறைக்கும் ஆதிநாட்களில் ஒன்றிய தொடர்பு இருந்திருக்கும் சாத்தியங்கள் உண்டு.

ஆயுள்வேத வரலாறு

ஆயுள்வேத வரலாற்றின் ஆரம்பக் குறிப்புகள் வடமொழியின் ஆரம்பக் குறிப்புகளான நான்கு வேத நூல்கள் என்று சொல்லப்படுகின்ற ரிக்கு, யசூர், சாமம், அதர்வணம் என்ற நான்கு வேதங்களிலும் ஆங்காங்கே காணப்படும் மருத்துவக் குறிப்புகளாகத் தொடங்குகின்றன. பெரும்பாலும் இவை அதர்வண வேதத்தில்தான் அதிகம் கிடைக்கின்றன. அதர்வண வேதத்தின் இருபது காண்டங்கள், ஒன்பது கிளைகளாக உள்ளன. இந்த ஒன்பது கிளைகளில் சௌநாகம், பிப்பலாதம் என்ற இரு கிளைகளின் சாரம் மட்டுமே இப்போது கிடைக்கின்றன. ஆயுள்வேதம் பற்றிய பெரும்பாலான குறிப்புகள் சௌநாகம் பிரிவில் உள்ளன.

இவை தவிர வடமொழி நூல்களின் வரலாற்றுக் குறிப்புகளான பாணினியின் இலக்கண நூலான *'அச்டத்யாயி'*, கௌடில்யரின் *'அர்த்த சாத்திரம்'*, பில்கனரின் *'ராசதரங்கிணி'*, காளிதாசனின் *'மாளவிகாக்னிமித்ரம்'*, பாசனின் *'ச்வப்ன வாசவதத்தா'* போன்ற நூல்களின் கிடைத்துள்ள குறிப்புகளின்படியே ஆயுள்வேத மருத்துவரில் குறிப்பிடத் தக்கவரான சரகரின் காலம் கணிக்கப்படுகிறது.

சீனப் பயணியான பாகியான் (399-414), யுவான்சுவாங் *(629-644)* போன்ற இருவரின் பயண நூல்களின் மூலமும் அன்றைய இந்தியப் பகுதியில் நிலவிய மருத்துவ முறைகள் பற்றிய குறிப்புகள் பல கிடைக்கின்றன.

இசுலாமிய எழுத்தாளரான அல்-பெருனி *(973)* முகம்மது கஜினி இருந்த காலத்தைச் சேர்ந்தவர். அவர் தனது மருத்துவம் பற்றிய குறிப்புகளில்

சரகரைப் பற்றிக் குறிப்பிடுகிறார். அசோகரின் கிர்னார் கல்வெட்டில் விலங்குகளுக்கும் மனிதர்களுக்கும் மருத்துவம் அளிக்கப்பட்ட குறிப்புகள் இருக்கின்றன.

முற்குறிப்பிட்டபடி அதர்வண வேதத்தின் சௌநாகப் பிரிவில் உள்ள செய்திகளின் படி, ஆயுள்வேதத்தில் திரிதாதுகள் என்ற வாதம், பித்தம், கபம் பற்றிய அறிவு, உடல்கூறு பற்றிய அறிவு, கிருமிகள் என்ற நோய்கள் பற்றிய அறிவு, பல்வேறு மூலிகைகள் பற்றிய குறிப்புகளும் அவற்றின் பயன்பாடுகளும் குறிப்பிடப்பட்டுள்ளன. மேலும் நோய்களின் பெயர்கள், அந்த நோய்களுக்கான காரணங்கள், விடவைத்திய முறைகள், அறுவை சிகிச்சை முறைகள் போன்றவை பற்றிய விளக்கங்கள் உள்ளன. மேலும் தெய்வ வழிபாடுத் தேவையும், இறையருளும், நோய் தீரத் தேவையானவை என்ற குறிப்பும் உள்ளது.

ஆயுள்வேத மருத்துவ நூல்களில் குறிப்பிடத் தகுந்தவை சரகர் எழுதிய மருந்து மற்றும் மருத்துவ முறைகள் பற்றிய நூலும், சுச்ருதர் எழுதிய அறுவை மருத்துவ முறை பற்றிய நூலும் முக்கியத்துவம் வாய்ந்தவை.

சித்தம் - ஆயுள்வேதம் - பொதுத் தன்மைகள்

இரண்டு மருத்துவ முறைகளும், நாம் பயன்படுத்தும் உணவு, நீர், வாழும் புறச்சூழல் பற்றிய நிறையப் பேசுகின்றன. நோய், அதைத் தணிக்கும் அல்லது தீர்க்கும் முறை என்றில்லாமல் பொதுவாக, நோயில்லாது வாழும் முறைமை பற்றி இரு மருத்துவ முறைகளும் பேசுகின்றன.

சுற்றுச்சூழலும், தட்பவெப்பமும், மனநிலையும் எவ்வாறு உடலைப் பாதிக்கும் என்று இரண்டு மருத்துவ முறைகளும் பேசுகின்றன.

இரண்டு மருத்துவ முறைகளும் பெரும்பான்மைத் தாவர மூலிகைகளிலிருந்து மருந்துகளைப் பெறுகின்றன.

இதில் சித்த மருத்துவ முறைப்படி சாதாரண உணவின் வழியிலேயே மருத்துவத்தின் தினப்படிப் பலன் விளைவுகளைப் பெற வலியுறுத்துகிறது. முடக்கத்தான் கீரைத் துவையல், இரசம், மிளகு இரசம், ஆடாதொடை அரைத்துக் கலந்த தோசை, மிளகும் மஞ்சளும் கலந்த பாலின் பயன்பாடு, இளநீர் பயன்பாட்டு மருத்துவம் (உணவின்றி சிலநாட்களுக்கு இளநீர் மட்டுமே உட்கொண்டு, உடலைச் சுத்தி செய்யும் முறை) என்று ஏகப்பட்ட உணவு முறைகளிலேயே, உடலுக்கு வலிவும், சிறு நோய்களேற்படாமல் பாதுகாத்துக் கொள்ளும் தன்மையும் சித்த மருத்துவம் பரிந்துரைக்கிறது. எனவேதான் திருக்குறள், மருந்து என்னும் அதிகாரத்தில், உணவின் வழியே, உணவைத் தேவையான அளவு மட்டும் தேவைப்படும் முறையில் மட்டும் உண்ணக் கற்றாலே, அதுவே மருந்து என்று அறிவுறுத்துகிறது.

எதைத் தள்ளி, எதைப் பெற...

எந்த மருத்துவமுறையும் எல்லா நோய்களையும் தீர்க்காது. பல்லாயிரக்கணக்கான ஆண்டுகள் கையாண்டு, நல்ல பலன்களைப் பெற்ற ஒரு மருத்துவ முறையை இன்று மாற்று மருத்துவம் என்று ஒதுக்கி வைத்திருக்கின்ற நமது அறியாமையைப் போன்ற அறியாமைச் சமூகம் உலகில் வேறொன்றிருக்குமா?

இன்றைய அறிவியல் மருத்துவம் அளிக்கும் மருத்துவ சாத்தியங்கள் மிக நன்மை பயப்பவையே; ஐயமில்லை. ஆனால் தினப்படி வாழ்வு முறையில்

சித்த மற்றும் ஆயுர்வேத மருத்துவ முறையின் சாத்தியங்களைப் பரிசீலித்து அவற்றைக் கைக்கொள்வதன் மூலம் சாதாரண நோய்களில் இருந்து பெரும் பக்க விளைவுகள் இல்லாது, குறைந்த செலவுடன் நாம் 'குணமடையும்' சாத்தியங்கள் நமது நாட்டு நிலப்பரப்பு சார்ந்த மருத்துவமுறைகளில் உண்டு.

இந்தச் சாத்தியங்களை உணரவும், இவற்றைப் பற்றித் தேடிப் படித்தறியவும், அறிந்தவர்களிடமிருந்து பயன்படுத்தவும், தினப்படி பயன்பாட்டு மூலிகைகளை வீட்டிலேயே வளர்க்கவும் தொடங்கினாலேயே நமது வாழ்வு இன்னும் ஆரோக்கியம் நிறைந்த வாழ்வாக மாறும் என்பதில் ஐயமில்லை.

15. இசை – இளையராசா

இசை இல்லாமல் தமிழர் வாழ்வு இருந்ததில்லை. நமது வாழ்விலும் மொழியிலும் இசையின் தாக்கம் எத்தகையது என்பதற்கு நூற்றுக்கணக்கான எடுத்துக்காட்டுகளை அளிக்க முடியும். தமிழ்மரபின் மூத்த இறைவடிவமான சிவனையே கூத்தன் என்ற அடைமொழி கொடுத்து வழங்கிய இசைப்பெயரின் மூலம் அது இயல்பாக விளங்குகிறது.

தமிழில் விளங்கும் அரிய இசை நூலான கூத்தநூலின் தோற்றுவாயில் (ஆசிரியர் சாத்தனார்)

> மோனத்து இருந்த முன்னோன் கூத்தில்
> உடுக்கையில் பிறந்தது ஓசையின் சுழலே
> ஓசையில் பிறந்தது இசையின் உயிர்ப்பே
> இசையில் பிறந்தது ஆட்டத்தின் இயல்பே
> ஆட்டம் பிறந்தது கூத்தினது அமைவே
> கூத்தில் பிறந்தது நாட்டியக் கோப்பே
> நாட்டியம் பிறந்தது நாடக வகையே

என்று இசைத்தல் எவ்வாறு இயலுக்கும் நாடகத்துக்கும் இயைவாக இணைந்து நின்றது என்று தெற்றென விளக்கும் பாடல் உண்டு.

மக்களிடை திகழ்ந்த இசை வரலாறு

பண்டைத் தமிழ் நிலப்பகுதியை எப்போது ஐந்திணைகளாகப் பிரித்தார்களோ அப்போதே, யாழ் என்ற இசைக்கருவி திணைக்குரிய இசைக்கருவியாக அடையாளப்பட்ட பழந்தமிழ்க் காலத்திலேயே இசையறிவுப் பரிச்சயம் இருந்ததை உணரலாம். பிற்பாடு காலவரிசைப்படி...

- சிலப்பதிகாரப் பெருங்காப்பியத்தில் (இரண்டாம் நூற்றாண்டு) இசையும் நாடகமும் பற்றிக் கூறும் இடங்களில் இசைக்குரிய பெரும் கருவூலமே தென்படுகிறது. இலக்கியம் மட்டுமின்றி, மக்களின் வாழ்விலும், விளையாட்டிலும், பொழுதுபோக்கிலும் இசை பெற்றிருந்த பெரும்பங்கு சிலம்பில் சிறப்பாக ஆவணப்படுத்தப் படுகிறது.

- தொடர்ந்து பஞ்சமரபு என்ற இசை இலக்கண நூலில் (ஒன்பதாம் நூற்றாண்டு) இசை இலக்கணமும்;

- காரைக்காலம்மையார் (ஐந்தாம் நூற்றாண்டு) இந்தளம், நட்டபாடை என்ற இரு பண்களை அளிப்பதும்;

- அப்பர், சுந்தரம், மாணிக்கவாசகர் மூவரும் இணைந்து 23 பண்களைப் பாடித்தருவதும் (ஒன்பதாம் நூற்றாண்டு வரை)

- திருவிசைப்பா காலத்தில் சாலாபாணி என்ற தேவாரத் திருமுறைகளில் காணாத ஒரு பண் ஆக்கப்படுவதும் (ஆண்டு பொ.உ.900 - 1050 வரை)

- இரண்டு நிகண்டு நூல்கள் பண்களுக்குரிய அகராதி நோக்கோடு வழங்கும் செய்திகளும் (பொ.உ 900 - 1000)

- இயல்நூல்களான கல்லாடமும் (பதினொன்றாம் நூற்றாண்டு) நம்பி திருவிளையாடலும் (பதின்மூன்றாம் நூற்றாண்டு) இசைச் செய்திகளைத் தொகுத்துரைப்பது என்பது இசை மரபு என்பது மக்களுக்குரிய பொதுச் சொத்தாக இருந்ததை விளக்குகிறது.

ஒப்பீட்டளவில் இதே காலகட்டத்தில் வடமொழியில் எழுந்த சாமகானமும் (சாம வேதம்), சங்கீத ரத்னாகரமும் (13'ம் நூற்றாண்டு) இசை பற்றிப் பேசுகின்றன.

பதினொன்றாம் நூற்றாண்டு வரை இராகம் என்ற சொல் ஆக்கப்படவில்லை. இசையின் அடையாளங்கள் பண்களின் வழியே மட்டுமே குறிக்கப்பட்டன.

பன்னிரண்டாம் நூற்றாண்டில் சோழர்களின் தேய்வுக்குப் பிறகு, அன்னியர்களின் ஆதிக்கமும் படையெடுப்புகளும் அதிகரித்து இசையும் கலைகளும் சிறிது சுணக்கம் கொண்டிருந்த நேரத்தில் அருணகிரிநாதர் (பதினான்கு-பதினைந்தாம் நூற்றாண்டுகள்) வரவு மக்களிடையே இசைப் பொலிவைத் திரும்பவும் புத்துயிர் பெற வைத்தது. பின்னர் முத்துத் தாண்டவர் (பதினாறாம் நூற்றாண்டு) நாயன்மார்களின் வழியில் இசைப் பாடல்களைக் கீர்த்தனங்கள் வழியில் கொடுத்ததும், அவரைப் பின்தொடர்ந்த அருணாசலக் கவிராயர், மாரிமுத்தாப் பிள்ளை போன்ற சாகித்ய கர்த்தாக்கள் (இசைப்பாடல் இயற்றிய இசை வல்லுனர்கள்) தமிழிசை மூவர் என்றே போற்றப்பட்டனர்.

தொடர்ந்த இசை

மகான் தியாகராசர் தமிழிசை இராம கீதமாகத் தெலுங்கில் இயற்றினார். தொடர்ந்த கோபாலகிருட்டிண பாரதியின் நந்தனார் இசைக் கீர்த்தனங்கள், காவடிச்சிந்து, கிளிக்கண்ணிகள் போன்றவை *19'*ம் நூற்றாண்டு வரை நின்று நிலவிய இசை வடிவங்கள். இவை பெரும்பாலும் கூத்து அல்லது நாடகம் என்ற நிகழ்த்துக் கலைகளின் வடிவில் நிகழ்ந்தப்பட்ட இசை வடிவங்களின் வெவ்வேறு கூறுகள்.

திரைப்படங்கள் இசையனுபவத்தில் செய்த மாற்றங்கள்

தொன்று தொட்டு வருகின்ற, அறிந்த தமிழனின் வரலாற்றின் இருபத்திரண்டு நூற்றாண்டுகளில், இருபதாம் நூற்றாண்டு வரை இசையின் வெளிப்படு வடிவம் பெரும்பாலும் நிகழ்த்துக் கலையான கூத்து, அல்லது அதன் சிறு மாறுபட்ட வடிவமான நாடகங்கள், இவற்றின் வழியிலேயே பெருமக்கள் நுகர்வுக்காக வெளிப்பட்டன. நாட்டின் பகுதிகளை ஆண்ட மன்னர்கள் அல்லது சமீந்தார்கள் அல்லது பெருந்தனக்காரர்கள் போன்ற அனைவரும் இத்தகைய இசைவாணர்களை, கூத்துக்கலைஞர்களை ஆதரித்து வளர்த்தனர். அவர்களால் பண்டிகைக் காலங்களில் கோயில்களிலும், பொது இடங்களிலும் மன்றங்களிலும், பொதுமக்களுக்காக நிகழ்ந்தப்பட்ட நிகழ்த்துக் கூத்துகளின் வழியாகவும் இந்த இசை நுகர்வு நிகழ்ந்து கொண்டிருந்தது.

அறிவியலின் மாபெரும் மாற்றமாக, நிகழ்த்துக் கலையில் ஏற்பட்ட மாற்றம் திரைப்படம். உயிருடைய மனிதர்கள் ஒவ்வொரு இடங்களிலும் சென்று பருப்பொருளாக நிகழ்த்த வேண்டிய கூத்து,

நாடகங்கள் போன்றவற்றை, அசைவடிவத்தில் ஒருமுறை நிகழ்த்திச் சேகரித்து; அதை பருப்பொருளான மனிதர்கள், கலைஞர்கள் இருந்து அதை நிகழ்த்த வேண்டிய அவசியமின்றி, எண்ணற்ற முறை வேண்டியவாறு வேண்டிய எண்ணிக்கையிலான மனிதர்களுக்கு, ஒரு கூத்துக் கலைவடிவத்தை நிகழ்த்திக் காண்பிக்க இயலும் என்ற புதிய பாய்ச்சல், கலை நுகர்வில் ஒரு மாபெரும் பாய்ச்சலை ஏற்படுத்தியது.

இதன் சாத்தியங்களைக் கூர்ப்படுத்த வேண்டிய அவசியமும், அந்த ஒரே ஒரு முறை நிகழ்த்திப் படம் பிடித்துக் கொள்ள வேண்டிய அவசியம் ஏற்படுத்திய நுண்மையின் தேவையும், அதேநேரம் வசதியும், திரைப்படத் தொழிலை காலந்தோறும் மேலும் மேலும் நேர்த்தியை நோக்கித் தள்ளின.

ஐந்நூறு முறை ஒரு கூத்தை நிகழ்த்திக் காண்பிக்க, கூத்துக் கலைஞர்களுக்கு இருபத்தைந்து ஆண்டுகள் கூடத் தேவைப்படலாம். ஆனால் ஐந்நூறு முறை ஒரு திரைப்படத்தை வெவ்வேறு இடங்களில் காண்பிக்க திரைப்படச் சுருளின் ஐந்நூறு படிகள் இருந்தால் போதும் என்ற சாத்தியம், கலை நுகர்வில் ஒரு பெருங்கதவைத் திறந்தது. இந்த நுகர்வுக்கான விலையும் பொருளாதார நிலையில் சாதாரண மனிதன் சுமக்கக் கூடிய அளவில் இருந்ததால் காலப்போக்கில் நிகழ்த்துக் கூத்துக் கலைகள் மறைந்து, திரையசைவுக் கலையான திரைப்படங்கள், கலை நிகழ்த்துதலின் இடத்தை ஆட்சி செய்யத் தொடங்கின.

திரையிசையின் முதலிடம்

நிகழ்த்துக் கலையின் பெரும்பான்மை திரைப்படம் என்று ஆனபின்னர், தொடக்கத்தில் கூத்துகளின் திரை வடிவமாகத் தொடங்கிய திரைப்படங்கள் மேலை

நாட்டுத் தாக்கத்தின் மூலம், புராண நாடகங்கள், கதைகளிலிருந்து விலகி, சமூகக் கதைகள், சம்பவங்கள், அதிர்ச்சி நிகழ்வுகள், புனைவான சண்டைகள், சாகசங்கள் என்று அறிவியல் அளித்த அத்தனை வசதிகளையும் தனக்குள் ஏற்றிக் கொண்டு கதையாடலின் பல சாத்தியங்களைத் தொட்டபோது, பாட்டும் இசையும் நிரம்பிய வடிவமாக இருந்த கூத்தின் வடிவத்திலிருந்து திரைப்படம் பெருமளவு விலகியது; திரைப்படம் என்பது நாடகமோ, கூத்தோ அல்ல என்ற நிலைக்குத் திரைப்படம் வந்தபோது, பாரம்பரியமான செய்திகள், கதையாடல்களைச் சொல்ல வேண்டிய நிலையிலிருந்த திரைப்படங்கள் பெரும் மாற்றங்களை அடைந்தன.

அதுநாள் வரை மக்களின் மனங்களில் கூத்தும், பாட்டும், இசையும் கொண்டிருந்த, குணவியல்பை உண்டாக்கித்தரும் கடமையிலிருந்து திரைப்படங்கள் விலகிக் கொள்ள இடத்தை அந்த மாறுதல் அளித்தது. அதுவரைகூத்தின்மூலம், நாடகங்களின்மூலம் மக்கள் திரளுக்கு உபதேசங்களை அளித்து வந்த கலைமுறை, முற்றாக மாற்றம் பெற்றுத் தேயத் தொடங்கியது. இது மக்களின் கலை நுகர்வில் ஏற்பட்ட மாபெரும் மாற்றம்.

அதே நேரத்தில் திரையிசை என்ற பிரிவில் இசையமைப்பாளர்கள் என்ற ஒரு தனிப்பிரிவினர், கூத்துக்கலையின் அனைத்துக் கலைஞர்களின் வேலையையும் ஒரு திரைப்படத்தில் செய்யக்கூடிய துறையின் தலைவர்களாகத் தோன்றினார்கள். தமிழ்த் திரையுலகைப் பொறுத்த வரை கே.வி.மகாதேவன் தொடங்கி (இருநூற்றி முப்பது திரைப்படங்கள்), விசுவநாதன் (இராமமூர்த்தி) (சுமார் ஆயிரத்து முன்னூறு திரைப்படங்கள்) இளையராஜா (ஆயிரம்

+ திரைப்படங்கள்) ஏ.ஆர்.ரகுமான் (முன்னூறு திரைப்படங்கள்) என்று தோராயமாக இரண்டாயிரத்து எண்ணூற்றைம்பது திரைப்படங்களுக்கான இசையமைப்பாளர்கள் கடந்த தொண்ணூறு வருடங்களில் இயங்கியிருக்கிறார்கள். இவர்களில் அனைவருக்குமே, தமிழர்கள் கூத்துக்கலைகளிலிருந்த பெருமளவு விலகி, திரைப்படங்களின் வாயிலாகத் திரையிசையில் ஆழ்ந்து போனதற்கு முக்கியமான பங்கு இருக்கிறது.

திரையிசையின் உன்னதப் புள்ளி

மேற்கண்ட திரைப்பட இசையமைப்பாளர்கள் எல்லோரும் தத்தமது பாணியில் விற்பன்னர்கள் என்றாலும், விசுவநாதனும் இளையராஜாவும் இரண்டு காரணங்களுக்காக ஒப்பற்றுத் தனித்து நின்றவர்கள். முன்னவர் கண்ணதாசன் என்ற மேதையின் திரைப் பாடல்களை, அமர காவியங்களாக மாற்றித் தமிழர்களின் நெஞ்சில் ஆணியடித்து நிறுத்தியதற்கும்; பின்னவர் நாட்டுப்புறத் தென்றலிசையை மேற்கத்திய பாணி இசைக்கலவையோடும், தமிழிசைப் பண்வடிவங்களோடும் இணைத்து மனதை வருடும் பாடல்களைக் கொடுத்ததோடு, திரைப்படப் பின்னணி இசை என்ற துறையில் நிகழ்த்திய ஒப்பற்ற சாதனைகளுக்காகவும் தனித்துத் துலங்குபவர்கள்.

ஆயிரத்துத் தொளாயிரத்து நாற்பது, ஐம்பதுகளில் பிறந்தவர்களுக்கு அமரத்துவமான பாடல்களை விசுவநாதன் வழங்கினார் என்றால், எழுபதுகளிலிருந்து தொடங்கி, இன்று இருபது வயது இளைஞராயிருப்பவர் வரைக்கும் இளையராஜாவின் இசைத் தீண்டுதல் நிகழ்ந்திருக்காத மனமும் உயிரும் தமிழர்களில் அரிதாகவே இருக்கும். பாடலின் முன்னர் வரும் ஒரு சிறிய முன்னோட்ட இசைத்

துணுக்கில், ப்ரிலூட், அல்லது பல்லவி முடிந்து சரணம் தொடங்குவதற்கு இடையில் பேரருவி போல எழுந்து மறையும் இசையலையாகட்டும், இளையராஜா நிகழ்த்தியிருக்கும் இசையரசாட்சிகள் ஏராளம். தோராயமாக ஏழாயிரம் பாடல்களுக்கும் மேல் உருவாக்கியிருக்கும் அவரது சாதனை எளிதில் உடைக்கப்படக் கூடியதன்று.

கடந்த பத்து ஆண்டுகள்...

நாடகங்கள் அல்லது கூத்துகளின் பாடல்கள் என்பன புராண நிகழ்வுகள் அல்லது கதையாடல்கள், மாபெரும் கவிராயர்கள் எழுதிய பாடல்களுக்கான இசை வடிவங்கள் என்ற வரையறைக்குள் நின்று நிலவின. திரைப்படங்கள் ஏற்றம் பெற்ற போது, இவற்றிலிருந்து விலகி தனிப்பட்ட திரைப்படப் பாடலாசிரியர்கள் இயற்றிய, திரைப்படம் சொன்ன சமூக, உளவியல், காதல் சூழல்களைப் பிரதிபலித்தவை அத்திரைப்படங்களின் திரையிசைப் பாடல்களே. இதில் மனிதவாழ்வின் சோகங்கள், தத்துவங்கள் போன்றவை கூட உள்ளடங்கி, கண்ணதாசன்- விசுவநாதன் கூட்டணியினர் வழங்கிய பாடல்கள் போல எண்ணற்ற பாடல்கள் மக்களிடையே பெரும் வரவேற்புப் பெற்றன.

பின்னர் வைரமுத்து, பாலு, இளையராசா என்ற கூட்டணி கோலோச்சிக் கொடுத்த திரையிசைப் பாடல்கள், கூடக் கைகூடிய அல்லது கைகூடாத காதல் என்ற பேசு பொருளுக்குள் நின்று மெல்லிசையின் மயிலிறகுத் தீண்டல்களின் அமரசாத்தியங்கள் அனைத்தையும் வழங்கின. அதுவரை நிகழ்ந்து நின்றது திரையிசையின் உன்னதக் காலம்.

பின்னர் சிறிது சிறிதாக அந்த நிகழ்வுகள் அடிக்கடி நிகழாது, அபூர்வமாக நிகழ்வனவாக மாறிய போது,

மனதில் நிற்கும் திரைப்பாடல்களின் எண்ணிக்கை குறையத் தொடங்கின. ஒரு விசுவநாதன் அல்லது இளையராஜா இசையமைத்த திரைப்படத்தின் அனைத்துப் பாடல்களையும் நினைவுகூர்ந்த ஒரு இசை ரசிகன், கடந்த பத்தாண்டுகளில் வெளிவந்த திரைப்படங்களில் ஓரிரு பாடல்களை மட்டுமே நினைவுகூர முடியும் என்ற நிலைக்கு இன்றையத் திரையிசை வந்து நிற்கிறது. இந்த நிலையில்தான் இளையராஜா போன்றவர்களின் மேதைமை ஒரு மெல்லிசைக்குள்ளும் எத்தகைய சாதனைகள் புரிந்திருக்கின்றது என்ற துலக்கம் கிடைக்கிறது. சங்க காலத்தில் தொடங்கிய பண்ணிசையின் ஒரு விசைத்தீற்றல் அந்தத் துலக்கங்களினிடை எங்காவது ஓரிடத்தில் நின்றுதானிருக்கும்.

இந்தத் துலக்கமே இளையராஜா போன்ற மேதைகளுக்கான, என்றென்றும் நிலைத்திருக்கும் அடையாளம்.

16. அந்த நாள் ஞாபகம்

(மறைந்து போனவைகளின் வரலாறு)

இரண்டாயிரமாவது ஆண்டுக்குப் பிறகு பிறந்த ஒரு குழந்தைக்கு டைப் ரைட்டர் என்றால் தெரியுமா? அநேகமாக அதைப் பார்த்திருக்கவே மாட்டார்கள். ஆனால் எழுபதுகளில் பிறந்த தலைமுறைக்குத் தட்டச்சு இயந்திரத்தை நினைத்ததுமே வாழ்வின் பல தித்திப்புக் கணங்கள் நெஞ்சில் மீண்டும் நிறையும்.

அன்றெல்லாம், பன்னிரண்டாம் வகுப்பை அடைவதற்கு ஓரிரு வருடங்கள் இருக்கும் போதிலேயே, 'படிக்கும் பிள்ளைகளில்' பாதிப்பேர் தட்டச்சுப் பயிற்சி நிலையத்தில் இணைந்து கொள்வார்கள். பையன்களை விடப் பெண்கள்தான் முதல்; நடுத்தர வர்க்கத்தின் வேலைப் போட்டியில் கல்வியோடு கூடுதலாகத் தேவைப்படும் தகுதிகளாக, அன்று தட்டச்சுத் தேர்வின் முதல்நிலை, உயர்நிலைத் தேர்ச்சிகள் விளங்கின.

அன்றையக் காலகட்டத்தில் எண்ணற்ற திரைப் படங்களில் வேலைவாய்ப்புக்கான நேர்காணல்

தேர்வில், கதாநாயகன், தீவிரமான குரலில், 'டைப்ரைட்டிங் ஹையர் தேர்வில் இத்தனை மதிப்பெண் சார், நிமிடத்தில் இத்தனை வார்த்தைகள் அடிப்பேன் சார்' என்ற தன்னொட்டை, தனது சான்றிதழ்களைக் கொடுக்கும் போதே சொல்லும் காட்சிகள் அநேகம். அது அரசு அலுவலகமாக இருக்கலாம் அல்லது தனியார் அலுவலகமாக இருக்கலாம் பொருட்டில்லை, திரைப்படங்களிலும் சரி, நிதர்சனத்திலும் சரி, தட்டச்சு இயந்திரமும், தட்டச்சரும் தவிர்க்க இயலாத விஷயங்கள்.

காலம் வழித்துத்தொலைத்து விட்டவைகளில் முக்கியமானது தட்டச்சுப் பொறியும், தட்டச்சரும். இன்று தனித் தட்டச்சருக்கு வேலையின்றி, அனைவரும் அவரவர் பணியை அவரவரே தட்டச்சு செய்துகொண்டுவிடுகிறோம்.

பதின்மத்தின் பல காதல்களையும் இந்தத் தட்டச்சுப் பயிற்சி நிலையங்கள் நீரூற்றி வளர்த்தன. உண்மையில் எண்பதுகளில் தமிழகத்தில் மலர்ந்த பெரும்பாலான காதல்கள், தட்டச்சு பயிற்சி மையங்களில் பூத்தவையாகவே இருக்கும். இதில் மிகையே இல்லை. இதற்கும் நேரடி மற்றும் திரைப்படங்களின் சான்றுகள் அநேகம். அது சென்னை போன்ற பெரு நகரங்களாகட்டும், அல்லது மாவட்டத்தின் சிறு நகர்களாகட்டும், தட்டச்சுப் பயிற்சி நிலையத்தில் வாசலில் பதின்ம வயதின் குமரன்களும், குமரிகளும் ஒரு கண்ணைத் தட்டச்சிலும் மறு கண்ணை, ஒருவருக்கொருவர் பகிர்ந்து கொண்டும் காதல் வளர்க்கும் நிலையங்களாகவும் விளங்கி வந்த இந்த இடங்கள் இன்று காணாமலேயே போயின. காணாமல் போனது அவை மட்டுமல்ல, அவற்றில் முகிழ்ந்த காதல்களும் கூடத்தான்.

சார், தந்தி.

1980'கள் வரைகூட இந்தச் சொற்களைக் கேட்டால் உடனே என்னவோ ஏதோ என்று பதறிப் போவார்கள் மக்கள். பொது மக்களுக்கிடேயே அவசரச் செய்திகளைச் சாமானியர்கள் தொலைதூரத்துக்குப் பகிர்ந்து கொள்வதற்கு ஏதுவாக விளங்கிய சாதனமாக, இந்தத் தந்தி என அழைக்கப்படும் உடனடிதொலைவுச்செய்தி இயந்திரம் இருந்தது. அஞ்சலகங்கள் வழியாக இயங்கி வந்த இந்த தந்திச் சாதனங்கள், பொதுமக்கள் ஒருவருக்கொருவர் அவசரச் செய்திகளைப் பரிமாறிக் கொள்ள ஏதுவாக இருந்தன. தந்தி மொழி என்றறியப்பட்ட 'கட்டுக் கடகட' என்று ஒலியெழுப்பும் ஒரு சிறு கருவி மூலம் கம்பி வடங்களின் மூலம் இணைக்கப்பட்ட கருவி இந்த டெலிக்ராஃப் என்றழைக்கப்படும் தந்திக் கருவி. கேளாஅலைகளின் வழி இந்தச் செய்திகள் பரிமாறப்பட்டன. அனுப்புவான், பெறுவான் (ட்ரான்ஸ்மீட்டர் மற்றும் ரிசீவர்) என இருவகையாகவும் இவ்வகைக் கருவிகள் இயங்க இயலும். ஒவ்வொரு தட்டுக்கும் ஒரு எழுத்து என்ற வகையில் இந்தச் செய்திகள் அனுப்புவானிலும் பெறுவானிலும் கண்டறியப்பட்டன.

தில்லியில் இருந்து சேர்க்கப்படும் அஞ்சலில் வரக் கூடிய ஒரு கடிதம், ஆறு நாட்களை எடுத்துக் கொண்டு சென்னைக்குப் பயணித்த காலத்தில், அவசரச் செய்திகளை அரைமணி நேரத்தில் அனுப்பும் வசதியை இந்தத் தந்திகள் பொதுமக்களுக்கு அளித்தன. இந்த உடனடி வசதியால் பெரும்பாலும் துக்கச் செய்திகளை உடனடியாகப் பகிர்ந்து கொள்ளப் பொதுமக்கள் தந்தி வசதியைப் பயன்படுத்தியதால், தந்தி வந்திருக்கிறது என்றாலே, பொதுமக்கள் 'துக்கச்

செய்தி வருகிறது' என்று புரிந்து கொண்டார்கள். தந்தியும் துக்கமும் இணைந்து தாயும் சேயும் போலக கோலோச்சிக் கொண்டிருந்த நிலையையும் கைப்பேசிகள் உடைத்துத் தூளாக்கி விட்டன. வினவி அல்லது வாட்சப் என்ற இன்னொரு செயலி இந்தத் தந்திகளின் இடத்தை எடுத்துக் கொண்டு விட்டது.

முகவரிகள் தேடாக் கடிதங்களும், வாழ்த்தட்டைகளும்

பண்டிகைக்காலங்களில் *1980'*கள் வரை எழுதுபொருட்கள் மற்றும் பொதுப்பொருட்களை வாங்க ஜெனரல் மெர்ச்சன்ட்ஸ் என்ற பெயருடன் கடைகள் இருந்தன. அந்தக் கடைகளில் பொதுமக்கள், பொதுவாகத் தேவைப்படும் அனைத்துப் பொருட்களையும் வாங்கிக்கொண்டிருந்தார்கள். பற்பொடியில் இருந்து எழுதுபொருட்கள், சிறு உணவுப் பொருட்கள், ரொட்டி மிட்டாய்கள், வீட்டுபயோகப் பொருட்கள் என்று அனைத்துக் கலந்து கட்டி விற்கும் இந்தக் கடைகள், தீபாவளி, பொங்கல், புத்தாண்டு என்று பண்டிகைக் காலங்கள் நெருங்கும் போது, தங்களது விற்பனை இடத்தில் ஒரு தனியிடம் ஒதுக்கி, வண்ண வண்ணமான காட்சிகள் நிரம்பிய வாழ்த்து அட்டைகளை விற்பனைக்கு வைப்பார்கள்.

இந்த வாழ்த்து அட்டைகள் பறபல காட்சிகள், தலைவர்கள், நடிகைகள், நடிகர்கள், இயற்கைக் காட்சிகள், பூங்கொத்துகள் போன்றவற்றின் படங்களோடு மடங்கிய ஒரு அட்டையில் தோற்றமளிக்கும். இந்த அட்டைகளை விரித்தால், உள்ளே ஒரு மென்தாளில் வாழ்த்து வாசகங்கள் அச்சடிக்கப்பட்ட தாள் இருக்கும். இந்த வாசகங்களும் பிறந்தநாள், பண்டிகைநாள் என்று வெவ்வேறு வாழ்த்து வாசகங்களைக் கொண்டிருக்கும்.

இவற்றை வாங்கி அஞ்சலகங்கள் வழியாகத் தங்கள் நண்பர்களுக்கும் உறவுகளுக்கும் அனுப்பி மகிழ்வார்கள் பொதுமக்கள்.

இன்னும் உறவுகளைப் பேணும் இயல்புடையவர்கள் வாழ்த்து அட்டைகளைக் கைப்படத் தயாரித்து அனுப்பும் வழக்கங்களும் இருந்தன. தாங்களே வரைந்து ஓவியங்கள் மற்றும் வாழ்த்துச் செய்திகளை, காட்போர்டு அட்டைகளில் வரைந்து அவற்றை வாழ்த்து அட்டைகளாக மாற்றி அனுப்பும் வழமையும் இருந்தது.இந்த வாழ்த்து அட்டைகள் தாங்கி வந்த கையெழுத்துகள் கடத்திய உணர்வுகள் சொல்லில் அடங்காதவை. மனதை நெகிழ்த்தும் கணங்களை இந்த வாழ்த்து அட்டைகளும் அவற்றில் எழுதப்பட்ட செய்திகளும், கையெழுத்துகளும் கடத்தின. இன்று இத்தனை உணர்வுகளும் ஒற்றை வினவி வாசகத்தின் இயந்திரத் திரைக்குள் வேறு வடிவம் எடுத்து அடங்கி விட்டன.

உணர்வு கடத்திய கடிதங்கள்

அன்று கடிதங்கள் வாழ்வில் முக்கிய அங்கம் வகித்தன. கடிதங்கள் உணர்வுகளையும், செய்திகளையும் ஒருங்கே கடத்தின. வாராவாரம் தத்தமது தொலைதூரத்தில் வேலைக்காக வசிக்கும் மகன்களுக்கு நலம் விசாரித்து, குடும்பத்தகவல்களைத் தெரிவித்த கடிதங்கள் உறவுகளைப் பேணின. கல்லூரி விடுதிகளில் தங்கிப் படித்த மகன்களும் மகள்களும், ஒவ்வொரு நாளில் இரவுநெருங்கும் போது விடுதிக் காப்பாளர் வழங்கும் கடிதங்களைப் பெரும் உணர்வுப் பெருக்கோடு வாங்கும் காட்சிகளை கல்லூரி விடுதிகளில் கழிந்த எண்பதுகளின் மாணவர்கள் அறிவார்கள். பதினைந்து காசு அஞ்சலட்டையில் நுணுக்கி நுணுக்கி குடும்பத்தின் வாராந்திரச்

செய்திகளைத் மகன்களுக்கு அனுப்பிய அப்பாக்கள் அல்லது அப்பாக்களுக்கு அனுப்பிய மகன்கள் அக்காலங்களில் இருந்தார்கள்.

அவ்வாறு அனுப்பப்பட்ட கடிதங்கள் அவற்றைப் பெறுவோர்களுக்குக் காலத்தின் பெட்டகங்களாக, உணர்வுப் பேழைகளாகக் காலந்தோறும் விளங்கின. முப்பது ஆண்டுகளுக்கு முன்னர் பெறப்பட்ட கல்லூரிக் கால மகன்களின் அஞ்சல்களைக் கூடச் சேர்த்து வைத்துப் பாதுகாக்கும் அப்பாக்களின் அன்பை, அப்பாக்கள் இறந்த நாட்களில் அறிந்து புலம்பிய மகன்கள் இருந்தார்கள். அத்தனை உறவுப் பிரவாகங்களைக் கடத்திய கடிதங்கள், ஒற்றை மின்னஞ்சலில், ஒற்றை வினவிச் செய்தியில் காணாமல் போயின.

காலங்காட்டிகள்

தட்டச்சு இயந்திரத்துக்கு அடுத்து சடாரென்று காணாமல் போனவற்றின் பட்டியலில் வருவது அலாரம் டைம் பீஸ் என்று அழைக்கப்படும் மேசைக் கடிகாரங்கள். பெரும்பாலும் மாணவர்கள் அல்லது அலுவலகம் செல்லக் காலையில் எழத் தேவைப்படுபவர்கள் பயன்படுத்தும் முக்கியமான பொருட்களில் ஒன்று இந்த மேசைக் கடிகாரங்கள். காலங்காலையில் இந்த மேசைக் கடிகாரங்கள் பொழுதோடு ஒலியெழுப்பித் துயிலெழுப்புவதற்கு உதவியாக இருந்தன. அதோடு அவ்வப்போது நேரத்தைக் கவனித்துக் கொள்வதற்கும்.

ஆனால் இன்று இந்த இரண்டின் வேலையையும் கைப்பேசியின் ஒரு செயலி செய்கிறது. அலாரக் கடிகாரத்தின் வடிவம் வழக்கொழிந்து போய், அது கைப்பேசிகளின் ஒரு அங்கமாக, ஒரு செயலியாகச்

சுருங்கி விட்டிருக்கின்றது. இதனால், தனியொரு பொருண்மையாகக் காணாமல் போன அலாரம் கடிகாரம், தனது இருப்பைத் தொலைத்தோடு, எளிதாகத் தேர்வு செய்யப்படும் ஒரு பரிசுப் பொருளாகவும் விளங்கி வந்த தனது பெருமையைம் இழந்து விட்டது.

உறைந்து போன புகைப்படங்கள்

காகித வடிவில் படியெடுக்கப்பட்ட புகைப்படங்கள் 1980'களில் காலப் பெட்டகங்கள். முக்கிய அரசியல் நிகழ்வுகள், முக்கியஸ்தர்களின் வருகை, குடும்ப விழாக்கள், பிறந்தநாள், இறந்தநாள் நிகழ்வுகள் என்று அனைத்தும் பிலிம் ரோல்கள் என்று அழைக்கப்பட்ட புகைப்படச் சுருள்கள் வழியே படம்பிடிக்கப்பட்டு, பின்னர் தாளில் அச்சடிக்கப்பட்டு புகைப்படமாகச் சேமிக்கப்பட்டன. அவற்றை ஒட்டிய ஆல்பங்கள் எனப்படும் புகைப்படத் தொகுப்புப் புத்தகங்களும் குடும்பத்தின் நினைவுப் பெட்டகங்களில் முக்கிய இடம் வகித்தன. புகைப்படங்களின் இந்தக் காகித வடிவம் இன்று முற்றாகத் தொலைந்து போகாவிட்டாலும் அருகி வருகிறது. இவற்றையும் கைப்பேசிக் காமிராவும், வினவி வழிப் பரிமாறலும் கையாள்வதற்கு எளிதாக்கி விட்டன. புகைப்படங்கள் மின்னியல் படங்களாக வடிவம் மாறித் திகழ்கின்றதால், இவைகள் முழுதாக அருகி விட்டன என்ற உணர்வை இன்னும் நாம் அடையவில்லை.

ஒற்றைக் கருவி, பற்றிய உணர்வுகள்

தகவல் பரிமாற்றம் என்ற ஒரு பொதுமையில் ஏற்பட்ட பெரும் மாறுதல் கைப்பேசி. கைப்பேசி மற்றும் அதன் செயலிகள் என்ற ஒற்றைக் கருவி, மேற்கண்ட அனைத்துப் பொருட்கள் மற்றும் உணர்வுகளையும்

வடிவம் மாற்றி விட்டது என்று சொன்னால் அது மிகையில்லை. மேற்கண்டவற்றினால் பரிமாறல் மற்றும் கையாள்கை எளிதாகியிருக்கிறது என்பதை மறுக்கவே இயலாது. ஆனால் அந்த மாறுதல்கள், ஒரு கடிதமோ, வாழ்த்து அட்டையோ, தந்தியோ, புகைப்படமோ தந்த காத்திருப்பு உணர்வையும், அளித்த உணர்வுக் கொந்தளிப்பையும் அளித்தனவா என்றால் நிச்சயம் இல்லை என்றே சொல்ல வேண்டும்.

காலங்கள் தாண்டி, ஆண்டுகள் தாண்டிப் பேணப்படும் ஒரு கடிதம், ஒரு புகைப்படம், ஒரு வாழ்த்து அட்டை, ஒரு தந்தி அளித்த உணர்வை, அவற்றைத் தொடுந்தோறும் மனிதமனம் மீளுருவாக்கம் செய்து கொள்ளக் கூடும். பல பத்தாண்டுகளுக்கு முன் அவற்றை முதன் முதலாகத் தொட்ட கணத்தில் ஏற்பட்ட உணர்வுப் பிரவாகத்தை அவற்றின் தொடுகைக் காலங்கள் தோறும் யுகங்கள் தோறும் மீண்டும் மீண்டும், மனித மனத்தின் நினைவுகள் அற்றுப் போகும் வரை, அவை அளிக்கவல்லவை.

ஒரு வினவிச் செய்தியின் சேமிப்போ அல்லது மின்னியல் வடிவமோ, இந்த உணர்வுப் பிரவாகத்தை அளிக்குமா என்ற கேள்வியை நமக்கு நாமே கேட்டுக் கொண்டால், நாம் இழந்திருக்கிறோமா, பெற்றிருக்கிறோமா என்பதற்கு விடை கிடைக்கலாம்.

17. சிற்றுண்டி வரலாறு

ஆதி மனிதனின் முதல் பிரச்னை உணவு. பிறகு குளிர், மழை, வெப்பத்திலிருந்து தன்னைக் காப்பாற்றிக் கொள்ளவும், பாதுகாப்பாகத் தூங்கவும் ஓர் இடம். உடை அணியக் கற்றுக் கொண்டதும் சூழலியல் தட்பவெப்பத்திலிருந்து தன்னைக் காத்துக் கொள்ளும் முகமாகத்தான்.

இதில் உள்ள மூன்றில் முதல் இரண்டுக்கு அவன் விலங்குகளோடு போட்டிபோட வேண்டியிருந்தது. தொடக்கத்தில் விலங்குகளும் மனிதனும், ஒன்று மற்றொன்றுக்கு உணவாகிக் கொண்டிருந்த காலத்தில் உணவுக்கான போட்டி விலங்குகளுக்கும் மனிதர்களுக்கும் முழு வீச்சில் இருந்திருக்கும்.

காலப்போக்கில் மனிதனும் விலங்குகளும் தத்தமது உணவுகளை அடையாளங்கண்டும், தனித்தனி வசிப்பிடப் பரப்பையும் வரையறை செய்து வாழத் தொடங்கிய பின், உணவுக்கான போட்டி, வாழ்வுக்கான உயிருக்கான போராட்டமாக இருந்ததிலிருந்து மாறியது. அப்போதும் மனிதன்,

தனது சூழலிலிருந்தும் மற்ற விலங்குகள், தாவரப் பொருட்கள் காய்கள், கனிகள், விதைகள், விலங்குப் பொருட்கள் போன்றவற்றில் இருந்துதான் உணவைப் பெற்றான். எனினும் உண்டதுபோக மீந்ததைச் சேமித்து வைக்கவும், நெருப்பு கண்டுபிடிக்கப்பட்ட பின் பதப்படுத்தி வைக்கவும் கற்றுக் கொண்டான். இதனால் ஒவ்வொரு நாளுக்கும், வேளைக்கும் உணவு தேடும் சுமை மனிதனுக்குக் குறைந்தது.

அவ்வாறு சேமிக்கப்பட்டிருக்கும் உணவிலிருந்து சிறு பகுதியை, நாளின் பசிமிகு பொழுதில் உண்ணத் தொடங்கிய காலத்தில் இருந்தே சிற்றுண்டி வழக்கம் வந்திருக்கும் என்று கொள்ளலாம். மனிதனின் முதல் சிற்றுண்டியாகச் சேமித்து வைக்கப்பட்ட ஒரு கனியோ, ஒரு வாய் தேனோ, சுட்டு வைக்கப்பட்ட ஒரு துண்டு இறைச்சியோ இருந்திருக்கலாம். அங்கு தொடங்கிய சிற்றுண்டிப் பயணம் காலப்போக்கில் பல திக்குகளில், பொருள்களில், சுவைகளில் பயணித்து இன்றைய துரித உணவு அல்லது சீஸ் எனப்படும் பாலாடைக் கட்டித் துண்டு வரை வந்துவிட்டது.

நல்ல சிற்றுண்டி எது?

நல்ல சிற்றுண்டி எது என்று கேட்டால் நல்ல உணவு எதோ அதே குணங்களோடு, சிறு அளவில், தயாரிப்பதற்கு அதிகக் காலம் தேவைப்படாத ஒன்று, அல்லது ஏற்கனவே தயாரித்து வைக்கப்பட்ட ஒன்றே நல்ல சிற்றுண்டி என்று சிறு குறிப்பாகக் கொடுத்துவிடலாம். சொல்லத் தேவையன்றி அது சுவையாகவும் இருக்கத்தான் வேண்டும்.

பொதுவாக நல்ல உணவுக்கான இலக்கணம் என்ன..?

நல்ல உணவு உடலுக்குத் தேவையானவற்றைத் தரவேண்டும். உடலுக்கு வெப்பமும், ஊக்கம் பெற மாவுப் பொருட்களும், கொழுப்புப் பொருட்களும் தேவை. தசைகள் வளர புரதமும், எலும்புகளும் பற்களும் உறுதியாக இருக்க கால்சியம், பாஸ்பரஸ் போன்ற உப்புச் சத்துக்களும் தேவை. குருதி நன்னிலையில் இருக்கத் தேவையான அளவு இரும்புச் சத்து தேவை. இவற்றையெல்லாம் சேர்த்துக் கட்டி வேலை செய்ய வைக்க, உயிர்ச்சத்துக்கள் எனப்படும் விட்டமின்கள் தேவை. இவை எல்லாம் சரியான விகிதத்தில் அமைந்த உணவு நல்ல உணவு.

நாம் உண்ணும் உணவின் முக்கியப் பகுதி மாவுப்பொருள். இந்த மாவுப் பொருட்களைத் தருவது தானியங்கள். தானியங்களில் சிறந்தவை கோதுமை, சிறுதானியங்கள், சோளம், கேப்பை என்ற கேழ்வரகு, அரிசி போன்றவை. இந்த வகைப்படுத்தல் அந்தத் தானியங்களின் நன்மைக் கூறுகள் மற்றும் சத்துக் கூறுகள் வகையிலேயே வகைப்படுத்தப் பட்டுள்ளது. தென்னாட்டு வெப்பத்தில் உடலுக்கு அதிக வெப்பம் தேவைப்படாத காரணத்தால், அரிசி முக்கிய உணவாகிவிட்டது. பண்டைக்காலத்தில் அரிசியோடு, கேழ்வரகும், சிறுதானியங்களும் சரி விகிதத்தில் தமிழர்களின் முக்கிய உணவாக இருந்தன.

போலவே பொதுவாகக் குளிர் அதிகமான வட இந்தியப் பகுதியில் உடலுக்கு அதிகவெப்பத்தை அளிக்கவல்ல கோதுமை முக்கிய உணவாக இருந்தது. இந்த வரையறைகளின் படி தென்னாடு அரிசி சார்ந்த உணவுகளுக்குப் பழகியது; வடபகுதி இந்தியா கோதுமை சார்ந்த உணவுப் பொருட்களுக்குப் பழகியது. மாமிச உணவு இரண்டு

இடங்களிலும் தேவைப்பட்ட அளவு பயன்பட்டது. எனவே தென்னகத்திலும், வட இந்தியாவிலும் ஏற்பட்ட சிற்றுண்டிகளும் பெரும்பாலும் இந்தத் தானியங்களின் மூலப் பொருட்களோடு வேறு தானியங்கள், பொருட்கள் சேர்ந்தவற்றால் அமையப்பெற்றது.

சிற்றுண்டியும் நொறுக்குத் தீனியும்

இன்றையப் பொருளில் சிற்றுண்டியும் நொறுக்குத் தீனியும் வேறு வேறு. ஆனால் இந்தியாவில் சிற்றுண்டியைக் குறிக்கிற உணவின் சிறப்புப் பெயரான டிஃபன் என்பது ஆங்கிலச் சொல்லான *tiffing* என்ற மூலத்திலிருந்தே வந்தது. அச்சொல்லுக்குச் சிறுபானம் அருந்துவது என்பது பொருள். மாலையில் அருந்தும் தேநீருடன் சிறிது உணவுப் பொருளையும் சேர்த்து எடுத்துக் கொள்வதான உணவு வேளைக்குச் சிற்றுண்டி வேளை என்ற பொருள் வந்தது. ஏனெனில் காலையும் இரவு அல்லது முன்மாலையில் மட்டும் தான் முழு உணவு எடுத்துக் கொள்ளும் வழக்கம் இந்தியப் பகுதியின் வழக்கமான இருந்தது. மனிதனின் ஆதிகாலத் தொடக்க நாட்களிலும் இந்த முறைதான் இருந்திருக்க இயலும். காலையில் அருகில் கிடைக்கும் உணவுப் பொருட்களை வைத்துச் சமாளித்த மனிதன், வேட்டையில் கிடைத்த நல்ல உணவை, மாலை நேரத்தில்தான், கொண்டாட்டத்தோடு அமைதியாக அமர்ந்து சுவைத்து அருந்தியிருக்க முடியும். நொறுக்குத் தீனிகள் எல்லாம் இருபதாம் நூற்றாண்டு வழக்கங்கள். நாம் உட்கார்ந்தே இருக்கப் பழகியதிலிருந்து வந்தவை நொறுக்குத் தீனிப் பழக்கங்கள்.

அகழ்வாய்வின் மூலம் கிடைத்த ஒரு செய்தி வியக்க வைக்கலாம்; சுமார் ஏழாயிரம் ஆண்டுகளுக்கு

முன்பேயே மெக்சிகோ மற்றும் பெரு பகுதிகளில் மனிதன் மக்காச்சோளத்தைப் பொரித்து உண்டிருந்திருக்கிறான்; அகழ்வில் மக்காச் சோளப் பொரிகள் கிடைத்திருக்கின்றன.

பழங்கால சிற்றுண்டி வகைகள்

இலக்கியத் தொடர்வோடு சிற்றுண்டி வகைகளை வரிசைப் படுத்துவது இயலாத ஒன்று என்றபோதிலும், பெரியாழ்வார் பாசுரத்திலேயே இலட்டுவம் என்ற லட்டு, எள்ளுருண்டை, அப்பம் போன்றவற்றைப் பற்றிய குறிப்புகள் வருகின்றன. சோழர் காலக் கல்வெட்டுகளில் சர்க்கரைப் பொங்கல் (அக்காரஅடிசில்), பணியாரம் போன்றவற்றின் குறிப்புகள் கிடைக்கின்றன. விசயநகர ஆட்சிக் காலத்தில் இட்டளி என்ற இட்லி வருகிறது. (இது கிட்டத்தட்ட எட்டாம் நூற்றாண்டுக் காலத்திலேயே முயற்சி செய்யப்பட்டு கன்னடர்களின் நிலத்தில் முழுக்க உளுந்து மாவினால் செய்யப்பட்டு முயற்சிக்கப்பட்டாலும், 12'ம் நூற்றாண்டு வாக்கில் தமிழகச் சமையற் கலைஞன் ஒருவன் இந்தோனேசியப் பகுதியில் இருந்து முழுக்க அரிசி மாவில் அவிக்கப்படும் இட்டரிக என்ற உணவைக் கொண்டு வந்து, அது மாற்றங்கள் பெற்று அரிசியும் உளுந்தும் செய்த கலவை தமிழ்நாட்டில் இட்லியின் முழுவடிவம் பெறுகிறது.

பழந்தமிழர் உணவுப் பழக்கங்களில் சுட்டும், அவித்தும், வறுத்தும் ஆக்கப்பட்ட உணவுப் பொருட்களே மிகுந்திருந்தன. எண்ணெயில் பொரித்து எடுக்கப்படும் பண்டங்கள் விசயநகர ஆட்சிக்குப் பிறகு வந்தவையே. காய்கறிகளைச் சுட்டு, நீரை வற்றச் செய்து துவைத்துச் செய்யப்படும் துவையல்கள் உணவிலும் சிற்றுண்டியிலும் முக்கிய இடத்தைப் பிடித்திருந்தன.

தானியங்களை அரைத்து, மாவை அவித்துச் செய்யப்படும் புட்டு மற்றும் அப்பம், கிழங்குகளைச் சுட்டோ அல்லது நீரில் இட்டு அவித்தோ உண்ட குறிப்புகள் ஏராளமானவை கிடைக்கின்றன. பழந்தமிழர் சிறு உணவில் பனம்பழம் மற்றும் பனங்கிழங்கு போன்றவற்றையும் எளிதாகச் சேர்த்துக் கொள்ளலாம்.

தமிழர் சிற்றுண்டி வகைகள்

தமிழர்களின் உணவுப் பழக்கமும் பெரும்பாலும் இருவேளை உணவாகவே இருந்தது. உழைக்கும் வேளாளர்கள் அதிகாலை எளிய நீராகராங்கள் அல்லது கூழ் போன்ற கரைத்த உணவுகளை உண்டுவிட்டு நிலத்தில் உழைக்கச் சென்று விடுவார்கள். அவர்கள் வேலைகளை முடித்து முன்மாலையில் வந்து உண்ணும் உணவு சோற்று உணவு. இரவு சிறு உணவாக சிற்றுண்டிகளை எடுத்தார்கள். இதில் களி, கம்பு தோசை, இட்லி போன்றவை இடம் பெற்றன.

இதுவே வணிகர்கள், பார்ப்பனர்கள் போன்ற மற்ற வருணத்தார்களுக்கு, காலை முதல் உணவு, பிரதானமான உணவாக இருந்தது. முன்மாலை உணவு சிற்றுண்டியாக இருந்தது. சமீந்தார்கள் அரசர்கள் போன்றோருக்கும் காலை உணவு சிறிது நேரப்பட்டாலும், காலை உணவே பிரதான உணவாக அமைந்தது. மாலை அல்லது இரவு உணவு சிற்றுண்டியாக இருந்தது.

மற்றவர்களுக்காக வேலை செய்யும் வருணத்தார்களின் வாழ்வு முறைக்கேற்ப, அவர்களின் கடின உழைப்பு வாழ்வுக்கேற்ப, அவர்களது முழு உணவு வேலை முடிந்து வந்த பிறகு சமைத்து மாலை நேரத்தில், உண்ணப்படும் சூடான சோற்று

உணவோடு காய்கறிகள் அல்லது இறைச்சி கலந்த ஊன் உணவாக இருந்தன. எனவே அனைவருக்கும் பொதுவான நேரத்துச் சிற்றுண்டிகள் என்று குறிப்பிட இயலாவிட்டாலும், தோசை, இட்டிலி தவிர பின்வரும் சிற்றுண்டி வகைகள் தமிழர்கள் வாழ்வில் பிரதானமானவை.

செட்டிநாட்டுத் தமிழர்கள் தென்கிழக்காசியத் தேசங்களோடு கொண்டிருந்த வணிகத் தொடர்புகளால் இந்தோனேசியர்கள், சீனர்கள், பர்மியர்கள் போன்றோரிடமிருந்து பெற்ற அனுபவங்கள் மூலம் கார் அரிசியை வேகவைத்துச் செய்யப்படும் புட்டு உணவுகள் அவர்களிடையே உன்னதம் பெற்றன. இந்த புட்டில் அரிசிப்புட்டு, கேழ்வரகுப்புட்டு, கோதுமைப் புட்டு என்று பல்வகைத் தானியங்களும் இடம்பெற்றன.

இன்னொரு அவி உணவான கொழுக்கட்டையும் புட்டு போன்ற செய்முறை கொண்டதே. புட்டு பெரும்பாலும் அதிகம் நீரூற்றாமல் நீர் தெளிக்கப்பட்ட உதிரி மாவை வேகவைத்துச் செய்யப்படுகிறது என்றால், நன்றாக நீரூற்றிப் பிசைந்து கெட்டி வடிவத்தில் பிடித்துச் செய்யப்படும் மாவை, அவித்துச் செய்யப்படுவது கொழுக்கட்டை. இதுவும் இனிப்பு காரம் என்ற இரு வகைகளிலும் செய்யப்படுகிறது. பிடி கொழுக்கட்டை, கருப்பட்டிக் கொழுக்கட்டை என்று பல வகைகள் இந்தச் சிற்றுண்டியிலும் உண்டு.

அரைத்துச் செய்யப்பட்ட மாவிலிருந்து செய்யப்படும் களி அல்லது கூழ், இன்னொரு முக்கியமான ஆனால் இன்று மறைந்து விட்ட சிற்றுண்டி. கூழிலும் உளுந்தங்கூழ் பெண்களுக்கான சிறந்த ஆரோக்கியம் தரக்கூடிய சிற்றுண்டியாக இருந்தது. கம்பங்கூழ்,

கேழ்வரகுக்கூழ், உளுந்தக்கஞ்சி, பயறுக் கஞ்சி போன்றவையும் சிற்றுண்டி வகைகளில் சேர்க்கக் கூடியவை.

இடியாப்பம், வெள்ளைப் பணியாரம், கருப்பட்டிப் பணியாரம், கந்தராப்பம், அதிரசம் போன்ற சிற்றுண்டி வகைகள் செட்டிநாட்டுப் பகுதித் தமிழர்களின் சிறப்பான சிற்றுண்டி வகைகள்.

இவை தவிர அவித்த கடலை, கொள்ளு, பயறு, முளை கட்டி அவித்த பயறு போன்ற எளிய, வேகவைத்த தானியங்கள் தேங்காய் சேர்த்து, இனிப்பாகவோ, காரமாகவோ சிற்றுண்டி வகைகளாகக் கொள்ளப்பட்டன.

சிறுதானியங்களைக் கொண்டு செய்யப்பட்ட அப்பம், வடை, தோசைகள் போன்றவையும் தனித்த சிற்றுண்டி உணவு வகைகளாக இருக்கின்றன. வரகரிசிச்சோறு, தினைஅரிசி உப்புமா போன்ற சாதாரண சிற்றுண்டிகளின் சிறுதானிய வகைகள் தமிழர்களால் முயன்று பார்க்கப்பட்டவை எனலாம்.

தோசைகளிலேயே, பிரண்டை போன்ற தினப் பயன்பாட்டு மூலிகைத் தாவரங்களை இடித்துச் சாறெடுத்துச் சேர்த்து செய்யப்படும் பிரண்டைத் தோசை போன்றவையும் தனித்துவமான சிற்றுண்டி வகையில் உண்டு.

சப்பாத்தி மற்றும் அதன் நீட்சியான பராத்தா என்கிற பரோட்டா போன்றவை வடவர்களிடமிருந்து வந்தவை. இரண்டும் கோதுமையிலிருந்தே செய்யப்பட்டாலும் பராத்தா என்ற பரோட்டா, பாகித்தானிய பெஷாவர், பஞ்சாபின் பஷ்டூன் பிரதேசங்களிலிருந்தே முளைத்து வந்தன என்கிறார்கள் உணவு வரலாற்று ஆசிரியர்கள்.

தொடக்கத்தில் கோதுமை மாவினால் செய்யப்பட்டாலும், இரண்டாம் உலகப்போரின் போது ஏற்பட்ட கோதுமைத் தட்டுப்பாட்டினால் பராத்தா மைதா மாவில் அதிகம் தயாரிக்கப்படத் தொடங்கியது. அதன் இழுவைத்தன்மை வேறொரு பண்பைக் கொடுத்ததால் பராத்தா மைதா மாவினாலேயே செய்யப்படுவது இன்று வரை தொடர்கிறது. பராட் என்ற சொல்லுக்கு அடுக்குகள் என்ற பொருள் உண்டு என்பதாலேயே பராட் ஆட்டா என்ற சொற்கள் இணைந்து பராத்தா என்ற பெயர் வந்ததாகச் சொல்கிறார்கள்.

இன்றைய பராத்தாவில் ஆலூ பராத்தா, கொத்துப் பராத்தா, மெலிதான வீச்சுப் பராத்தா, அளவில் பெரிய மலபார் பராத்தா, எண்ணெயில் பொரித்து எடுக்கப்படும் விருதுநகர் பராத்தா, சில்லி பராத்தா, முட்டைப் பராத்தா என்று சைவ, அசைவ இரு பிரிவுகளிலும் பராத்தாவுக்கு பல வடிவங்கள் உண்டு.

அசைவ உணவு வகைகளில் மீன், இறால், நண்டு வகைகள், கோழி இறைச்சி, வெள்ளாட்டு இறைச்சி போன்றவற்றையும் சமைப்பதில் செட்டிநாட்டுப் பகுதி தனி ருசியைக் கொண்டிருந்தது. இறைச்சி உணவுகள் சமைக்க எடுத்துக் கொள்ளப்படும் நேரம் அதிகமாதலால், அவை பெரும்பாலும் முக்கிய உணவின் அங்கமாக இருந்தன. எனவே நெடுங்காலத்திலிருந்து செட்டிநாட்டு உணவின் புகழ் அவர்களது சைவ உணவு வகைகளைக் கொண்டே இன்றளவும் சொல்லப்படுகிறது.

மேற்கண்ட அனைத்துச் சிற்றுண்டிகளும் நெல்லை, குமரி, கேரளம், ஆந்திரம் போன்ற பிரதேசங்களில் சிறு சிறு பிரதேச மாறுதல்களுடன் தயாரிக்கப்படும் போது அவை அந்தப் பிரதேச உணவுகளின்

புகழ்பெற்ற சிற்றுண்டி வகைகளாகின்றன. இவ்வகைக்கான எடுத்துக்காட்டு நெல்லையின் கருப்பட்டிக்குழல் புட்டு, நெல்லைக் காரவடை, சுசியம் என்னும் கொழுக்கட்டை, மற்றும் இனிப்புப் பிடி கொழுக்கட்டை போன்றவை.

உணவுண்ணும் முறை

பொதுவாக நமது மரபு தரையில் அமர்ந்து உணவு உண்பதையே வலியுறுத்தியது. இது உடல் ஆரோக்கியத்துக்கும் உகந்தது. மேலும் வாழையிலையில் உணவைப் பரிமாறி உண்ணும் வழக்கம் நெடுங்காலமாகத் தமிழர்களிடையே உள்ளது. போலவே கைகளால் உணவை எடுத்து நேரடியாக உண்பது உணவுக்கும் உடலுக்குமான ஒரு உயிர்த் தொடர்பின் காரணி. கரண்டிகளின் வழியாக எடுத்து உண்பது, நமது மரபாக என்றும் இருந்தது இல்லை.

18. பணத்தின் கதை

கொண்டதும் கொடுத்ததும்...

ஆதி மனிதனின் பெரும்பாலான பொழுது உணவைத் தேடிக் கண்டு பிடிப்பதில் சென்றது. சமயத்தில் உணவுக்காக அவன் விலங்குகளுடன் யுத்தம் செய்ய வேண்டி வந்தது. விலங்கு வீழுமானால் அதுவே உணவாகவும் ஆனது. இதற்கான முயற்சியும், காலமும் அரும்பாடுகளை மனிதனுக்குக் கொடுத்தன. எனவே குழுவாகச் சேர்ந்து உணவைத் தேடும் பழக்கமும், அது தந்த அனுகூலங்களும் அவனுக்கு அதிகப் பொழுதுகளைத் தந்தன. எனவே வேட்டைக் கருவிகளும், உழவுக் கருவிகளும் உருவாயின. உணவைத் தேடுவதற்கான நேரம் குறைந்து, உணவைச் சேமித்து வைக்கும் பழக்கம் ஏற்பட்டது.

குழுவாக வாழும் பழக்கம் ஏற்பட்ட பிறகு, ஒவ்வொரு குழு தேடிச் சேர்க்கும் உணவுக்கும் மற்றைய குழு தேடிச் சேர்க்கும் உணவுக்கும் வேறுபாடுகள் இருந்தன. காட்டாக, குறிஞ்சி நிலத்தில் வாழ்ந்தவர்கள் தேன், கிழங்குகள் போன்ற மலைப்

பகுதி உணவுகளை நிறையப் பெற்ற போது, மருதநில மக்களிடம் பால் பொருட்கள் சேர்ந்தன; நெய்தல் நில மக்களிடம் மீன் போன்ற கடலுணவுப் பொருட்கள் மிகுந்தன. எனவே ஒவ்வொரு இனக்குழுவும் மற்ற இனக்குழுவுடன் தொடர்பு கொண்டு உணவுப் பொருட்களைக் கொடுத்துப் பெற்றுக் கொள்ளத் தொடங்கினர். கொடுத்துப் பெறுவது என்ற பண்டமாற்று முறை இவ்வாறு உருவானது. நாணயவியல் பற்றிய மனிதனின் அறிவுக்குத் தொடக்கமாக பண்டமாற்று இருந்தது.

பண்டமாற்றின் போதாமைகள்

இனக்குழு மக்கள் தங்களுக்குள் பொருட்களைப் பரிமாறிக் கொள்ள, பண்டமாற்று முறை ஒரு நல்ல வழியாக இருந்தது என்பது உண்மைதான். *Barter is a human act* என்று ஆடம் சுமித், பண்டமாற்று என்பது இயல்பான மக்கள் வழக்கம் என்ற புகழ்பெற்ற பொருளாதாரக் கூற்றைக் கூறியது இதனால்தான். ஆனால் பண்டமாற்றுக்கான முக்கியமான காரணிகளாக பின்வருபவை விளங்கின.

1.பொருட்களை மதித்து அறியும் தேவை ஏற்பட்டது. 2. பொருட்களை ஒன்றுக்கொன்று ஒப்புமைப்படுத்த வேண்டிய தேவையும் ஏற்பட்டது. 3. பொருட்களுக்கான தனிப்பட்ட மனித உரிமைகளை நிலைநாட்ட வேண்டியும், பண்டமாற்றுக்குப் பின் அதை மீள்நிலைநாட்டவும் வேண்டியிருந்தது.

இவற்றில் முதல் மற்றும் இரண்டாம் விதிகள், காலநிலைக்கேற்றவாறும், மற்றவரின் தேவையைப் பொறுத்தும் மாறுபாடுகள் அடையும் நிலை ஏற்பட்டது. இவற்றால் பண்டமாற்றின் இயல்பான சிக்கல்கள் உணரப்பட்டன. எனவே இந்த

ஒப்புமைப்படுத்துதலின் நுண்மைச் சிக்கலான மதிப்பிடுவது பற்றி மனிதன் ஆழச் சிந்திக்க வேண்டிய தேவை உண்டானது.

நாணயம் பிறந்த கதை

இவ்வாறு பொருட்களை மதித்தறிதல் என்பது இரண்டு கூறுகளைக் கொண்டது. இந்த மதிப்பு என்பது பொறிகளால் அறியக் கூடிய ஒன்றல்லாது, இருதரப்பு மனோபாவத்தாலும் அறியப்பட வேண்டியது. அதிலும் ஒரு தரப்பின் மனோபாவ மதிப்பை, மறுதரப்பு மனோபாவ மதிப்பு ஒப்பக் கொள்ள வேண்டிய தேவை இருந்தது. எனவே இருதரப்புக்கான மனோபாவ மதிப்பும் *(subjective valuation)* ஏதேனும் ஒரு ஒப்புமைப் படுத்தக்கூடிய ஒன்றை *(Objective standard)* இலக்காக வைத்து மதிப்பிடப்படலாம். இந்த ஒப்புமைப்படுத்தப்படும் பொருள் கல், மண்கட்டி, கம்பி என்ற எதுவாகவும் இருக்கலாம். அது ஒரு குறிப்பொருள். அவ்வளவுதான்.

உதாரணமாக, சுப்பன் தன்னிடம் உள்ள ஐம்பது பொதி நெல்லைக் கொடுத்து, குப்பனிடம் இருந்து ஐந்து பசு மாடுகளை வாங்கிக் கொள்ள வேண்டும் என்று ஒப்பக் கொள்கிறான் என்று வைத்துக் கொள்வோம். சுப்பனிடம் நெல் பொதி இல்லாத நிலையில் கூட, அவ்வாறு சுப்பனிடம் நெல்பொதி தருவதாக வாக்களித்து விட்டு, பசுக்களை வாங்கிக் கொள்ளலாம். அச்சமயம் அடையாள மதிப்பாக ஐம்பது குறியிட்ட சிறு கற்களைப் பெற்றுக்கொண்டு குப்பன் பசு மாடுகளைக் கொடுத்து விடலாம்; சுப்பன் நெல்லைப் பயிரிட்டு அறுவடை செய்த பிறகு, குப்பன் அந்த ஐம்பது சிறுகற்களைக் கொடுத்து விட்டு, சுப்பனிடமிருந்து ஐம்பது நெற்பொதிகளை வாங்கிக் கொள்ளலாம். அடுத்த முறை பண்ட

மாற்றின் போது, குப்பன் அந்தச் சிறுகற்களை இவ்வாறு இலக்கு மதிப்பாக அளிக்கலாம். தொடக்ககாலத்தில் இவ்வாறு எந்த மதிப்புமற்ற பொருட்கள்தான் இவ்வாறு நாணயங்கள் போலப் பயன்படுத்தப்பட்டன.

நாணயங்களின் இயல்பு

இவ்வாறு இலக்குப் பொருளாகப் பயன்படுத்தப்பட்ட பொருட்கள் பொதுவாக எல்லா இடத்திலும் கிடைப்பனவாகவும், எல்லா இடத்திலும் ஏற்றுக் கொள்ளப்பட வேண்டியதாகவும், எளிதாக எடுத்துச் செல்லப் படுவனவாகவும், நாள்பட அழியாததாகவும், சேமிக்கப்படக் கூடியதாகவும், மதிப்பு மாறுபாடு அடையாத ஒன்றாகவும் இருக்க வேண்டிய தேவை காலப்போக்கில் உணரப்பட்டது. தொடக்கத்தில் உலோகமும், தோலும் மட்டுமே இந்தக் குணங்களைக் கொண்டிருந்தன. எனவே இரண்டுமே நாணயமாகப் பயன்படுத்தப்பட்டன. ஆனால் சிலகாலப் பயன்பாட்டிலேயே, தோல், ஒப்பீட்டளவில் அதன் தேயுறும் தன்மையால் இதிலிருந்து நீக்கப்பட்டு, உலோகங்கள் மட்டுமே நாணயங்களாக நிலை பெற்றன.

மாழை நாணயங்களின் வரலாறு

வெண்கலமும் பொன்னும்தான் ஆதியில் கண்டுபிடிக்கப்பட்ட மாழை (உலோகம்)களாக இருந்திருக்கின்றன. பொ.உ.மு.*4000’* க்கு முன்னரே எகிப்து தேசத்தில் வெண்கலமும், தமிழ்நாட்டுத் தென்னிந்தியப் பகுதி, பாபிலேன், சீன தேசங்களில் பொன்னும் பண்டமாற்றில் வழங்கப்பட்ட சான்றுகள் இருந்திருக்கின்றன. இரும்பு பொ.உ.மு *2000* வாக்கில்தான் கண்டுபிடிக்கப்பட்டிருக்கிறது. இரும்பின் பண்டமாற்றுப் பயன்பாடு கிரேக்கத்தில்

மட்டும்தான் பயன்பட்டுள்ளது. இத்தாலியில் செம்பு பயன்பாட்டில் இருந்திருக்கிறது. மலாயாத் தீபகற்பத்தில் தகரம் (டின்) பயன்பாட்டில் இருந்திருக்கிறது.

காலப்போக்கில் எல்லா நாடுகளிலும் பொன்னும், வெள்ளியும் மட்டுமே பண்டமாற்று நாணயங்களாக நிலைபெற்றிருக்கின்றன. இரண்டையும் நிலத்திலிருந்து எடுத்துப் பகுத்துத் தூய்மை செய்தல் கடினமாக இருந்தாலும், இவை இரண்டும் விலை மதிப்புள்ளதாவும், எளிதில் கொண்டு செல்லத் தக்கதாகவும், எளிதில் அழியாத் தன்மை கொண்டவையாயும் இருந்ததால் நாணயங்களாக நிலைபெற்று விட்டன.

மேலும் தேவையேற்பட்டால் அவற்றை உருக்கி ஒன்று சேர்க்கவும், வேறு வடிவமாக்கி அணிகலனாகச் செய்யவும், உருக்கி ஒன்று சேர்த்ததை வெட்டிப் பிரிக்கவும் ஏதுவாக இருந்ததாலும் அவற்றின் நாணயப் பயன்பாடு உறுதி பெற்றது. ஒரு சவரன் எனப்படும் 8 கிராம் எடையுள்ள பொன்நாணயம் தொடர்ந்து பயன்பாட்டில் தேய்ந்து உருக்குலைய 8000 ஆண்டுகள் பிடிக்கும் என்று ஒரு நவீனக் கணக்கீடு உள்ளது. *(Helfferich, Money Vol 1.0)*. வைரக் கற்களைக் கூட, பெரிய கட்டியில் இருந்து சிறு கற்களாக உருவாக்க இயலுமேயன்றி, சிறு கற்களைச் சேர்ந்துத் திரும்பவும் பெரிய கட்டியாகச் மாற்ற இயலும் இயற்பியல் தன்மை கொண்டிருக்காததால், அவை செலாவணி மதிப்பைப் பெறவில்லை.

அளவைத் தன்மை

உலோகங்கள் நாணயங்களாக நிலைபெற்ற பின்னர், அவற்றை அளவிடும் சிக்கல் எழுந்தது. மதிப்புக் கொண்டவையாகவும், மீச்சிறு வடிவத்தில்

வழங்கப்பட வேண்டியிருந்ததாலும் உலோகங்களின் செலாவணி மதிப்பைக் கணக்கிட, அவற்றை எடை போட்டு, சிறு சிறு அலகுகளாக மாற்ற வேண்டிய தேவை ஏற்பட்டது. ஆனால் இன்றைய எடைக்கற்கள் எல்லாம் அக்காலத்தில் இல்லையல்லவா? ஆகையால் எல்லா இடங்களிலும் கிடைக்கும் பொதுப் பொருட்களைக் கொண்டே எடையைக் கணக்கிட வேண்டும் என்று முடிவு செய்தார்கள்.

இதில் அக்காலத்தில் எங்கும் பயன்பட்ட பயறு தானியம் அல்லது குன்றிமணி விதை என்ற இரண்டும் இவ்வாறு எடை மதிப்புச்செய்ய பயன்பட்டன. குன்றிமணி, பொன்னுக்கான மீச்சிறு எடை அலகாக நிலைபெற்று விட்டது.

பாபிலோனியா, எகிப்து தேசங்களில் *126* தானிய மணிகளின் எடை ஒரு சேக்கல் ஆகவும் *(Shekel) 50* சேக்கல்கள் ஒரு மினா *(Mina)* ஆகவும் எடையிறுக்கப்பட்டன. தமிழ்நாட்டில் பதிற்றுப்பத்து நூலில் பொன் எடைக்கணக்கில் வழங்கப்பட்ட குறிப்புகள் கிடைக்கின்றன.

குறியீடு எழுந்த விதம்

அடுத்த கட்டமாக, இவ்வாறு உலோகங்களை வழங்க இயலும் என்றாலும், ஒவ்வொரு முறையும் சிறு அல்லது பெரும் கட்டிகளை எடை போடவும், சோதிக்கவும் தேவைப்பட்ட நேரம் ஏற்படுத்திய சிக்கல்களைக் கணக்கில் கொண்டார்கள். எனவே ஒவ்வொரு நாட்டினர் அல்லது வியாபாரக் குழுவினர், தாம் வழங்கும் நாணயங்களைக் குறிப்பிட்ட எடையுடன், குறியிடும் வழக்கத்தைப் பற்றிச் சிந்திக்கலாயினர். எனவே அந்தந்த வியாபாரக் குழுவினர் அல்லது நாட்டினர் அல்லது மன்னர்கள்,

தத்தமது பிரதேசங்களில் பயன்பட்ட நாணயங்களில் முத்திரையிடும் வழக்கம் எழுந்தது.

இது பண்டமாற்று முறையில் அவற்றைச் சோதித்தறியும் மற்றும் எடைபோட்டு மதிப்பிடும் இன்னல்களிலிருந்து வியாபாரிகளைக் காப்பாற்றி, செலாவணியை இன்னும் எளிதாக்கியது. இதிலும் ஏமாற்றுவோர் உலோகங்களில் முனைகளைத் தட்டி, வெட்டிக் கொள்ளும் ஏமாற்று வழமை எழுந்தது. இதனால் வணிகக் குழவினர் மற்றும் மன்னர்கள் சதுர வடிவில் நாணயங்களைக் குறிப்பிட்ட எடையில் வெட்டித் தட்டி, விளிம்பு வரை சரியாக முத்திரையிடும் வழமை ஏற்பட்டது. அந்த நிலையில் இன்றுவரை புழக்கத்திலிருக்கும் நவீன நாணயங்கள் பிறந்து விட்டன.

ஐரோப்பிய தேசத்தில் பொ.உ.மு. *800* வாக்கிலேயே, லிதிய நாட்டில் இவ்வாறு உலோகத்துண்டு நாணயங்கள் புழக்கத்திலிருந்த சான்றுகள் உள்ளன என்று ஆய்வாளர்கள் கருதுகிறார்கள். தமிழகத்தில் கீழடி மற்றும் ஆதிச்சநல்லூர் அகழ்வுகளில் பொ.உ.மு *600* வாக்கில், (இன்றைக்கு *2800* ஆண்டுகளுக்கு முன்னர்) பொன் அணிகலன் மற்றும் நாணயம் பயன்பாட்டில் இருந்திருக்கிறது என்பது ஆவணப்படுத்தப்பட்டிருக்கிறது. இலக்கியச் சான்றுகள் வழியாகவும் பொ.உ.*800*வாக்கில் உலவிய திருஞான சம்பந்தருக்கும், திருநாவுக்கரசருக்கும் கிடைத்த பொற்காசுகளில் மாற்றுக் குறைந்த, நிறைந்த தன்மை பற்றிய குறிப்புகள் பாடல்களில் கிடைப்பதால், அக்காலத்தில் சரியான மதிப்பும் அளவுகளும் கொண்ட செலாவணி மதிப்புள்ள பொற்காசுகள் புழக்கத்தில் இருந்தது தெளிவாகிறது.

தமிழகத்தின் நாணயங்கள்

தமிழ்நாட்டைப் பொறுத்தவரை சங்ககாலத்திலிருந்து தொடர்ச்சியாக பல்வேறு மன்னர்கள் காலத்தில் அவர்கள் வெளியிட்ட நாணயங்கள் பற்றிய குறிப்புகள் பல்வேறு ஆய்வுகள், அகழ்வுகள் மூலம் கிடைத்திருக்கின்றன.

பொ.உ. முதலாம் நூற்றாண்டு காலம் கொண்ட ரோமானிய நாணயங்கள், சங்ககாலப் பாண்டியர் வெளியிட்ட மீன் உருவம் உள்ள முத்திரைக்காசுகள், சங்ககாலப் பாண்டியன் பெயரிலான பெருவழுதி நாணயம் (இந்த நாணயங்களிலேயே பெருவழுதி என்ற பெயர் பொறிக்கப்பட்டிருந்தது- காலம் பொ.உ.மு. *100)* காளையும், புலியும் இரு பக்கங்களில் அச்சிடப்பட்ட சோழர் முத்திரைக் காசு *(*காலம் பொ.உ.மு. *300),* சேரர்கள் வெளியிட்ட மாக்கோதை மற்றும் குட்டுவன் கோதைக் காசுகள், திருக்கோவலூர் மலையமான் வெளியிட்ட திருக்கோவலூர் ஊரின் பொன்னையாறும், மூன்று மலைகளும் அச்சிட்ட சதுர செப்புக் காசுகள் *(*காலம் பொ.உ. *100-300),* உரோமானிய, கிரேக்க, சீன நாணயங்கள் *(*காலம் பொ.உ.மு. *300 - 100)* என்று பலகாலகட்டத்தைச் சேர்ந்த நாணயங்கள் தமிழ்நாட்டு அகழ்வுகளின் மூலம் கிடைக்கப்பெற்றுள்ளன. இதிலிருந்து தமிழகப் பகுதி உலகின் பல பகுதியில் அமைந்த நாடுகளுடன் பொ.உ.மு *- 1000* ஆண்டிலிருந்தே வணிகத் தொடர்பு இருந்திருக்க வேண்டும் என்று கூறமுடிகிறது. பொ.உ.மு. *700* வாக்கிலேயே தமிழகப் பண்டங்கள் சீனத் துறைமுகங்களில் இறக்கப்பட்டிருக்கின்றன என்ற குறிப்பு அந்நாட்டு வரலாறு கூறுகிறது.

நாணய உருவாக்கத்தில் அரசுகளின் உரிமை

இவ்வாறு நாணயங்கள் அல்லது காசுகள் உருவாக்கதில் வந்து விட்டாலும், ஒரு நாட்டிலேயே பல பெரும் வணிகக் குழுக்கள் அல்லது மக்கள் அவரவருக்குத் தோன்றிய படி முத்திரையிட்ட காசுகளைப் பயன்படுத்திய போது, மதிப்பிடலில் ஒரு ஒற்றுமைத் தன்மை இல்லாதிருந்ததால், அரசுகள் இந்த உரிமையை அரசின் கடமையாக நிலைநாட்டின. எனவே மக்கள் உருக்கப்பட்ட அல்லது கட்டியாக்கப்பட்ட பொன்னை அரசின் மூலம் மட்டுமே நாணயங்களாக மாற்றிக் கொள்ள இயலும் என்ற நிலை ஏற்பட்டது. நாணயங்களை விநியோகிப்பது அரசின் கடமையானது. அந்தந்த நாடுகளில் நாணய வார்ப்படச் சாலைகள் ஏற்பட்டன. அவற்றில் அரசு முத்திரைகள் இடம்பெற்றன.

தனிக்குழுக்கள் நாணயங்களைச் செய்வது சட்ட விரோதமாக அறிவிக்கப்பட்டது. அந்த நாடு முழுவதும் அந்த நாணயத்தின் மூலமே வணிகமும் செலாவணியும் நிகழத் தொடங்கின.

செலாவணியின் மதிப்பு

தொடக்கக் காலத்தில் வெளியிடப்பட்ட நாணயங்கள் அந்த நாணயங்கள் குறிப்பிடும் நிறைமதிப்போடே இருந்தன. எடுத்துக்காட்டாக பத்து குன்றிமணி எடையுள்ள பொற்காசு உருவாக்கப்பட்டால் அது பத்துக் குன்றிமணி எடையுள்ள தங்கத்தின் மதிப்பின் மூலம் புறமதிப்பு அடையாளமிடப்பட்டது. கழஞ்சு, பொன், மாஞ்சாடி என்று பலவித அளவைகளில் இந்தக் காசுகள் அளவிடப்பட்டு முத்திரையிடப்பட்ட சான்றுகள் உள்ளன. இவ்வாறு காசுகளின் அகமதிப்பும் (பொன்னின் உண்மையான எடை மதிப்பு), புறமதிப்பும் (நாணயங்களின் அச்சிடப்பட்ட மதிப்பு)

வேறுபடாது திகழ்ந்த நாணயங்கள், காலப்போக்கில் நன்கு மதிக்கப்பட்டன. அந்த நாணயங்களை உருவாக்கும் நாடுகளும் மதிக்கப்பட்டன. அகமதிப்பை விட, அதிகமான புறமதிப்பைக் குறிப்பிட்டு ஒரு நாட்டின் நாணயம் அமைக்கப்படும் போது, அந்த நாணயத்தின் மதிப்பும், நாட்டின் பொருளாதார மதிப்பும் வீழ்கிறது என்று உணர்ந்து கொண்டனர்.

அகமதிப்பிலிருந்து செலாவணி விடுபட்ட கதை

குறிப்பிட்ட எடை மற்றும் மாற்றில் நாணயங்கள் வெளியிட்டபின்னர், உலகின் பொது வணிக வழக்கங்களால் அந்தப் பொன் மற்றும் வெள்ளி உலோகங்களின் மதிப்பு கூடுதல் அல்லது குறைதல் நிலை ஏற்பட்ட போது, சில நேரங்களில், நாணயங்களின் புறமதிப்பை விட அவற்றின் அகமதிப்பு கூடிய நிலை ஏற்பட்டது. இத்தகைய நேரங்களில் மக்கள் அந்த நாணயங்களைப் பதுக்கத் தொடங்கினர்; அல்லது சேர்த்து உருக்கிக் கட்டிகளாக மாற்றத் தொடங்கினர். இதனால் செலாவணிப் புழக்கம் சிரமமானது; இதேபோன்று புறமதிப்பு, அகமதிப்பைக் காட்டிலும் அதிகமாகக்கொண்ட நாணயங்களை மக்கள் புறக்கணித்தனர். இதனால் ஏற்பட்ட சிக்கல்களை அகற்ற வேண்டிய தேவை ஏற்பட்டது.

பொ.உ. *500'*லிருந்து இங்கிலாந்து நாட்டில் வெள்ளியினால் ஆன நாணயங்களே புழக்கத்தில் இருந்தன.ஆனால் பொ.உ. *16'*ம் நூற்றாண்டில் அமெரிக்காவில் வெள்ளி பெருமளவு கண்டுபிடிக்கப்பட்டு வெள்ளியின் விலைமதிப்புக் குறைந்த போது, இந்த வெள்ளி நாணயங்களின் அகமதிப்பு, புறமதிப்பை விட மிகக் குறையத்

தொடங்கியது. இதனால் அரசு இந்தக் காசுகளைத் திரும்பப் பெற்று மாற்றும் சிக்கல்கள் எழுந்தன.

எனவே *1663'ல்* இங்கிலாந்து மக்களே வெள்ளி உலோகத்தை அரசாங்க நாணயசாலையில் அளித்து தமக்கு வேண்டிய எடை மதிப்பில் நாணயங்களாக மாற்றிக் கொள்ளலாம் என்ற சட்டத்தை இயற்றியது. இதனால் அகமதிப்புக்கும், புறமதிப்புக்கும் இடையேயான வேறுபாடுகளால் விளையும் கேடுகள் நீங்கும் என அரசு கருதியது.

இவ்வாறு கட்டணமின்றி மக்கள் உலோகங்களிலிருந்து நாணயங்களை உருவாக்கி வாங்கிக் கொள்ளும் முறையினால் மக்கள் நாணயங்களைப் பதுக்கவோ, உருக்கவோ மாட்டார்கள் என்று அரசு கருதியது. ஆனால் காலப்போக்கில் இந்தச் சிக்கல்கள் தங்க நாணயங்களுக்கும் எழுந்தன. ஆசுத்ரேலியா மற்றும் கலிஃபோர்னியா போன்ற இடங்களிலிருந்து பெருமளவு தங்கம் *19'ம்* நூற்றாண்டு வாக்கில் எடுக்கப்பட்டு அது ஏற்றுமதியாக்கப்படவே, தங்க நாணயங்களின் அகமதிப்புக் குறைந்தது.

ஒப்பீட்டளவில் வெள்ளி நாணயங்கள் அதிக அகமதிப்புக் கொண்டிருந்தன. எனவே வெள்ளி, முழு மதிப்புடைய நாணய உலோகத்திலிருந்து *1816ல்* விலக்கப்பட்டது. தங்க நாணயம் மட்டுமே முழுச் செலாவணியுள்ள நாணயமாகும் என்ற சட்டம் மாறியது; மக்கள் எப்போதும் தங்களிடமுள்ள தங்கத்தை அரசிடம் கொடுத்துச் செலவில்லாமல் அரசிடமிருந்து நாணயமாக மாற்றி வாங்கிக் கொள்ளும் வகை செய்யப்பட்டது.

இந்த மதிப்பு, ஒரு அவுன்சு எடையுள்ள தங்கத்துக்கு, *3* பவுண்டு, *17* சில்லிங், *10.5* பென்சு என்று அரசு

அன்றைய விலைக்கு அறிவித்து, இந்த விலையை நிலைநிறுத்தியது. இது போன்ற திறந்த நாணய வார்ப்படக் கொள்கையினால், தங்கத்தின் மதிப்பும், நாணயத்தின் மதிப்பும் மாறாது நின்றன.

தாள் நாணயம் (கரன்சி நோட்டுகள்)

உலோகத்தில் நாணயங்கள் வெளியிட்டவாறே, அரசு உறுதி கொடுக்கும், பிராமிசரி நோட்டு போன்று தாள் நாணயங்கள் வெளியிடப்பட்டன. இவை பெரும்பாலும் உறுதிப் பத்திரங்களேயாகும். பெருமதிப்பில் செலாவணிக்கான தேவை ஏற்பட்டதைக்கருத்தில்கொண்டுதாள்நாணயங்களை அரசுகள் ஏற்படுத்தின. தாள் நாணயங்களை வெளியிடுவது அரசு உரிமையாக இருந்தது. 1720'ல் பிரான்சு தேசத்தில் அரசுக்கடனைத் தீர்ப்பதற்காக 150 கோடித் தாள் நாணயத்தை அந்நாட்டரசு வெளியிட்டது.

இந்த தாள்நாணயங்கள் நோக்கில் உறுதிச்சீட்டு போன்றவைதான் என்று முன்பே பார்த்தோம். அந்தத் தாள் நாணயங்கள் ஏககாலத்தில் மக்களால் திரும்ப அரசிடம் திருப்பப்பட்டு உலோக நாணயங்களைப் பெற முயன்ற போது, அரசால் உடனடியாக அதைத் திருப்பிக் கொடுக்க இயலவில்லை; எனவே மக்களுக்குத் தாள்நாணயங்களின் மீதிருந்த நம்பிக்கை குறைந்தது. 1789'ல் பிரான்சுப் புரட்சி ஏற்பட்ட போது, இந்தத் தாள் நாணயங்களின் மதிப்பு 1791'றக்குள்ளாகவே, அதாவது இரண்டாண்டுகளில் 100'லிருந்து 82' ஆகக் குறைந்தது.

தாள் நாணய மதிப்பை நிலை நிறுத்துதல்

இவ்வாறு புறக்காரணங்கள் தாள் நாணயத்தில் ஏற்படுத்தும் பாதிப்புகளைக் கண்ட அரசுகள், தாள்

நாணயத்தை நிலைநிறுத்தும் வழிகளைப் பற்றிச் சிந்தித்தன. எனவே ஒரு நாட்டின் ஒரு பொதுஅரசு வங்கியின் மூலம் மட்டுமே தாள்நாணயங்கள் வெளியிடப்பட வேண்டும் என்றும், அவை மொத்தமாக அளவிடப்பட்ட நாட்டின் பொருளாதார மதிப்பீட்டு அளவுக்குள் இருக்க வேண்டும் என்றும் விதி எழுந்தது.

இதன்படி *1844'ல்* இங்கிலாந்து வங்கிச் சட்டம் மூலம், இங்கிலாந்தின் பொதுவங்கி மூலம் மட்டுமே தாள் நாணயங்கள் வெளியிடப்படும் என்றும், அது மொத்தமாக *140* இலக்கம் (லட்சம்) பவுண்டுகளுக்கு மேல் இராது என்றும் வரையறை செய்யப்பட்டது. இந்த *140* இலக்கம் பவுண்டுக்கு மேல் தாள்நாணயத்தை அரசு அச்சிட வேண்டும் என்றால், உலோக நாணயத்திற்குச் செய்த திட்டமதிப்பில், வெளியிடப்படுந் தாள் நாணயத்துக்கு ஈடான தங்கத்தை அரசின் வங்கி இருப்பாக வைத்திருக்க வேண்டும் என்ற வழமை ஏற்பட்டது. இதன்மூலமாகவே நாட்டின் செலாவணிக்குத் தேவையான குறிப்பிட்ட அளவில் தங்க இருப்பு அரசு வங்கிகளில் இருக்க வேண்டும் என்ற நடைமுறை ஏற்பட்டது.

பொருளாதாரச் செயல்பாடுகளும் மதிப்பீட்டு வீழ்ச்சியும்

ஒவ்வொரு நாட்டின் அரசு வங்கிகள் இவ்வாறு தாள் நாணயங்களை அச்சிடும் முறைக்கு *19'ம்* நூற்றாண்டில் மாறிவிட்டன. இவ்வாறு அச்சிடும் உரிமை அரசு வங்கியிடம் இருந்தாலும், நாட்டின் மொத்தமான பொருளாதார நிலையை அனுசரித்தே தாள் நாணயங்கள் புழக்கத்தில் விடப்பட வேண்டும் என்ற நிலையும், அந்த மதிப்புக்கு மேல் தாள்

நாணயம் அச்சிட்டால் தங்கம் கையிருப்பாக சேமிக்கப்படவேண்டும் என்றும் பார்த்த விதிகள் காலப்போக்கில் வலுவிழந்தன. செயல்பாட்டுத் திறமற்ற நாடுகளில் இதனால் தாள் நாணயங்கள் அதிக அளவில் அச்சிடப்பட்டு வெளியிடப் பட்ட போது, அவற்றின் அகமதிப்பாக வாங்கும் மதிப்பு வீழ்ந்தது. இதனால் அத்தகைய தாள் நாணயங்களின், பிற நாட்டுத் தாள் நாணயங்களை ஒப்பு நோக்கும் ஒப்பீட்டு மதிப்பு, கூடிக் குறையும் நிலை ஏற்பட்டது. இதனாலும், நாடுகளிடையே உற்பத்தி, தொழில்நுட்பம் போன்றவற்றில் நிகழ்ந்த வேறுபாடுகளால் ஏற்பட்ட பொருளாதார மாறுதல்களாலும், வெவ்வேறு நாடுகளுடன் ஒப்பிடப்படும் வெவ்வேறு நாடுகளின் தாள் நாணயத்துக்கு ஒப்பீட்டு மதிப்பு வேறுபடலாயிற்று.

இவற்றிற்கிடையே இங்கிலாந்து பவுண்டு மற்றும் அமெரிக்க வெள்ளி என்ற இரண்டு தாள் நாணயங்கள் மட்டும் அதிக மதிப்பீடு பெறுவதற்கு இரண்டு மாறுபட்ட காரணங்கள் உண்டு.

இங்கிலாந்து அரசு இந்தியா போன்ற பெரும் வளமான நாடுகளை காலனி நாடுகளாகச் சுமார் 300 ஆண்டுகள் சுரண்டியதன் பொருளாதார வளம், இங்கிலாந்து நாட்டின் உள்ளீட்டுப் பொருளாதாரத்தை வளமாகச் செறிவூட்டியதன் காரணமாகவே தாள்நாணயமான பவுண்டின் மதிப்பு நிறைந்து நின்றது.

அமெரிக்க வெள்ளியான தாள் நாணயத்தின் மதிப்பு நிலைத்து நிற்பதற்கான காரணம் உலகத்தின் எரி எண்ணெய் விற்பனையில் அமெரிக்க நாடு செய்து வரும் திருவிளையாடல்கள்.

இந்த இரு காரணங்களால் இங்கிலாந்துப் பவுண்டும் அமெரிக்க வெள்ளியும் இருபதாம் நூற்றாண்டில்

உலகின் ஒப்பீட்டுப் பெருமதிப்பு வாய்ந்த இரு தாள் நாணயங்களாக நிலை பெற்று நின்றன. இந்தியாவைப் பொறுத்த வரை *1950'*களில் *25* ரூபாயில் இருந்த அமெரிக்க டாலருக்கான மதிப்பு *2014* வரை *60* ரூபாய்களை ஒட்டி நின்றது; கடந்த எட்டாண்டுகளில் மேலும் சீர் கெட்டு இன்றைக்கு *81* ரூபாயாக வந்து நிற்கிறது.

நாட்டின் செறிவான பொருளாதாரத் திட்டமிடலும், உற்பத்திக்கேற்ற விற்பனை, தேவைக்கேற்ற விளைபொருட்கள், மக்களுக்கான வாங்கும் சக்தி போன்ற அனைத்தும் இணைந்தது ஒரு நாட்டின் பொருளாதாரம். அது சீர்கெடும் போது அவற்றின் விளைவு அந்நாட்டு மக்களின் முகத்திலும், அந்நாட்டின் தாள் நாணயத்தின் ஒப்பீட்டு மாற்று மதிப்பிலும் (எக்சேஞ்சு வேல்யூ) வெளிப்பட்டு விடும் என்பது கண்கூடு.

19. சோழரும் தமிழகமும்

(சுருக்கமான சோழர் வரலாறு)

எதிலிருந்து தொடங்குகிறது சோழர்கள் சரித்திரம்?

பழந்தமிழகத்தின் பொற்காலம் எது என்றால், பெரும்பாலும் அனைவரும் சொல்லும் பதில், சோழர்களின் காலம். இதிலும் மாமன்னன் இராசஇராசன் காலமும், அவரது மகன் இராசேந்தின் ஆட்சிக் காலமும். இதில் ஓரளவு உண்மையும் உள்ளது. தமிழகமும், இந்தியப் பகுதியின் ஐம்பத்தாறு தேசங்களும், கண்டிராத ஒரு மாபெரும் நாட்டையும், ஆட்சியையும் சோழர்கள் வழங்கினார்கள். அதற்குக் காரணம் அவர்கள் காலத்தில் இலங்கிய பல ஆட்சி முறைகளையும் விடப் புதியதாகவும் தெளிவாகவும் அவர்கள் சிந்தித்த விதமும், அதை நடைமுறைப்படுத்திய விதமும்.

உலகம் அறிந்த முதல் இந்திய மாமன்னர்கள் இராசஇராசனும், இராசேந்திரனும். அவர்கள் சென்ற இடமெல்லாம் வெற்றித் திருமகள் அவர்களைத்

தொடர்ந்தாள்; அவர்கள் தொட்டதெல்லாம் துலங்கியது. அவர்கள் வாழ்ந்த காலத்துக்குப் பின்னர் இன்று ஆயிரத்து இருநூறு ஆண்டுகள் கழிந்து விட்டன. ஆனால் அவர்கள் எழுப்பிய இரண்டு ஆலயங்கள் அவர்களது கட்டடக்கலை மற்றும் சிற்பக்கலைத் திறத்துக்கும், அவர்கள் எழுதி வைத்த எண்ணற்ற கல்வெட்டுகள் அவர்களது காலத்தின் வரலாறையும், ஏன் தமிழகத்தின் வரலாறையுமே அறிய உதவி செய்கின்றன.

ஆனால் தமிழகத்தைப் பொறுத்த வரை சோழர்களின் மொத்த ஆட்சிக் காலம் ஏறத்தாழ ஆயிரத்து நானூறு ஆண்டுகள் என்றால் நம்ப முடிகிறதா? உண்மை அதுதான். ஏறத்தாழ கி.மு. மூன்றாம் நூற்றாண்டில் இருந்து கி.பி. பனிரெண்டாம் நூற்றாண்டு வரை அவர்களது ஆட்சிக்காலம் தமிழகத்தில் பரந்து விரிந்திருந்தது. எனில் கி.மு. மூன்றாம் நூற்றாண்டு காலச் சோழர்கள் யாவர்?

சங்ககாலச் சோழர்கள்

சங்ககாலம் என்பது கி.மு. நான்காம் நூற்றாண்டு முதல், கி.பி. மூன்றாம் நூற்றாண்டு வரை என்பது பொதுவாக ஒப்புக் கொள்ளப்பட்ட ஒன்று. இது இலக்கிய மற்றும் வரலாற்றுச் சான்றுகளால் நிறுவப்பட்டது. ஆனால் சங்ககாலத் தமிழ்ப் புலவர்களைப் பற்றிய ஆய்வில் ஏறத்தாழ கி.மு. பத்தாம் நூற்றாண்டு அளவில் கூடத் தமிழில் புலமை பெற்ற புலவர்கள் எழுதிய கவிதைகள், நூல்கள் கிடைத்திருக்கின்றன.

சங்ககாலச் சோழர்களில் மேருவெனத் திகழ்ந்து ஒளிர்பவன் கரிகாலன். கரிகால் பெருவளத்தான் என்ற பெயரில் குறிப்பிடப்படும் அவன், இலங்கை உள்ளிட்ட நிலப்பரப்பை வென்று ஆண்டிருக்கிறான் என்று, கலிங்கத்துப் பரணியின்

குறிப்பு சொல்கிறது. கரிகாலனின் காலத்துக்குப் பின்வந்த சிலப்பதிகாரத்தில், கரிகாலன் வடதிசை சென்று மீண்ட செய்திகள் குறிப்பிடப் படுகின்றன. சேரகுலத்தவரான சிலம்பை எழுதிய இளங்கோவடிகள், சோழ அரசனான கரிகாலனைச் சிறப்பித்துக் கூறுவதற்காக, ஒரு இல்லாத செய்தியைச்சொல்ல மாட்டார் என்று நிச்சயமாக நாம் நம்பலாம். எனில் கரிகாலன் எக்காலத்தில் வடதிசைப் படையெடுப்பை நிகழ்த்தினான்?

கி.மு. *327* முதல், கி.மு.*232* வரை சந்திரகுப்தன், பிந்துசாரன், அசோகர் இவர்களது காலம்; கி.மு *184* முதல் கி.மு.*145* வரை புட்பமித்திர சுங்காவின் காலம். எனவே கரிகாலன் வடதிசை சென்று வென்று வந்த காலம் இவை இரண்டுக்கும் இடைப்பட்ட கி.மு. *232* - கி.மு. *184* காலமாக இருக்கவே வாய்ப்பதிகம். சங்ககாலக் கரிகாலன்களில் இரண்டு கரிகால் சோழர்கள் இருந்ததாகவும் முதலாமவன் இமயம் வரை சென்று மீண்டவன் என்றும் அவனது காலம் கிமு. *150* வாக்கில் என்றும், இரண்டாம் கரிகாலன் காலம் கி.மு.*90* வாக்கில் என்றும் சில குறிப்புகள் பொருநராற்றுப்படைப் பாடல்களின் குறிப்பில் இருந்து அறிய முடிகிறது. கரிகாலன் தவிர இந்த சங்ககாலச் சோழர் வரிசை சிபி, முசுகுந்தன், காந்தன் (கி.மு மூன்றாம் நூற்றாண்டு), மநுநீதிச் சோழன், முதற் கரிகாலன் (கி.மு. இரண்டாம்நூற்றாண்டு), இரண்டாம் கரிகாலன் (கி.மு.முதல் நூற்றாண்டு), நலங்கிள்ளி, நெடுங்கிள்ளி, கிள்ளிவளவன், பெருநற்கிள்ளி, கோப்பெருஞ்சோழன் (கி.பி. முதல் - கி.பி. மூன்றாம் நூற்றாண்டு வரை) என்று சங்ககாலச் சோழரை வகைப்படுத்த முடிகிறது.

இச்சோழர்களின் பல சரித்திரச் சம்பவ நிகழ்வுகளை, இலங்கையின் வரலாறு போன்ற மாற்று வரலாற்றுச்

செய்திகளின் மூலமும் உறுதிப் படுத்திக் கொள்ள முடிகிறது. சிபி புறாவுக்குத் தசையை அரிந்து கொடுத்தது, கருவூரை ஆண்ட முசுகுந்த சோழன், வடுகர்கள் மற்றும் மோரியர்(மௌரியர்)கள் இணைந்து தென்னார்காட்டுக் கோட்டம் வரை படையெடுத்து வந்தவர்களை எதிர்த்துப் புறம்கண்டு, அவர்களை விரட்டிச் சென்று அவர்கள் நகரான பாழி நகர் வரை சென்று அவர்களை அழித்தமையால், செருப்பாழி எறிந்த இளஞ்சேட் சென்னி என்ற பெயர் பெற்ற இளஞ்சேட் சென்னி என்று பல வரலாற்றுச் செய்திகள் (கி.மு.290 - கி.மு.270) மூலம் சங்க காலச் சோழர்கள் உன்னதமான அளவில் தமிழகத்தையும் தென்னாடு என்னும் தென்னிந்தியப் பகுதியையும் ஆட்சி செய்து வந்தனர் என்ற செய்தி அறியக் கிடைக்கின்றது. இந்தப் படையெடுப்பு மோரியர்களுக்கு வெற்றியைத் தராததாலும், அசோகர் காலத்திலும் தமிழகம் தன்னாட்சி பெற்றே விளங்கியமையாலும், இளஞ்சேட்சென்னியால் மோரியர்கள் வெல்லப்பட்டனர் என்ற கூற்று உண்மையாகிறது.

கி.மு. இரண்டாம் நூற்றாண்டுக் காலத்திலான காரவேலன் கல்வெட்டில், தனக்கு முன் 113 ஆண்டுகளாக இருந்த தமிழர் கூட்டமைப்பை அழித்ததாகக் கூறிக் கொள்வதால், மோரியர் படையெடுப்புக்குப் பின்னர் சுமார் நூறாண்டுகள் தமிழர் நிலத்தின் அரசர்கள் கூட்டாக இருந்து வடவர்களை எதிர்த்தனர் என்ற வரலாற்றுச் செய்தியும் கிடைக்கிறது.

முதல் மாபெரும் சோழ அரசு இரண்டாம் கரிகாலனாகிய கரிகால் பெருவளத்தான் காலத்திலேயே நிகழ்ந்தது. பொன்னி நதி பாய்ந்த

வளமான தேசமாக அது இருந்தமையால், அப்பகுதியை ஆண்ட அவனுக்குப் 'பெருவளத்தான்' என்ற பெயர் நிலைத்தது. சோழநாடு முழுதுமே வளம் கொழித்ததால், சோழநாடு சோறுடைத்து என்றும், சோழர்களுக்கு வளவர்கள் என்றும் பெயர் உருவானது.

சோனகர், சீனர், சாவகர் போன்ற பல நாட்டு வணிகர்களும் பயணிகளும் கரிகாலன் காலத்தில் சோழநாட்டுக்கு வந்து சென்றிருக்கும் செய்திகள் பல பயணக் குறிப்புகளில் காணப்படுகிறது. கரிகாலன் காலத்திலேயே கடல் வழி வாணிபமும் வெகு சிறப்புற்று விளங்கியதற்கான பல சான்றுகள் கிடைக்கின்றன. கலங்கரை விளக்கங்கள் அமைக்கப் பெற்றிருந்ததும், சுங்கம் வசூலிக்கப்பட்டு உள்வரும் பண்டங்களுக்கு புலி இலச்சினை பதியப்பட்டதும், பண்டக சாலைகள், கிடங்குகள் இருந்ததும் பட்டினப்பாலை, சிலப்பதிகாரம் போன்ற இலக்கியங்களில் காணக் கிடைக்கின்றன. கீழக்கரையில் கிடைத்த அகழ்வில் உரோமர்கள், சாதவாகனர் நாணயங்கள் வெளிநாட்டு வணிகம் சிறப்பாக நடந்ததைக் குறிப்பிடுகின்றன.

துறைமுகப் பட்டணங்களாக காவிரிப் பூம்பட்டணமும் (புகார்), நாகப்பட்டணமும் விளங்கியிருக்கின்றன. உறையூர் அரசாட்சித் தலைநகராக இருந்திருக்கிறது. இசை, மொழி, கூத்து, நகரவாழ்க்கை, சிற்றூர் வாழ்க்கை என்று அதனதன் இயல்பில் அனைத்தும் சிறந்து விளங்கியிருக்கின்றன. திருமண முறைகளில், இசைக்கருவிகள் ஒலிப்பு, கடவுள் வணக்கம், மணப்பெண்ணை மகவு கண்ட பெண்டிர் நால்வர் அரிசியும், மலர்களும் கலந்த நீரால் நீராட்டி வாழ்த்துதல், அன்றிரவே மணமக்களை

இல்லறப்படுத்துதல், மணவிருந்து போன்றவையாக இருந்திருக்கின்றன.

உன்னதக் காலம் *(கி.பி 8- கி.பி.11)*

கி.மு. மூன்றாம் நூற்றாண்டின் இறுதியில் இருந்து கி.மு. எட்டாம் நூற்றாண்டு வரை, களப்பிரர், பாண்டியர், பல்லவர் என்ற மூன்று குலத்தவர் உறுதியுடன் தமிழகத்தில் ஆட்சியில் இருக்கிறார்கள். இக்கால கட்டத்தில் கி.மு. ஆறாம் நூற்றாண்டு வரை கோச்செங்கனான், புகழ்ச்சோழன் என்ற ஓரிருவர் பற்றிய குறிப்புகளே வரலாற்றில் உள்ளன. அங்கொன்றும், இங்கொன்றுமாக விளங்கிய சோழர்கள் சிற்றரசர்களாகவே கி.பி. எட்டாம் நூற்றாண்டு வரை விளங்கினர். பாண்டியன் நெடுமாறனின் மனைவியான மங்கையர்க்கரசியார் ஒரு சோழ அரசனின் மகளாக இருந்திருக்கலாம் என்ற குறிப்பு உள்ளது. கி.பி.850ல் உறையூரில் ஒரு புதிய அத்தியாயம் எழுகிறது. இரண்டாவது சோழ எழுச்சி நாயகனான விசயாலய சோழன் அந்த ஆண்டுதான் உறையூரில் பட்டமேற்கிறான். சோழ குலத்தின் உன்னதத்தைத் தொடங்கி வைத்த அவனது வழி வந்த சோழர் மாண்பு இராசஇராசன் மற்றும் இராசேந்திரன் காலத்தில் உச்சத்தில் நின்று கி.பி. பதினோராம் நூற்றாண்டின் இறுதி வரை நீள்கிறது.

திருப்புறம்பியப்போர் நடக்கும் வரையான காலத்தில் வரகுண பாண்டியன் மற்றும் கூடிய சிற்றரசர்களுடன் இணைந்து பல்லவ அரசனான நந்திவர்மனை எதிர்த்துக் கொண்டிருந்த சோழர்களது வழமை, திருப்புறம்பியப் போரில் பல்லவனான அபராசிதவர்மன் பக்கம் இணைந்து கொண்டனர்; பாண்டியர் மற்றும் களப்பிர மரபினரான முத்தரையர் கட்சியினர் அப்போரில் பெருந்தோல்வி அடைந்தனர்.

தோல்வியடைந்து ஓடிய முத்தரையர் ஆண்டு கொண்டிருந்த தஞ்சையை சோழர்கள் இருந்து ஆண்டு கொள்ளுமாறு பல்லவர்களுக்கும் சோழர்களுக்கும் ஏற்பாடு உருவானது. கி.பி. 880'ல் நிகழ்ந்த இந்தப் போருக்குப் பிறகு பாண்டியர் ஆட்சி மறைந்து, சோழர் ஆட்சி வளராலாயிற்று.

மாபெரும் வீரர்களாக விளங்கிய விசயாலயனும், அவனது மகனான ஆதித்த சோழனும் பின்னர் பல்லவன் அபராசிதவர்மனை வென்று தொண்டை நாட்டையும் இணைத்துக் கொண்ட சோழநாடு பின்னர் வெகு வேகமாக பேரரசாக மாறத் தொடங்கியது. ஆதித்தனது மகனான முதலாம் பராந்தக சோழன், அவனது மகனான இராசாதித்தன், கண்டாராதித்தன், கண்டாராதித்தன் தம்பியான அரிஞ்சய சோழன், அரிஞ்சய சோழன் மகனாகிய இரண்டாம் பராந்தகன் என்னும் சுந்தர சோழன், அவனது மகன்களான இரண்டாம் ஆதித்தன் என்ற ஆதித்த கரிகாலன் மற்றும் முதலாம் இராசஇராசன் என்பது இடைக்கால சோழர்களின் மரபு வழி.

முதல் பராந்தகன் காலத்திலேயே விரிவு கொள்ளத் தொடங்கிய சோழ அரசு அவனது வீரமிக்க மகன்கள் இராசாதித்தன், கண்டாராதித்தன், அரிஞ்சயன் ஆகியோர் துணையால் மேலும் விரிவடைந்தது. ஆயினும் தொடர்ந்த ஒவ்வொரு போர்களிலாக இராசாதித்தனும், கண்டாராத்திதனும் மறைய, அரிஞ்சயன் பட்டத்திற்கு வந்தான். பின்னர் அவனது மகன் வழி அரசு நிலை பெறலாயிற்று.

அரிஞ்சயனுக்கும் வைதும்பராயர் குலத்தில் வந்த அரிஞ்சயன் மனைவியான கலியாணிக்கும் பிறந்த இரண்டாம் பராந்தகன், கண்டாராதித்தனின் மகன் சிறுவனாக இருந்ததால் இளவரசனாக ஆட்சிப்

பொறுப்பேற்கிறான். அவன் காலத்தில் பாண்டிய நாட்டை ஆண்ட வீரபாண்டியனை எதிர்த்துச் சேவூர் என்ற இடத்தில் நடந்த போரில் அவனது மகனான இளந்தாரி ஆதித்த கரிகாலன், வீரபாண்டியனை விளையாடினான் என்று லீடன் பட்டயச் செப்பேடு சொல்கிறது; பெரு வீரச்செயல்கள் புரிந்த இவன், அவனது சிற்றப்பன் மதுராந்தகனுடன் சேர்ந்து பலர், செய்த சூழ்ச்சிகளால் கொல்லப்பட்டான் என்று வரலாற்று ஆய்வாளர்கள் குறிக்கிறார்கள். இந்தப் பலரில் எதிரியான வீரபாண்டியனின் அதிகாரிகள் கூட்டத்தவரான இரவிதாசன் சகோதரர்கள் மூலம் இக்கொலை நிகழ்த்தப் பட்டது என்று பிற்காலத்தில் இராசஇராசன் அமைத்த ஒரு கல்வெட்டின் மூலம் தெரியவருகிறது. இந்த கொலைச்சதி பற்றிய விவரங்கள் இராசஇராசனுக்குத் தெரிந்திருந்ததால், மதுராங்கனை பட்டத்துக்கு வரவிட்டு, அவனுக்குப் பின்னரே இராச இராசன் பதவியேற்கிறான் என்று தெரிகிறது.

இராசஇராசன் பதவியேற்றது கி.பி.985 சூன் திங்கள் 25'ம் நாள். 'உடையார் திங்கள் சதய விழா' என்று பல கல்வெட்டுகள் குறிப்பிடுவதால், இவன் ஐப்பசிச் சதயநாளில் பிறந்தவன் என்று தெரிகிறது. விசயாலயன், ஆதித்தனுக்குப் பின்வந்த சோழ அரசர்களில் இவனே மிகச் சிறந்த வீரமும், அறிவாற்றலும் கொண்டிருந்தான் என்பது தெளிவு. இவன் அமைத்த பேரரசு சுமார் இருநூறு ஆண்டுகள் அவனுக்குப் பின் நிலைபெற்றிருந்தது என்பதிலிருந்தே அவனது அடித்தளம் எத்தனை உறுதியானதாக இருந்தது என்ற சிறப்பு தெரியும். மேலும் இவனது சிற்றப்பன் ஆட்சியில் இருந்தபோதே தனது ஆட்சிக் காலத்தில் செய்ய வேண்டிய காரியங்கள் என்னென்ன என்பதற்குச்

சிறந்த திட்டங்களை இவன் வைத்திருந்தான்; தனது மகனையும் தன் காலத்திலேயே, தன்னிலும் சிறந்த பெருவீரனாக உருவாக்கியிருந்தான்.

இவனது ஆட்சிக்காலத்தில் நிருவாகம் செம்மையாக நடந்தது. ஏழு அல்லது எட்டு நிலை அடுக்குகளில் இருந்த நிருவாக முறை கிராமங்களில் இருந்து மாமன்னன் வரை தெளிவாகத் திட்டமிடப்பட்டு பின்பற்றப்பட்டது. கலை, இலக்கியங்கள், ஓவியம், சிற்பம், இசை என்று அனைத்துப் புலங்களுக்கும் வேண்டிய புரவலனாகவும், ஆதரிப்பவனாகவும் விளங்கியமையால் பேரிலக்கியங்கள் எழுந்தன; பெரும் கலைஞர்கள் இவன் காலத்தில் வளர்ந்தார்கள். தேவாரத் திருமுறைகள் அனைத்தையும் வெளிக்கொணர்ந்து தொகுப்பதில் ஆர்வம் செலுத்தியதால் 'திருமுறை கண்ட சோழன்' என்றும் போற்றப்பட்டான். பெரும் சிவபக்தனாக விளங்கிய இவனும், இவனது மகனும் ஆளுக்கொரு கோயில் என்று ஒல்காப் புகழ் கொண்ட இராசஇராசேச்சுவரம் மற்றும் கங்கை கொண்ட சோழம் என்ற இரு மாபெரும் தமிழ்க்கலைக் கோயில்களைக் கட்டினார்கள்.

கிட்டத்தட்ட இக்காலத்தில் நாம் பார்க்கும் நவீன அரசியல் ஆட்சி முறையை அக்காலத்திலேயே வடிவமைத்திருந்தான் இராசஇராசன், அவனது காலத்திய சோழதேசம் தெற்கே இலங்கையிலிருந்து மேற்கே அரபிக் கரையோரமாக கடாரம், ஸ்ரீவிஜயம் வரை பரவியது. போர்த்தொழிலில் வல்லவனாகவும், அரசியலில் பண்பட்டவனாகவும், சமயப்பற்று உடையவனாகவும், பெரும் பரந்த பேரரசை நிருவகிக்கும் ஆற்றல் கொண்டவனாகவும் இவன் விளங்கினான். முறையான செய்திகளடங்கிய 'மெய்க்கீர்த்தி' என்று அழைக்கப்பட்ட கல்வெட்டுகள்

மற்றும் செப்புப் பட்டயங்களை ஆக்கிவைக்கும் முறையை இவனே தொடங்கி வைத்தான்; இதனால் பல நிருவாக முறைகளும் வரலாற்றுச் செய்திகளும் ஆவணப்படுத்தப்பட்டன.

கால ஒழுங்கின்படி போர்ச் செய்திகள், சாதித்த செய்திகள் பதிக்கப்பட்டமையால் இவை வரலாற்று ஆவணங்களாகவும் விளங்கின, விளங்குகின்றன. 'திருமகள் போல' எனத் தொடங்கும் கல்வெட்டுகள் அல்லது பட்டயங்கள் அனைத்தும் இவன்காலத்தில் இயற்றப்பபட்டன என்று அறிந்து கொள்ளத் தக்க ஒரு முறைமை தோற்றுவிக்கப்பட்டது. இதைப் போன்றே மகன் இராசேந்திரனும் 'திருமன்னி வளர' என்று தொடங்கிச் செல்லும் மெய்க்கீர்த்திக் கல்வெட்டுகளைப் பதிக்கும் வழக்கத்தை ஏற்படுத்தினான்.

கொல்லம், கங்கபாடி, நுளம்பபாடி, தெலுங்க நாடு, கீழைச்சாளுக்கிய நாடு, மேலைச் சாளுக்கிய நாடு, கலிங்கம், ஈழம், பழந்தீவு பன்னீராயிரம் (மாலத்தீவுகள்) போன்ற அனைத்து நாடுகளும், மகன் காலத்தில் ஸ்ரீவிஜயம் வரையும் சோழப் பேரரசு விரிவடைந்தது. மாபெரும் நிலப்படை, கப்பற்படை, யானைப்படை, குதிரைப்படை இவனிடம் நிலைப்படையாக இருந்திருக்கிறது. நிலங்கள் அளவை செய்யப்பட்டு, வரி உள்ளவை, வரி இல்லாதவை, வரிச்சலுகை அளிக்கப்பட்டவை என்ற வகைப்படுத்தல்கள் தெளிவாக அறிவுறுத்தப்பட்டன.

சீனர்களோடு வணிக உறவு இவனது அரசுக்கு இருந்தது. கி.பி. 1015'ல் இவனது தூதுக்குழு சீனத்துக்குச் சென்றதற்கும், சீன அரசனுக்கு உயர்தர முத்துக்கள் போன்றவற்றைப் பரிசாக அளித்ததற்கும் சான்றுகள் உள்ளன.

இராசேந்திரனது மகன்களான இராசாதி இராசன், சுந்தர சோழன், இராசேந்திர சோழதேவன் என்ற மூவர். இந்த மூவரும் இராசஇராசனும், தந்தை இராசேந்திரனும் உருவாக்கிய மாபெரும் சோழப் பேரரசை, முதலாம் குலோத்துங்கன் காலம் வரை *(கி.பி.1070 வரை)*, அடுத்த நூறாண்டுகள் நிலைத்திருக்குமாறு, பல்வேறு போர்கள் மூலம் சாதித்துக் காட்டினர்.

மூன்றாம் பாகம் (கி.பி. 1070 லிருந்து கி.பி.1122 வரை)

இராசேந்திர சோழனுடைய மகள் அம்மங்கா வழி வந்த வாரிசுகளில் வந்தவன் முதலாம் குலோத்துங்கன். அவன் பட்டத்துக்கு வந்த *1070* காலகட்டத்தில் பெரும் பரப்பில் இருந்த சோழப் பேரரசுக்குட்பட்ட பகுதிகளான ஈழம், பாண்டிய நாடு, சேரநாடு போன்றவற்றில் கலகங்கள் ஏற்பட்டு அவை தனியாகப் பிரிந்து போகத் தலைப்பட்டன. பாண்டிய நாட்டையும், சேரநாட்டையும் அடக்கி சோழ ஆதிக்கத்தை நிலைநாட்டிய குலோத்துங்கனால் ஈழத்தில் கவனம் செலுத்த இயலவில்லை. ஈழத்தில் விசயபாகு என்ற அரசன் அக்காலத்தில் இருந்தான். அவன் ஈழத்தில் தன் அரசை நிலைபெறச் செய்து புத்த அரசைத் தொடங்கி வைத்தான்.

குலோத்துங்கன் சீனம், கடாரம் போன்ற நாடுகளோடு நட்புறவு பேண அந்த நாடுகளுக்குத் தூதுக்குழுக்களை அனுப்பிச் சமரசமாக இருந்து கொண்டான். சோழ அரசின் பகுதியாக இருந்த வேங்கியை, கலிங்க அரசர்கள் போர் தொடுத்துப் பிடிக்க முயன்றதால், முதலாம் மற்றும் இரண்டாம் கலிங்கப்போர்கள் நடந்தன. கலிங்கத்துப் பரணி இவற்றை விவரமாக விவரிக்கிறது. இவற்றில் குலோத்துங்கனால் வெற்றி பெற முடிந்தது. ஆயினும் தொடர்ந்த குழப்பங்களை சாளுக்கிய விக்கிரமாதித்தன்

வேங்கியில் விளைவித்ததாலும், தனது வலிமை குன்றுவதை உணர்ந்ததாலும் கி.பி. 1118'ல் வேங்கியை குலோத்துங்கன் கைவிட்டு நீங்கினான்; வேங்கியில் இருந்து அரசாண்ட தனது மகனான விக்கிரம சோழனைத் திரும்ப அழைத்துக் கொண்டான். எனவே குண்டூர் சோழ அரசின் வட எல்லையானது.

தனது ஆட்சியின் கீழ் ஏற்றுமதிப் பொருட்களுக்கு விளைவித்து வந்த சுங்கவரியை நீக்கியமையால் இவன் 'சுங்கம் தவிர்த்த சோழன்' என்று போற்றப்படுகிறான். குடிகளின் மனதறிந்து ஆட்சி செய்யப் பெருமளவு விரும்பிய குலோத்துங்கன், தமிழ், தெலுங்கு, வடமொழி போன்ற மும்மொழிகளிலும் நல்ல புலமை பெற்றிருந்தவனாக விளங்கிறனான். கி.பி.1090'ல் குலோத்துங்கள் நாகை புத்த விகாரத்துக்கு வழங்கிய கொடைகளைப் பற்றிய செய்திகளைக் கொண்ட அவன் காலத்தியச் செப்பேடுகள், இன்றைய ஆலந்து நாட்டில் உள்ள லீடன் நகரப் பொருட்காட்சிச் சாலையில் உள்ளன. அவையே லீடன் செப்பேடுகள் என்று வழங்கப்படுகின்றன.

முதலாம் குலோத்துங்கனது மகன் விக்கிரம சோழனுக்குப் பிறகு, இரண்டாம் குலோத்துங்கன், இரண்டாம் இராசஇராசன், இரண்டாம் இராசாதி இராசன், மூன்றாம் குலோத்துங்கன், மூன்றாம் இராசஇராசன், மூன்றாம் இராசேந்திரன் என்ற வரிசை நீண்டாலும் இவர்களில் குறிப்பிடத் தகுந்தவர்கள் மூன்றாம் குலோத்துங்கன் மட்டுமே; அவன் மட்டுமே சிறிது நீண்ட ஆட்சி வழங்கியவன். (கி.பி. 1178 - கி.பி.1218 வரை -நாற்பதாண்டுகள் ஆட்சி). அவனுக்குப் பின் வந்த மூன்றாம் இராச இராசன் காலத்தில் (கி.பி.1216- கி.பி.1246) , பாண்டியனான மாறவர்மன் சுந்தர பாண்டியன் கி.பி. 1218ல் சோழ

நாட்டை வென்று சோழப் பேரரசை முடிவுக்குக் கொண்டு வந்தான்.

எனினும் சோழன் இரந்து கேட்டதால், மாறவர்மன் திரும்பவும் சோழ அரசை மூன்றாம் இராசஇராசனுக்குக் கொடுத்ததாகத் தெரிகிறது. எனினும் கி.பி. 1238'ல் மீண்டும் சோழர்களுக்கும் பாண்டியர்களுக்கும் சண்டை மூண்டபோது, ஹொய்சளர்கள் வந்து புகுந்து செல்வாக்குப் பெறத் தொடங்கினர். அதோடு சோழப் பேரரசு சிறிது சிறிதாக வலி குன்றி சிதறுண்டது. இதற்குப் பிறகு பாண்டியர் அரசு திரும்பவும் ஏற்றம் பெறத் தொடங்கி கி.பி. 1256'ல் இருந்து சடாவர்மன் சுந்தரபாண்டியன் காலத்திலிருந்து பலம் பெற்றது. முதற் பராந்தகன் காலத்தில் பாண்டியரை வென்று சோழப் பேரரசுக்கு வித்திட்டது போல, மூன்றாம் இராசஇராசன் காலத்தில் திரும்பவும் சோழப் பேரரசு மறைந்து பாண்டியர் பலம் பெற்றனர். இதன் பின்னரான பாண்டியப் பேரரசு கி.பி. 1600 வரை நின்றிருந்தது.

காலந்தோறும் வரலாறு இவ்வாறே திரும்பத் திரும்ப எழுகிறது; எழுதப்படுகிறது.

20. இதழில் எதை எழுதும் நேரமிது?

(தமிழ் இதழ்களின் வரலாறு)

உலகின் முதல் பத்திரிகை ஐரோப்பியக் கண்டத்தின் செருமனி நாட்டின் அண்ட்வர்ப் நகரில் வெளிவந்த ரிலேசன் என்ற பத்திரிகைதான். வெளிவந்த ஆண்டு கி.பி.1605. அமெரிக்க தேசத்திற்குப் பத்திரிகை வர இதிலிருந்து ஏறத்தாழ நூறு ஆண்டுகள் ஆக வேண்டியிருந்தது. கி.பி. 1704-ல் அமெரிக்காவின் பாசுடன் நகரில் வெளிவந்த தி பாசுடன் நியூசு லெட்டர் என்ற பத்திரிகையே முதல் பத்திரிகை.

இந்திய தேசம், ஏன் தென்கிழக்கு ஆசியா கண்ட முதல் பத்திரிகை, கிழக்கிந்தியக் கம்பெனியின் சார்பாக வெளிவந்த பெங்கால் கெசட் என்ற, கல்கத்தாவில் வெளியான பத்திரிகை. ஆண்டு கி.பி. 1780.

தமிழில் முதன்முதலில் வெளிந்த இதழ் கிருத்துவ சமயம் என்ற மாத இதழ்; ஆண்டு 1831. இதையே 'தமிழ்ப்பத்திரிகை' என்ற தலைப்பில் வந்தது என்று குறிப்பிடுகிறார், எழுத்தாளரும் பத்திரிகையாளருமான சோம.லெ.

அடுத்து வெளிவந்த தமிழ்ப் பத்திரிகை தின வர்த்தமானி என்ற வார இதழ்; ஆண்டு 1853. இவை இரண்டுமே கிருத்துவ மதப் பிரசாரத்துக்காக ஏற்படுத்தப்பட்டவை. தினவர்த்தமானியைத் தொடங்கியவர் ரெவரண்ட் பெர்சிவல் என்ற கிருத்தவப் பாதிரியார். இந்த இதழை நடத்துவதற்கு வசதியாக அவர் ஆங்கிலம்-தமிழ் அகராதி ஒன்றையும் உருவாக்கினார். தமிழில் வெளிவந்த முதல் ஆங்கிலம்-தமிழ் அகராதி அநேகமாக அதுவாகத்தான் இருக்கும்.

பல்சுவை அறிவுத்தளத்தில் வந்த பத்திரிகையாக கி.பி. 1892'ல் வெளிவந்த விவேக சிந்தாமணியைச் சொல்லலாம். அங்கிருந்து கிளம்பிய தமிழ் இதழியல் பயணம் சூன் 2022'ல் வெளிவந்த, நீங்கள் படித்துக் கொண்டிருக்கின்ற இந்த இணைய வார இதழான, மெட்ராசு பேப்பர் வரை கடந்து வந்திருக்கும் பயணம் அசாத்தியமானது; வியப்பூட்டுவது; சுவையானது.

மேற்குறிப்பிட்ட பத்திரிகைகள், இதழ்கள் அறிவிக்கப்பட்ட அறிவிப்புகளாக இருப்பினும், கி.மு.56'ல் ரோம் நாட்டில் அக்டா ட்யுர்னா (*Acta Duirna*) என்ற ஒரு பத்திரிகை வந்ததாக ஒரு குறிப்பு கிடைக்கிறது.

தமிழ் இதழ்களின் சில முன்னோடிகள்

மேலே குறிப்பிட்ட முதல் இரு இதழ்கள் தவிர, மூன்றாவதாகச் சொல்லப்படுகின்ற பொதுவான, பல்சுவை இதழாக வெளிவந்த விவேக சிந்தாமணியின் ஆசிரியராக, சி.வி.சுவாமிநாத ஐயர் 25 ஆண்டு காலம் பணியாற்றினார்.

இப்போது நமக்குப் பழக்கமாயிருக்கின்ற, குறிப்பிட்ட கிழமையன்று வெளிவருகின்ற வார இதழ் வடிவத்தை முதலில் முயன்றவர், லோகோபகாரி என்ற இதழைத்

தோற்றுவித்து நடத்திய ஆசிரியரான நடராச ஐயர். இந்த இதழ் அறுபது ஆண்டு காலம் வெளிவந்தது.

கி.பி. *1883*ல் தொடங்கப்பட்ட சுதேசமித்திரன், வார இதழாகத் தொடங்கி, பின்னர் வாரம் மும்முறையாக வெளிவந்தது. பின்னர் கி.பி.*1898'*ல் அது நாளிதழாயிற்று. அதன் வாசகப் பரப்பு ஏறத்தாழ *1000* இதழ்கள் எண்ணிக்கையைக் கொண்டிருந்தது. சுதேசமித்திரனுக்கு *1920* வரை கூட *2000* பிரதிகள் விற்பது பெருஞ்செயலாகவே இருந்தது.

சங்ககிரி துரைசாமி சுப்ரமணிய யோகி என்ற ச.து. சு. யோகி என்பவர் ஒரு தமிழறிஞர், கவிஞர். அவர் கொண்டு வந்த பாலபாரதி இதழின் விலை ஒரு தம்படி மட்டுமே. மிகக் குறைந்த விலையில் வந்த தமிழ்ப் பத்திரிகை இதுவே. ஒரு தம்படி என்பது ஒரு ரூபாயில் *192'*ல் ஒரு பங்கு. டி.எஸ். சொக்கலிங்கமும், சங்கு கணேசனும் இணைந்து 'காலணாப் பத்திரிகை' என்ற பெயரில் ஒரு நாளிதழைக் கொண்டு வந்தார்கள். காலணா என்றது ஒரு ரூபாயில் *64'*ல் ஒரு பங்கு.

தமிழ் இதழ்களின் ஆரம்ப கட்ட உள்ளடக்கம்

நியூஸ் என்ற ஆங்கிலச்சொல்லுக்கு *Newest news coming from North, East, West and South* என்று பொருள் சொல்வார்கள். நாலா பக்கங்களிலிருந்தும் வரும் செய்திகளைக் குறிக்கும் சொல் இது. எல்லாச் செய்தி ஊடகங்களிலும் புதிதாகப் பணிக்குச் செல்லும் ஊழியர்களிடம் சொல்லும் வாக்கியம், 'நாய் மனிதனைக் கடித்தால் அது அன்றாட இயல்பு, செய்தியல்ல; ஆனால் மனிதன் ஒரு நாயைக் கடித்தால் அது அரிதாக நடைபெறும் ஒன்று, பரபரப்பான செய்தி'. இதை முன்னிறுத்தியே தமிழ் இதழ்கள் தொடக்க காலத்தில் இருந்து இயங்கின.

ஆனால் தொடக்க காலத்தில் இதழ்களின் வடிவமான உரைநடையில் ஏகப்பட்ட கடினத்தன்மை இருந்தது.

தொடக்கக் காலத்தில் தோன்றிய இதழ்களின் உரைநடை, ஆனந்தரங்கம் பிள்ளையின் நாட்குறிப்பைப் படித்தது போன்ற இயல்பை அளித்தன. அரைப்புள்ளி, காற்புள்ளி, நிறுத்தற் புள்ளி போன்றவை பற்றிக் கவலையற்ற நடை, மைல் நீளத்திற்கு நீளும் நீண்ட கடும் வாக்கியங்கள் என்ற வடிவில்தான் தொடக்க காலத் தமிழ் இதழ்கள் இருந்தன. சீர் பிரித்து எழுதுவதோ, தலைப்புகள் கொடுத்து எழுதுவதோ இல்லாமல், கல்வெட்டுகளில் எழுதப்படுவது போன்ற தமிழ் உரைநடைதான் செய்தித்தாள்களில், இதழ்களிலும் விளங்கி வந்தன.

இதற்குக் காரணமாக அக்காலத்தில் வெளிவந்த பத்திரிகைகளுக்கு முன்னோடிகளாக இருந்தவையும், இருந்தவர்களுமே காரணம். பொதுப் பத்திரிகைகள், பத்திரிகாசிரியர்கள் வருவதற்கு முன்னர் அக்காலத்தில் சமயங்கள் தொடர்பான சமயப் பிரசாரகர்களும், இலக்கியப் பண்டிதர்களுமே இதழாசிரியர்களாக இருந்தனர். சமயமோ அல்லது இலக்கியமோ, அவர்கள் இலக்கண நடையில், இலக்கண வரம்பிலேயே எழுதினார்கள். அது பண்டிதர்களும் அறிஞர்களும் படிப்பதற்கு ஏதுவாக இருந்தேயொழிய சாதாரணர்கள் படிப்பதற்கு ஏதுவாக இல்லை. இது தொடர்பாக ஒரு சுவையான சொல்லாடல் அக்காலங்களில் விளங்கியதாம். ஒரு புலவரிடம் போய், ஒரு வாசகர், 'நீங்கள் எழுதியதில் பாதிதான் புரிகிறது, மீதி ஒன்றும் புரியவில்லை' என்று சொன்னாராம்; அதற்கு அந்த ஆசிரியப் புலவர், 'ஒன்றும் இடரில்லை, எந்தப் பகுதிகள் புரிந்தன என்று சொல்லும்; அவற்றை மாற்றி எழுதி

விடலாம்' என்றாராம். இவ்வாறு பண்டிதர்கள் தங்கள் அறிவாற்றலையும், புலமையையும் வெளிக்காட்டும் இடங்களாகவே அக்கால இதழ்களின் உரைநடைகள் விளங்கி வந்தன.

சில முன்னோடி தமிழ் இதழாளர்கள்

தமிழ்ப் பத்திரிகை உலகின் தந்தை என்று சுதேசமித்திரன் ஆசிரியர் திரு. ஜி.சுப்பிரமணிய ஐயரைக் குறிப்பிடலாம். காங்கிரசு இயக்கத்தின் முன்னோடித் தலைவர்கள் 72 பேர்களில் ஒருவராக இருந்த அவர், கிட்டத்தட்ட ஒற்றை மனிதன் இயக்கமாக, சுதேசமித்திரன் பத்திரிகையை நடத்தினார். பத்திரிகையின் அன்றாட அலுவல்கள் அனைத்தையும் அவரே செய்து வந்தார். வார இதழாகத் தொடங்கிய சுதேசமித்திரனை நாளிதழாக ஆக்கியவர் இவரே. சிறந்த தேசபக்தரும், காந்தியவாதியுமான அவர், 12 ஆண்டுகளில் கிட்டத்தட்ட 80 முறை தென்னாப்பிரிக்க சத்தியாகிரகத்தைப் பற்றிய தலையங்கங்களை விடாது எழுதி வந்தார். தமிழ் மக்களிடையே காந்தியமும், தேசிய உணர்வும் பெருகித் தலைப்பட அவரும், சுதேச மித்திரன் இதழும் முக்கியமான காரணம் என்று சொன்னால் அது மிகையில்லை.

1904'ல் மகாகவி பாரதி, துணை ஆசிரியராக சுதேசமித்திரனில் இணைகிறார். கவிதை மட்டுமே அதுவரை எழுதி வந்த பாரதி, வசனமும் உரைநடையும் எழுத, இந்தப் பணி ஒரு காரணமாயிற்று. இதை சிறிது விசனத்துடனேயே ஒரு கவிதையில், பாரதி,

> 'என்னைத் தினசரியில் நித்தமும் எழுதென்று
> சென்னைத் தினசரியின் ஆசிரியர்
> செப்புகின்றார்

பாட்டெழுத வேண்டாமாம்; பார்த்தீரா
அன்னவரின்
பாட்டின் பயன்றியாப் பான்மையினை'

என்று கவிக் குறையாக வைக்கின்றார்.

பாரதிக்குப் பிறகான சுதேசமித்திரனின் குறிப்பிடத் தகுந்த ஆசிரியர், கி.பி. 1915ல் மித்திரனில் சாதாரண ஊழியராகச் சேர்ந்து, 1955'ல் ஆசிரியராக ஓய்வு பெற்ற சி.ஆர்.சீனிவாசன்; பொருளாதார அறிவு நிரம்பப் பெற்ற இவர், சிறுசிறு வாக்கியங்களில் ஆழமான கருத்துக்களைத் தெரிவிக்கும் திறன் பெற்றவர். ஓய்வு பெற்ற பின்னும் கௌரவ ஆசிரியராக 1962 வரை மித்திரனில் பணியில் இருந்தார் இவர். அச்சு இயந்திரங்களின் வளர்ச்சிக்கும், வேகத்துக்கும் ஏற்ப, எழுத்துச் சீர்திருத்தங்கள் ஏற்பட வேண்டும் என்ற உணர்வைக் கொண்டிருந்த இவர், பெரியார் ஈ.வெ. ரா அமைத்த எழுத்துச் சீர்திருத்தங்களுடன், மேலும் ஓரிரு சீர்திருத்தங்களைச் செய்து, நாள்தோறும் இரு பத்திகளை, எழுத்துச் சீர்திருத்த நடையில் சுதேச மித்திரனில் எழுதி வந்ததாக ஒரு குறிப்பு இருக்கிறது.

இன்னொரு குறிப்பிடத்தக்க முன்னோடி திரு.வி.க. என்று அன்புடன் விளிக்கப்பட்ட திரு.வி.கலியாண சுந்தரனார். 1917'ல் இருந்து 1920 வரை தேசபக்தன் என்ற நாளிதழையும், 1920'ல் இருந்து 1933 வரை நவசக்தி என்ற நாளிதழையும் நடத்தி வந்த திரு. வி.க வின் இதழ்களில் மூன்று சிறப்பியல்புகள் நிரம்பியிருந்தன. அவை வெளியிட்ட கருத்து, அவற்றின் மொழிநடை, அப்பத்திரிகைகள் தந்த பல்வகை அறிவு. இந்த இரு பத்திரிகைகளையும் தமிழ்ப் பத்திரிகை வரலாற்றின் இரு முக்கிய சகாப்தங்களாகத் தனது உணர்வுபூர்வமான எழுத்தின் மூலமும் அது ஊட்டிய தேசிய உணர்வு மற்றும்

மொழி வன்மை மூலமும் நிகழ்த்திக் காட்டினார் திரு.வி.க. சுதேசமித்திரன் பத்திரிகை மணிப்பிரவாள நடையில் வந்தபோது, நல்ல தமிழ் மொழிநடையில் வந்த தேசபக்தனும், நவசக்தியும் தமிழ் இதழ்களின் போக்கை மாற்றிய வல்லமையைக் கொண்டிருந்தன என்று சொல்லலாம். வடமொழி, ஆங்கிலம் போன்ற அனைத்தும் கலந்து எழுதிக் கொண்டிருந்த தமிழ் இதழ்களின் நடை, திரு.வி.கவால் மாற்றம் பெற்றது. தமிழ் இதழியலில் ஏராளமான புதிய சொற்களையும் திரு.வி.க படைத்தார்.

உணர்வூட்டும் படியும், அழகாக சிறுசிறு பத்திகளாகப் பிரித்தும், நல்ல தலைப்புகளை இட்டும் எழுதப்படும் நடை வழக்கைக் கொண்டு வந்தவர் திரு.வி.க தான். உணர்வுபூர்வமாகத் தோன்ற ஏராளமான வியப்புக் குறிகள் (என்ன நயம்! என்ன எளிமை!..), தானே கேள்வி கேட்டுப் பதிலாக விளக்கம் சொல்லும் முறை (முருகன் எவன்? முருகையுடைவன் முருகன்) என்ற புத்தாக்க முறைகளில் எழுதினார் திரு.வி.க. தமிழ் இதழ்களின் மாபெரும் தாக்கத்தை ஏற்படுத்திய கல்கி கிருட்டிணமூர்த்தியும் தமிழின் முதல் அரசியல் வரலாற்றாசிரியரான வெ. சாமிநாத சர்மாவும் திருவி.க.வின் நவசக்தி பத்திரிகையின் துணை ஆசிரியர்களாகப் பணியாற்றியவர்களே.

இன்னும் மூன்று குறிப்பிடத்தக்க இதழாளர்கள் ஆசிரியர் டி.எஸ்.சொக்கலிங்கம், பெரியார் ஈ.வெ. ரா, ஏ.என்.சிவராமன். ஒரு பெரும் பத்திரிகாசிரியப் படையணியை உருவாக்கியவர் என்ற முறையில் பத்திரிகையுலகினுக்கே ஆசிரியர் என்ற முறையில் ஆசிரியர் டி.எஸ்.சொக்கலிங்கம் என்றே விளிமொழி கொடுத்து அழைக்கப்பட்டார் சொக்கலிங்கம். ஒன்றைத் தாங்கியும், இன்னொன்றைத் தாக்கியும்

எழுதும் பிரசாரப் பாணியில், பெரும் வல்லமையுடன் எழுதும் திறம் பெற்றவரான சொக்கலிங்கமே தினமணியின் வடிவத்திற்கும், கட்டுக்கும் காரணகர்த்தா. பெரியாரைப் பற்றிய அறிமுகம் தேவையில்லை. இன்றுவரை அவரது விடுதலை பத்திரிகை வருகிறது என்பது நோக்கத்தக்கது. சொக்கலிங்கம் போன்றே இன்னொரு மாபெரும் புகழ்க்காலத்தைத் தினமணிக்கு உருவாக்கியவர் ஏ.என்.சிவராமன்.

இவை தவிர, பரலி சு.நெல்லையப்பரின் 'லோகோபகாரி', சனாப் தாவூத் சாவின் 'தாருல் இசுலாம்', டாக்டர் வரதராச நாயுடுவின் 'தமிழ்நாடு', காரைக்குடியில் இருந்து 'ஊழியன்', திருச்சியிலிருந்து 'நகரதூதன்' போன்ற அரசியல் பத்திரிகைகளும் வெளிவந்தன.

அக்கால எழுத்துச் சூழல்

முதுபெரும் பத்திரிகையாளரும், பயண இலக்கியப் பிதாமகருமான வெ.சாமிநாத சர்மா, எழுத்தாளன் என்ற பத்திரிகையின் சிறப்பு மலரில், 1961'ல் ஒரு கட்டுரை எழுதியிருக்கிறார். அதன் சுருங்கிய வடிவத்தைத் தருகிறோம். அதுவே இந்தத் தலைப்பின் பொருளை விளக்கும்.

'தேசபக்தன் இதழின் நிறுவனர் மங்களூர்க்காரரான எம்.சுப்பராய காமத். அன்னிபெசன்டின் நண்பரான இவர், அன்னிபெசன்ட் நடத்திய 'நியூ இந்தியா' பத்திரிகையில் உதவி ஆசிரியராக இருந்து பணியாற்றியவர்; சிறந்த தேசியப் பத்திரிகையான அது பெரும் புகழ் பெற்றிருந்த அக்காலத்தில், தேசிய உணர்வு எல்லா இடங்களிலும் பரவ வேண்டுமானால், தாய்மொழியில் பத்திரிகைகள் வரவேண்டும் என்று எண்ணிய அன்னிபெசன்ட்

தமிழில் நல்ல ஒரு பத்திரிகை வருவதன் அவசியத்தை உணர்ந்து, சுப்பராய காமத்துடன் கலந்தாலோசித்து, தமிழில் ஒரு பத்திரிகையைக் கொண்டுவர விரும்பினர். வெறும் ஆலோசனை வழங்குவதோடு நில்லாமல், பெரும் செல்வாக்கு கொண்டிருந்த அன்னிபெசன்ட, 3000 ரூபாய்களைச் சேகரித்து, காமத்திடம் கொடுத்து, தமிழ்ப் பத்திரிகை தொடங்கப் பணித்தார். காமத், தனது நெருங்கிய நண்பரான திரு. வி.க.வை ஆசிரியராக வைத்து, தேசபக்தன் இதழைத் தொடங்கினார். சொல்வன்மையும் நாவன்மையும் நிரம்பிய பத்திரிகாசிரியரான திரு.வி.க வின் தேசபக்தன் இதழில் முதல் துணை ஆசிரியராக வந்து சேர்ந்தேன் நான்.

சுப்பராய காமத் கொங்கணியைத் தாய்மொழியாகக் கொண்டவர்; ஆனால் தமிழின் இனிமையிலும் அழகிலும் கொண்ட ஈடுபாடால், திரு.வி.க. அவர்களைப் போற்றி மகிழ்ந்த நெருங்கிய நண்பர். எனினும் பத்திரிகைக்கு வேண்டிய படோபடாபமான வசதிகள் ஏதும் இல்லாமல், தேவைப்பட்ட குறைந்த வசதிகளைக் கொண்டு செயல்படும் நிலைதான் அப்போது பத்திரிகைக்கும் காமத்'துக்கும் இருந்தது.

தேசபக்தனுக்கு முதலில் அமைந்த அலுவலகம் முன்கட்டும் பின்கட்டும் இணைந்த ஒரு தாழ்ந்த வீடு. முன்கட்டு நிருவாக இடமாகவும், பின்கட்டு ஆசிரியர் பகுதியாகவும் புழங்கிய அந்த வீட்டில் அச்சடிக்கும் இயந்திரமும் இருக்கும். அதற்கு மின்சார இணைப்புக் கிடையாது. மப்பும் மந்தாரமுமாயிருந்தால் மெழுகுவர்த்தி ஏற்றிக் கொள்ள வேண்டியிருக்கும். நிருவாகத்திற்கும் தொழிலாளர்களுக்குமிடையில் நேசம் நிலவியது. வீட்டிலிருந்து கொண்டுவரும் கட்டுச் சோற்றை அல்லது பலகாரத்தை எல்லோரும் ஒன்றாக அமர்ந்து, சிற்றுண்டி நேரத்தில் ஆளுக்குக்

கொஞ்சம் என்று பகிர்ந்து உண்போம். இதனால் ஒவ்வொரு நாளும் அனைவரும் பலவித உணவுவகைகளைச் சுவைத்துப் பார்க்கும் வாய்ப்பு இருந்தது.

எங்களது எழுத்துப் பணிக்குப் பயன்படுத்திய உபகரணங்களும் பழமையானவை; வசதியான மேசைகளோ, நாற்காலிகளோ, வெண்மைத் தாள்களோ, வழவழப்பான ஊற்றுப் பேனாக்களோ இருக்காது. மேசை, நாற்காலிகள் இருக்கும், ஆனால் அவற்றில் டிராயர்கள் இருக்காது; சமயத்தில் ஒரு கால் ஆடும். பேனாக்கட்டை கூடக் கிடைக்காது. அக்காலத்தில் 'ரிலீப் நிப்' என்ற பெயரில் காலணாவுக்கு இரண்டு நிப்புகள் என்ற விலையில் நிப்புகள் கிடைக்கும். அவற்றை வேலங்குச்சியிலோ அல்லது வேப்பங் குச்சியிலோ வைத்துக் கட்டிக் கொண்டு எழுதுகோலாகப் பயன்படுத்த வேண்டியதுதான்; வேலை முடிந்த பிறகு இதை மேசை மீதுதான் வைத்துச் செல்ல வேண்டியிருக்கும்; டிராயர்தான் கிடையாதே? மறுநாள் அலுவலகம் வந்து பார்த்தால், அது மேசையில் இருந்தால் இருக்கும், இல்லாவிட்டால் இருக்காது. யாரைக் கேட்பது? இதனால் எப்போதும் எனது சட்டைப் பையில் இரண்டு குச்சிகளும் இரண்டு நிப்புகளும் நான் வைத்திருப்பேன்.

மின்சார வசதி இல்லாத, மின்விசிறி இல்லாத அந்த ஓடுகூட வீட்டில் பகல் நேரத்தில் வியர்த்துப் புழுங்கி மேனியெங்கும் வியர்வை வழிந்தோடும். ஆனால் இவையெல்லாம் எங்களுக்குக் கடினமாகத் தோன்றவில்லை; மகிழ்ச்சியாகவே வேலை செய்தோம்'.

எத்தகைய மனிதர்கள்!

வார இதழ்கள் - ஆனந்த விகடன்

ஆனந்த விகடன் என்ற பெயரில் பூதலூர் வைத்தியநாத ஐயர் என்பவர் ஒரு மாத இதழை நடத்தி வந்தார். வியாபாரப் பொருட்கள் சிலவற்றை விற்பதற்கு உதவும் கருவியாக, விளம்பர இதழாக ஒரு இதழைத் தேடிக் கொண்டிருந்த ஜெமினி அதிபர் எஸ்.எஸ். வாசன், வைத்தியநாத ஐயரிடமிருந்து எழுத்துக்கு 25 ரூபாய் என்ற கணக்கில், 200 ரூபாய் கொடுத்து ஆனந்த விகடன் என்ற பெயரையும், அதன் உரிமையையும் வாங்கினார்.

ஆனந்த விகடன் என்ற பெயர், சாதாரணத் துணை ஆசிரியராக இருந்த ஒரு மனிதரும், பின்னர் தமிழ் இதழியலில் தவிர்க்க இயலாத ஒரு பெயராகப் போகிறவருமான, கல்கி கிருட்டிணமூர்த்தி என்பவரைப் பெரிதும் ஈர்த்தது. நவசக்தி இதழில், திரு.வி.க.வின் கீழ் துணை ஆசிரியராகப் பணி புரிந்து கொண்டிருந்த அவர், தனிப்பட்டு எழுத்தாக, ஏட்டிக்குப் போட்டி என்ற தலைப்பில் ஒரு கட்டுரையை முதன்முதலில் ஆனந்த விகடன் இதழில் எழுதினார்.

அந்த நேரம் இதழும், எழுத்தாளரும் ஒருவரையொருவர் ஈர்த்துக் கொண்டனர் என்றுதான் சொல்ல வேண்டும். காங்கிரசு மாநாடு நடந்த பூரி' நகருக்குச் சென்று வந்த அனுபவத்தை 'பூரி யாத்திரை' என்ற பெயரில் கட்டுரையாக எழுதிய கிருட்டிணமூர்த்தி, கல்கி என்ற புனைபெயருடன் அந்தக்கட்டுரையை, பரலிசு.நெல்லையப்பர்வழியாக ஆனந்த விகடன் இதழுக்கு அனுப்பி வைத்தார். அந்தக் கட்டுரையைப் படித்து அனுபவித்துச் சிரித்து மகிழ்ந்த வாசன், அடுத்த இதழிலேயே அந்தக் கட்டுரையைப் பிரசுரித்தார். பவுன் 20 ரூபாய் விற்ற அக்காலத்தில்,

அந்த இரு கட்டுரைகளுக்கு ஒவ்வொன்றுக்கும் 25 ரூபாய் சன்மானமாக வாசன், கிருட்டிண மூர்த்திக்கு 50 ரூபாய் கொடுத்தார்.

அப்போதே, மாத இதழான ஆனந்த விகடனை வார இதழாக மாற்றும் சிந்தனையும், இதழை எப்படி மெருகேற்றலோடு நடத்த வேண்டும் என்ற சிந்தனையும் வாசனுக்கு உதயமானது. இங்கிலாந்திலிருந்து பிரபலமான வார இதழ்கள் சிலவற்றை வருவித்துக் கொண்ட வாசன் அவற்றின் மாதிரியில் ஆனந்த விகடனை மாற்றினார்; நவசக்தியிலிருந்து விலகி, காந்தியின் திருச்செங்கோடு ஆசிரமத்தில் தங்கியிருந்த கல்கியிடம் கட்டுரைகள் கேட்டு விடுவார் வாசன். அவர் வாசன் வியாபாரம் செய்துவந்த வி.பி.பி முறையிலேயே கட்டுரைகளை எழுதி அனுப்புவார் கல்கி; அவற்றைப் பணம் செலுத்திப் பெற்றுக் கொள்வார் வாசன்.

கல்கியின் அக்கால மனநிலை, 'மூச்செல்லாம் அரசியல்; மனமெல்லாம் தேசம்' என்றிருந்தது. அரசியல் கட்டுரைகளைச் சுருக்கமாகவும், நறுக்கென்றும் எழுதி, பெரும் எழுச்சியை நாட்டில் மக்களுக்கு ஊட்ட வேண்டும் என்று திட்டம் செய்து விட்டார் கல்கி. இங்கிலாந்தில் இருந்த வெளிவந்த 'பஞ்ச்' என்ற இதழின் வடிவ அடக்கத்தைப் பின்பற்றிய கல்கி, 'துக்கடா' என்ற பெயர்களில் அரசியல் சிட்டுரைகளை தாமும், உதவி ஆசிரியர்களைக் கொண்டும் எழுத வைத்தார்.

இக்காலகட்டத்தில் ஆனந்த விகடன் இதழில் ஆசிரியராகச் சேர்ந்து விட்டிருந்தார் கல்கி. 'தாருல் இசுலாம்' இதழிலிருந்து விலகிய கோபாலகிருட்டிணன் என்ற கோபு'வும் ஆனந்த விகடனில் சேர்ந்து விட்டிருந்தார். மாதமொரு

முறையிலிருந்து மாதம் இருமுறை என்று மாறியது ஆனந்த விகடன். 'கருநாடகம்' என்ற பெயரில் நாடகம், கலைகளைப் பற்றிய திறனாய்வு, 'அரசியல் நிருபர் சரடு', 'உபய குசலோபரி' என்ற பெயர்களில் வாசகர்களுடன் ஆசிரியர் பேசும் பகுதிகள், 'எங்களூர் செய்தி' என்ற பெயரில் தத்தமது ஊர்களைப் பற்றி வாசகர்கள் எழுதிய செய்திகள், துமிலன் ஆனந்த விகடனில் சேர்ந்த பிறகு வெளிவந்த சிறுவர் பகுதிகள் என்று ஆனந்த விகடன் சக்கைப்போடு போட்டது.

வார இதழ்கள் - கல்கி

விடுதலைப் போராட்டம் சார்ந்த ஒரு நிகழ்வில் ஈடுபடுவதற்கு முன் வாசனின் அனுமதியைக் கேட்கவில்லை என்ற ஒரு சிறு பூசலால் மனவிலகல் ஏற்பட, கிருட்டிணமூர்த்தி, ஆனந்தவிகடனில் இருந்து விலகி கல்கி என்ற இதழை ராஜாஜி, சதாசிவம் ஆகியோரது உதவியுடன் தொடங்கினார். சதாசிவம் அதிபராகவும், கல்கி ஆசிரியராகவும் இருந்து தொடங்கிய இதழ் தமிழ் வார இதழ்களில் புதிய சரித்திரம் படைத்தது. தனது எண்ணற்ற புகழ் பெற்ற பல்வேறு உத்திகள் மூலம் பல சுவையான பகுதிகளைக் கல்கியில் தொடங்கி வைத்து, கல்கி கிருட்டிணமூர்த்தி என்றே அடைமொழிப்புகழ் பெற்றார் கல்கி. பத்திரிகையின் பெயரே அவரது பெயராயிற்று. அந்த அளவுக்குப் புகழ் பெற்றது கல்கி இதழ்.

இன்றளவும் சொல்லி அடித்து விற்றுக்கொண்டிருக்கும் பொன்னியின் செல்வன், சிவகாமியின் சபதம் போன்ற மாபெரும் வரலாற்றுப் புதினங்களைக் கல்கியில் எழுதினார் கல்கி. அவற்றால் கல்கி இதழும், கல்கி என்ற மனிதரால் அத்தொடர்களும் பெற்ற புகழ் 72 ஆண்டுகள் கழிந்தும், இன்றும் விஞ்சி நிற்பது.

சிறுகதை, குறுநாவல், நெடுங்கதைகள் என்று கதைகளின் எல்லா வடிவங்கள், அரசியல் விமர்சனம், நாடகக் கலை விமர்சனங்கள், தமிழிசைக் கட்டுரைகள் என்று எழுத்தின் சகல பரிமாணங்களிலும் தனது முத்திரையைப் பதித்தார் கல்கி. தமிழ்ப் புலவர்கள் பலருடன் கல்கிக்கு நல்ல தொடர்பு இருந்தது. டிகேசி அவர்கள் எழுதிய கம்ப இராமாயணம், இராசாசி எழுதிய வியாசர் விருந்து என்ற மகாபாரதம் போன்ற அனைத்தும் தொடர்களாக கல்கியில் வெளிவந்தன. யோகப் பயிற்சிகள் பற்றி பங்களூர் சுந்தரத்தை வைத்து ஆனந்த இரகசியம் என்ற தலைப்பில் தொடர் கட்டுரைகளை எழுதவைத்து கல்கியில் வெளியிட்டார் கல்கி. புத்தக வடிவம் பெற்ற அது, இன்றளவும் யோகக் கலையின் உன்னத நூல்களுள் ஒன்றாக விளங்குகிறது. அவரைக் கொண்டே, வலிவும் வனப்பும் என்ற இன்னொரு புகழ்பெற்ற யோக நூலையும் வாராந்திரக் கட்டுரைகள் வழியாக கல்கியில் எழுதவைத்தார். கல்கியின் எழுத்தில் கருத்தும் நகைச்சுவையும் ஒன்றுக்கொன்று விஞ்சி, படிப்பவர் நெஞ்சை அகலாது நின்றன. கல்கியின் பெரும் எழுத்தின் சாரமாக, இராஜாஜியிடம் இருந்த பெற்ற அரசியல் அறிவு, திரு.வி.க,'விடம் இருந்த பெற்ற தமிழறிவும் எழுத்தறிவும், எம்.எஸ். சுப்புலட்சுமியிடம் இருந்து பெற்ற இசையறிவு, இரசிகமணி டிகேசி'யிடம் இருந்து பெற்ற இலக்கிய அறிவு என்ற எல்லாம் இணைந்து பொலிந்து நின்ற காரணம் என்பார்கள் ஆய்வறிஞர்கள்.

வார இதழ்கள் - குமுதம்

முதலில் 2000 இதழ்கள் மட்டுமே அச்சிடப்பட்ட குமுதம், ஒரு நேரத்தில் இந்தியாவின் எந்த நாளிதழை விடவும் கூடுதலான விற்பனை எண்ணிக்கையை

ஒரு கட்டத்தில் அடைந்தது. அதற்கான மந்திரக் காரணம் எஸ்.ஏ.பி என்ற மூன்றெழுத்து. அவரும் அவரது நண்பரான பார்த்தசாரதியும், தொடக்க காலங்களில் ஏற்பட்ட பல சரிவுகளைக் கண்டு சிறிதும் மனங்கலங்காமல், விடாமல் வேண்டிய மாற்றங்களை அவ்வப்போது செய்து குமுதம் இதழை இந்திய இதழ்களின் உச்சநிலையில் கொண்டு நிறுத்தினார்கள்.

5000 இதழ்கள் அச்சிட்ட காலத்தில், 2000 விற்று, 3000 இதழ்கள் திரும்ப வந்த காலம் குமுதத்திற்கு உண்டு. தொடங்கி இருபது ஆண்டு காலம் வரை பெரும் இலாபத்தை குமுதம் பத்திரிகை அடையவில்லை என்று சொல்கிறார்கள். எஸ்.ஏ.பி என்ற எஸ்.ஏ.பழனியப்பன் அண்ணாமலை, தன்னை முற்றிலும் மறைத்துக் கொண்டு, குமுதம் பத்திரிகைக்கு என்று ஒரு அறிமுகத்தை வாசகர்களிடத்தில் கொண்டுவந்தார். எளிய நடை, பல்வேறு புதுமைகளைப் புகுத்துவது, ஆசிரியரின் கட்டுரை இதழில் எந்த இடத்தில் வேண்டுமானாலும் இருக்கும் என்று மாற்றுவது (இதனால் வாசகர்கள் இதழ் முழுவதையும் விடாமல் படிப்பார்கள்!), புதிய நல்ல எழுத்துகளை வரவேற்று பிரசுரிப்பது என்று புதுமைகளைக் கடைப்பிடித்து விற்பனையில் முதல்' என்ற தனித்துவமான இடத்தை அடைந்தது குமுதம். சுஜாதா, பாலகுமாரன் போன்ற வித்தக எழுத்தாளர்களைப் பெரும் வாசகப் பரப்புக்குக் கொண்டு சென்ற இதழ்களாக குமுதம், ஆனந்த விகடன், கல்கி என்ற மூன்று இதழ்களும் விளங்கின. எஸ்.ஏ.பி'யின் காலத்துக்குப் பிறகு , சுஜாதா அவர்கள் ஆசிரியராக இருந்த போது குமுதம் இதழின் விற்பனை பத்து லட்சம் எண்ணிக்கையை எட்டியதான பேச்சு உண்டு.

வார இதழ்கள் - சாவி, தினமணிக் கதிர்

தொடக்கத்தில் தினமணி பத்திரிகையின் இணைப்பு வார இதழாக வந்த தினமணிக்கதிர், பின்னர் தனியாக வந்த சாவி என்ற இரண்டு இதழ்களுக்கும் காரணமானவர் சா.விசுவநாதன் என்ற சாவி. ஆனந்த விகடனிலும், சின்ன அண்ணாமலை நடத்திய வெள்ளிமணியிலும் சிறிது காலம் பணிபுரிந்த சாவி அவர்களும் இன்னொரு பிதாமகரான இதழாளர். பல பத்திரிகையாளர்கள், எழுத்தாளர்களை உருவாக்கியவர் சாவி என்று கூறலாம். கல்கி போலவே மாபெரும் திறமைசாலியான சாவி, புதிய எழுத்தாளர்களின் திறமைகளை மோப்பம் பிடித்துக் கண்டுபிடிக்கும் கலையைக் கற்றுக் கொண்டிருந்தவர். குமுதத்தை விஞ்ச வேண்டும் என்ற மாபெரும் உந்துதலும், திறனும் கொண்டவர் சாவி. வாசிங்டனில் திருமணம் போன்ற அவரது புகழ்பெற்ற நூல்கள், கல்கி எழுதியது போன்றே சுவையான நடையும், நகைச்சுவையும் கொண்டவை. முதலமைச்சராயிருந்த மு.கருணாநிதி எழுதிய நெஞ்சுக்கு நீதி, பல்கலைத் துணைவேந்தர் நெ.து.சுந்தரவடிவேலு எழுதிய பயணக் கட்டுரைகள் போன்ற கட்டுரைகளை வெளியிட்டதற்காக தினமணிக் கதிர் பத்திரிகையும், ஆசிரியர் சாவியும் மங்காப் புகழ் பெற்றனர்.

இலக்கிய இதழ்கள்

செந்தமிழ், மற்றும் செந்தமிழ்ச்செல்வி என்ற இரு இதழ்களும் குறிப்பிடத் தகுந்தவை. *1902* முதல் வெளிவந்த செந்தமிழ் மதுரைத் தமிழ்ச்சங்கத்தால் வெளியிடப்பட்டது. தென்னிந்திய சைவசித்தாந்த நூற்பதிப்புக் கழகத்தால் கொண்டுவரப்பட்ட செந்தமிழ்ச்செல்வி *1923* முதல் அதன் பொன்விழா தாண்டி வெளிவந்த இதழ் செந்தமிழ்ச் செல்வி.

காத்திரமான தமிழிலக்கிய, சைவசித்ததாந்தக் கட்டுரைகளுக்காக இன்று வரை நினைவுகூரப்பட வேண்டியது செந்தமிழ்ச்செல்வி இதழ். மறைமலையடிகள். கா.சு.பிள்ளை, நா.மு. வே.நாட்டார், டாக்டர் மு.வ. தேவநேயப் பாவாணர் போன்ற எண்ணற்ற தமிழறிஞர்களின் புகழ்பெற்ற ஆக்கங்களைக் கொண்டு வந்தது செந்தமிழ்செல்வி.

இவை தவிர மணிக்கொடி எழுத்தாளர்கள் என்றே புகழப்பட்ட மணிக்கொடி, கலைமகள், நா.பா. வெளியிட்ட தீபம், கண்ணதாசன் வெளியிட்ட தென்றல் போன்றவையும் குறிப்பிடத் தக்கவை.

பிற

இவை தவிர சோதிட, சமய இதழ்கள் பல காலப்போக்கில் எண்ணற்றவை வந்திருக்கின்றன. சித்பவானந்தரின் தர்மசக்கரம், இராமகிருஷ்ண மடம் வெளியிடும் இராமகிருஷ்ண விஜயம், பால சோதிடம், எதிர்காலம் போன்ற பல இதழ்கள் இப்பிரிவில் குறிப்பிடத் தக்கவை. இந்தக் குறிப்பிட்ட இதழ்கள் போக தமிழில், பிரசண்ட விகடன், ஆனந்த போதினி, *1870'*ல் தொடங்கி வந்த ஜனவிநோதினி, ஞான சாகரம், மாதர் போதினி என்று பல இதழ்களும் வந்தன.

இனிவரும் காலம், இணையத்தின் காலம்

கடந்த இருபதாண்டுகளில் இணையமும், கைப்பேசியும் மனித வாழ்வில் கொண்டுவந்திருக்கும் மாற்றங்கள் பிரமிப்பூட்டக் கூடியவை. கிட்டத்தட்ட நமது வாழும் முறையையே அவை புரட்டிப் போட்டிருக்கின்றன என்றால் அது மிகையில்லை. இத்தகைய தொழில் நுட்பமும் இணையமும் கோலோச்சத் தொடங்கிய இரண்டாயிரங்களுக்குப்

பிறகு, மேற்குறிப்பிட்ட இதழ்கள் அனைத்தும் தத்தமது உச்சநிலைகளை அடைந்து, பின் சிறிது சரிந்து, இன்று தடைபடாது இயங்க வேண்டும் என்ற நிலையில் இருக்கின்றன. அச்சு ஊடகத்தின் மூலம் வரும் இதழ்கள் காலப்போக்கில் மறைந்து விடும் என்று எண்ணப்படுகிற இந்த நாட்களில் இந்த இதழ்கள் அச்சு ஊடகம், இணைய ஊடகம் என்ற இரண்டிலும் கால்பதித்து, காலத்திற்கேற்ற மாறுதல்களைக் கையாண்டு வருகின்றன. மாறிவரும் சூழலைக் கருத்தில் கொண்டு முற்றிலும் இணைய இதழ்களாகவே தொடங்கி சிறுநடை பயின்று கொண்டிருக்கும் அருஞ்சொல், மெட்ராஸ் பேப்பர் போன்ற வார இதழ்கள் இந்த மாறிவரும் ஊடக வடிவ மாற்றத்தினைச் சிந்தனையில் கொண்டு பிறந்தவை எனலாம்.

இந்த வடிவங்கள் மாறலாம், அல்லது மேலும் கூர்மைப்படலாம்; அல்லது தேயலாம். ஆனால் வாசகர்களது கவனத்தைக் கவரும் உள்ளடக்கத்தைக் கொண்டிருக்கும் இதழ்களுக்கான, ஊடகத்துக்கான தேவையும், இருப்பும் இருந்து கொண்டேயிருக்கும் என்று உறுதியாக நம்பலாம்.

21. புறா முதல் புல் புல் வரை

(கடித வரலாறு)

நான் அங்கு சுகமா, நீ இங்கு சுகமே, நலம், நலமறிய ஆவல் என்பது தமிழ்த் திரையுலகில் ஒரு புகழ்பெற்ற பாட்டு. பார்க்காமலேயே காதல் என்ற பொருண்மையில் வெளிவந்த அந்தத் திரைப்படத்தில் நாயகனும், நாயகனும் அஞ்சல்கள் வழியே மட்டும் ஒருவரை ஒருவர் தொடர்பு கொண்டு இருக்கும் போது அவர்களிடையே இணக்கம் வந்து, நேசம் மலர்ந்து விடுவதாகக் கதை. திரைப்படம் வந்த காலத்தில் வித்தியாசமான திரைப்படம் என்று அது சிறிது நன்றாக ஓடியது. மக்களுக்கு நாயகனும், நாயகியும் அஞ்சல்கள் வழியாக மட்டும் ஒருவரை அறிந்து கொண்டு, நேசிக்கத் தொடங்குகிறார்கள் என்பது, திரைப்படம் வந்த காலத்தின் புதுமையாகத் தோன்றியதால் அத்திரைப்படம் வெற்றி பெற்றி விட்டது.

மனித குலம் தோன்றியதிலிருந்து, இவ்வாறு ஒருவருக்கொருவர் தொடர்பு கொள்வது, அல்லது

ஒருவர் மனத்தில் இருப்பதை இன்னொருவருக்குத் தெரிவிப்பது என்பதெல்லாம் எவ்வாறு நடந்திருக்கும் என்று எப்போதாவது சிந்தித்திருக்கிறோமா? அனுப்பப்பட்ட அஞ்சல்கள் வழியாக மட்டும் ஒரு ஆணும் பெண்ணும் ஒருவரையொருவர் நேசித்தார்கள் என்ற பொறி கிளப்பிய திரைப்படம் சுவையாகத் தோன்றிய இக்காலத்தில், தொடர்புச் சாதனங்கள் இல்லாத காலங்களில் மனிதர்கள் எத்தனை பாடுபட்டு ஒருவரையொருவர் தொடர்பு கொண்டிருப்பார்கள்? ஒருவரது உள்ளக்கிடக்கையை இன்னொருவருக்குத் தெரிவிக்க என்ன பாடுபட வேண்டியதிருந்திருக்கும்?

இன்று அமெரிக்காவில் இருப்பவர்கள், அண்டார்டிகாவில் இருப்பவர்கள், சீரிதர் வேம்புவின் துக்கனாம்பட்டியில் இருப்பவர்கள் எல்லோரும் ஒரு காணொளி அழைப்பில் கலந்து கொண்டு சட்டுப் புட்டென்று வேலையை முடித்துவிட முடிகிறது என்ற நிலையில், அந்தத் தொடக்ககால தூது, தொடர்பு முயற்சிகளின் பாடு எத்தகையது என்பது இன்னும் வியப்பூட்டுவது அல்லவா?

இரகசியமா... வெளிப்படையா?

செய்தி அறிவித்தல் என்பது அனைத்து வாழ்வு முறையிலிருப்பவருக்கும் தேவையானது. அரசர்களுக்கு அடுத்த நாட்டு அரசர்களோடு செய்தி அறிவித்து, செய்தி பெற்றுக் கொள்ள வேண்டியிருந்தது. மக்களோடு செய்திகளைப் பகிர்ந்து கொள்ள வேண்டியிருந்தது. மனைவியை, காதலியை பிரிந்திருப்பவர்களுக்கு அன்பைத் தெரிவித்துக் கொள்ள ஒருவருக்கொருவர் செய்தி அனுப்பிக் கொள்ள வேண்டியிருந்தது. அந்தச் செய்தியை அறிவித்து அனுப்பும் முறையும், அறிவிக்காது

அனுப்பும் முறையும் இருந்தது. அறிவித்து அனுப்பும் முறை என்றால் செய்தியை அப்பட்டமாக அறிவித்து அனுப்புவது.

அன்றைக்குப் புறாவின் காலில் செய்தியை, ஓலை நறுக்கில் எழுதிக் கட்டி அனுப்பியதும், நேற்று நாம் அஞ்சல் வழிக் கடிதங்களில் எழுதி அனுப்பியவையும், இன்று வாட்சப் என்னும் வினவிச் செயலி வழியாகவும், மெயில் என்னும் மின்னஞ்சல் வழியாகவும் அனுப்பும் செய்திகளும், அறிவித்துச் செய்தி அனுப்பும் முறைகளுக்கான எடுத்துக் காட்டுகள். இந்த அறிவித்துச் செய்தி அனுப்பும் முறையில் செய்தியை அப்பட்டமாக அறிவித்து அனுப்பலாம்; குறிப்பாக, சூசகமாக அறிவித்து அனுப்பலாம்; அல்லது மறைபொருளாக இரகசியக் குறிகள் மூலமும் அனுப்பலாம், அவை அனுப்புபவரையும், பெறுபவரையும் அவர்கள் அறிவுநிலையையும் பொறுத்தது.

இரகசியமாய்... அதிசயமாய்...

அறிவித்து அனுப்பப்படும் செய்தி முறையிலும், வெளிப்படையாக அனுப்பப்படும் செய்திகள் அனுப்புவருக்கும், பெறுபவருக்கும் செய்தியை நேரடியாகச் சொல்பவை. ஆனால் சூசகமாக அறிவிக்கப்படும் செய்திகள் அனுப்புபவரும் பெறுபவரும் மட்டும் புரிந்து கொள்ளும் வண்ணமும், இடைமறித்து அச்செய்தியை வேறு எவரும் கேட்டு விட்டால் அவருக்குப் புலப்படா வண்ணத்திலும் அனுப்பிக்கும் முறையும் இருந்தது. இம்முறையில் செய்திகளை எவ்வாறு அனுப்புவார்கள் என்பதை நவீனங்களிலும், கதைகளிலும் நாம் பார்த்திருப்போம்.

வரலாற்றுப் புதினங்களில் இவ்வகை நிகழ்வுகள் விளக்கமாக வரும். ‘சிவகாமியின் சபதம்’ வரலாற்றுப்

புனைவில், திருச்செங்காட்டங்குடி இளைஞன் அறியாமல் எடுத்துச் செல்லும் ஓர் ஆபத்தான ஓலைச் செய்தியை, இடைநிலையில் மறித்து, ஓலைச் செய்தியை மாற்றி வைத்து மகேந்திர பல்லவர் செய்யும் சாணக்கியத்தனமான வேலைகள் எத்தனை எதிர்பார்ப்பையும், திகிலையும் ஏற்படுத்துகின்றன..?

அதே அளவு இரகசியமும், அதிசயமும் நவீன காலத்தில் அனுப்பப்படும் இரகசியச் செய்தி முறைகளிலும் உள்ளன. ஒரு நாட்டின் ஒற்றர்கள் அல்லது போர் வீரர்கள், முக்கியமான போர்க்காலங்கள், ஆபத்து நிலவும் காலங்களில், தங்களது தலைமைக்கு அனுப்பும் செய்திகளை அடையாளங்களாகவும், குறிப்புகளாகவும் மாற்றி அனுப்பவும், அவற்றைப் பெறும் இடங்களில் அந்த அடையாளங்களையும், குறிப்புகளையும் செய்திகளாகவும் மாற்றிப் புரிந்து கொள்ளும் இயலும் வளர்ந்து விட்டது. இத்துறையைக் க்ரிப்டாலஜி என்பார்கள்.

தூது... செல்வதாரடி..?

அறிவிக்காது அனுப்பும் முறையில் தூது வருகிறது. இம்முறையில் தூது செல்பவருக்குச் செய்தியின் சாரம் தெரியும். அவர் செய்தி பெற வேண்டியவரின் மனநிலை, செய்தியை உள்வாங்கும் நிலை, அவரது எதிர்வினை ஆகியவற்றைப் பொறுத்து, கொண்டு செல்லும் செய்தியை சிறிது மாறுபடுத்தி, சுற்றிவளைத்துத் தெரிவித்து, சூழலுக்கு வேண்டிய படி எதிர்வினையாற்றலாம். தூதருக்கு இலக்கு செய்தியின் சாரத்தைச் செயலாக்குதல். அரச காரியமாகத் தூது சென்றால், நாட்டுக்கோ அரசருக்கோ சாதகமானதைச் சாதித்தது, அன்பின் காரணமாகச் சென்றால் அன்பை வென்று வருவது என்று தூதருக்குச் செய்ய வேண்டிய

காரியத்தில் மட்டும்தான் கண்; செய்தி தூதரின் உள்ளத்தில்தான் இருக்கும். தூதராகச் செல்வபவர் அனுப்பியவரது நோக்கம், இலக்கு, செல்பவர் இருக்கப் போகும் மனநிலை, சூழல், சென்ற இடத்தின் அனுகூலங்கள், எதிர்ப்புகள் என்ற அனைத்தையும் பற்றி நல்ல அறிவும், தெளிவும் கொண்டிருக்க வேண்டியது அவசியம்.

அப்போதுதான் தூது சென்ற நோக்கத்தை அவரால் வென்றெடுக்க இயலும்.

இலக்கியத்தில் தூது மரபுகள்

இந்த முறையில் நமது தமிழிலிலக்கியத்தில் தூது மரபு என்றே ஒரு பெரும் மரபும், இலக்கியமுமே இருக்கிறது. தலைவனுக்கும் தலைவிக்கும் இடையில் இருந்த ஊடலைத் தீர்க்கும் முகமானத் தூது முறைக்குப் பிறந்த இலக்கியங்கள் அநேகம். புறநானூற்று அரசன் அதியமானின் சார்பாக தொண்டைமானிடம் போர் செய்ய வேண்டாம் என்று வேண்டிக்கொள்ள தூது சென்ற ஔவையாரின் பாடல் தமிழ்த் தூது இலக்கியத்தின் உலகப் பிரசித்தமான பாடல் !

இவ்வே, பீலி அணிந்து, மாலை சூட்டிக்
கண்திரள் நோன்காழ் திருத்தி, நெய் அணிந்து,
கடியுடை வியன்நக ரவ்வே: அவ்வே,
பகைவர்க் குத்திக், கோடுநுதி சிதைந்து,
கொல்துறைக் குற்றில மாதோ; என்றும்
உண் டாயின் பதம் கொடுத்து,
இல் லாயின் உடன் உண்ணும்,
இல்லோர் ஒக்கல் தலைவன்,
அண்ணல்எம் கோமான், வைந் நுதி வேலே.

எனது தலைவன் அதியமானின் ஆயுதங்கள் பகைவரைக் குத்திக் கிழித்துப் போர் புரிந்தவையால் சிதைந்து கொல்லர் களத்தில் சீர் செய்வதற்காகக் காத்து நிற்கின்றன; உனது ஆயுதங்களோ புத்தம் புதியவையாக நெய்பூசிப் பளபளப்பாக புதுக்கருக்கு அழியாமல் இருக்கின்றன; எனது அரசன் உணவும் பொருள்களும் விளைந்த நற்காலத்தில் அனைவருடனும் இணைந்து உணவை அனைவரும் பெறுமாறு செய்தும், உணவு விளையாத பஞ்சகாலத்தில் இருக்கும் உணவுப் பொருளை அனைத்து மக்களுக்கும், வறியவர்களுக்கும் பகிர்ந்து கொடுத்தும் அவர்களை வாழ்விக்கும் இயல்பினன் என்ற பொருள் வருமாறு, அளிக்கப்பட்ட இந்தப் பாடல், போர் செய்ய நினைத்த தொண்டைமானின் மனதை மாற்றி, போரைக் கைவிடச் செய்கிறது.

அதியமானின் வீரத்தையும், பண்பு நலனையும் ஒருங்கே இப்பாடல் மூலம் அறிந்து கொண்ட தொண்டைமான், போர் செய்யும் எண்ணதைக் கை விடுகிறான். தூதர்கள் அத்தனை சமயோசிதமாகவும், நுண்மையுடனும் இயங்கிய சான்றுகளை அற்றை நாள் தமிழிலக்கியம் சங்ககாலம் முதலே பதிவு செய்து வந்திருக்கிறது. போலவே, இராமனுக்காகத் தூது சென்று திரும்பிய அனுமன், இராமனிடம் சீதை இருக்கிறாளா, உயிரோடு இருக்கிறாளா என்ற விவரங்களைத் தெரிந்து கொள்ள ஆவலாகப் பார்த்துக் கொண்டிருக்கும் போது, ஏதும் கூறாமல் சீதை இருந்த இலங்கையின் திக்கு நோக்கி வணங்கி எழுந்த, சொல்லின் செல்வனான மாருதியின் தூதின் மேன்மையையும் நுண்மையையும் கம்பன் விளக்கிச் செல்கிறான்.

தூது இலக்கிய வரிசை

தமிழில் இவ்வாறு தூது அறிவிக்கும் முகமாக அமைந்த இலக்கிய வரிசை நீண்டது. நெஞ்சு விடு தூது, தமிழ் விடு தூது, அன்னம் விடு தூது, மேகவிடுதூது, காக்கை விடு தூது, பழையது விடு தூது, மான்விடு தூது, கிள்ளை விடு தூது என்று தூதாகச் சென்ற பறவைகள், பொருட்கள், மனிதர்கள் பற்றிய நோக்கிலேயே தூது இலக்கியங்கள் பலவகைப்பட்டன. புல்புல் பறவைகள் கூடத் தூதாகவும், வாகனமாகவும் திகழ்ந்த அதிசயங்களைக் நவீன காலங்களில்கூடக் கேள்விப்படுகிறோம்.

இந்தத் தூது இலக்கியங்கள் ஆண்கள் ஆண்களுக்கு அனுப்பிய தூது (பக்தன் இறைவனுக்கோ அல்லது தொண்டன் தலைவனுக்கோ அல்லது அரசன் அரசனுக்கோ அனுப்பியது), ஆண்கள் பெண்களுக்கு அனுப்பிய தூது (தலைவன் தலைவிக்கு அனுப்பியது), பெண்கள் ஆண்களுக்கு அனுப்பியது (பக்தன், பெண்பாலாக நினைத்து இறைவனுக்கு அனுப்பியது, தலைவி, தலைவனுக்கு அனுப்பியது) என்ற நிலைகளில் இந்தத் தூது இலக்கிய நூல்கள் அமையும்.

மக்களாட்சியில் தூதுவர்கள்

நவீன மக்களாட்சி முறைகளில் அரசுத் தலைமைகள் இன்னொரு அரசுத் தலைமைக்கு அனுப்ப வேண்டிய தூதுகளுக்காகவே தூதரகங்கள் எல்லா நாடுகளிலும் நிறுவப்பட்டிருக்கின்றன. அனைத்து நாடுகளின் சார்பாகத் தூதுவர்கள் நியமிக்கப்பட்டு, வெளிநாடுகளில் நிரந்தரமாக தூதரகங்களில் பணிபுரியும் முறை ஏற்படுத்தப்பட்டு விட்டது. தமது அரசை, மக்களைப் பாதிக்கும் நிகழ்வுகள் சொந்த நாட்டிலோ அல்லது தூது சென்றிருக்கும்

நாட்டிலோ நடக்க நேரும் போது, தூதர்களின் பணி முக்கியத்துவம் வாய்ந்ததாகவும், சிக்கலானதும் ஆகிறது. இந்தப் பணியைத் தேர்ந்த முறையில் செய்து, தமது நாட்டுக்கும், தூதராகப் பணிபுரியும் நாட்டிற்கும் இயைந்த முறையில் நுண்ணோக்கோடு தூதுவர்கள் பணி புரிகிறார்கள். இதனால் இந்தத் தூதுவர்களின் பதவி முக்கியத்துவம் வாய்ந்ததாகத் திகழ்கிறது.

செய்திப் பரிமாற்றம் - கருவிகளும் மனங்களும்

புறாவின் கால்களில் செய்தி அனுப்பிய பண்டைய காலங்களில் செய்திகள் சுருக்கமாகவும், தெளிவாகவும் இருக்க வேண்டிய தேவை உண்டு; விரிவான செய்திகள் எனில் ஓலைச்சுவடிகளுமான வடிவத்தில் அவை இருந்தன. மேலும் புறாக்களோ, ஓலை எடுத்துச் சென்ற மனிதர்களோ, பயண காலத்தில் எந்த ஆபத்திலும் சிக்காமல், சென்று சேர வேண்டிய இடத்துக்குச் செய்தியைக் கொண்டு சேர்க்க நாட்களும் வாரங்களும் கூட ஆகலாம்.

காகிதங்கள் போன்ற செய்தித் தாங்கிகள் வந்த போது பக்கம் பக்கமாகக் கடிதங்கள் எழுதினோம், வாழ்த்துகளை, அன்பைப் பகிர்ந்தோம்; அவை எத்தனை தூரமாயினும், உலகின் ஒரு கோடியில் இருந்து மறு கோடிக்குச் செல்ல வேண்டியிருப்பினும், இரண்டு மூன்று வாரங்களுக்குள் சென்று விடும் என்ற உறுதி ஏற்பட்டது.

அதனினும் முன்னேற்றம் ஏற்பட்டு தொலைவரி என்ற தந்தி மூலம் செய்திகள் அனுப்பப்பட்ட போது அவை சில மணிகளுக்குள் அனுப்பியவரிடமிருந்து பெறுபவரை வந்து சேர்ந்தன; தூரம் ஒரு பொருட்டில்லாமல் இருந்தது.

பின்னர் மின்னஞ்சல் வசதி வந்தபோது, அனுப்பிய கணத்தில், சில நிமிடங்களுக்குள் செய்தி

பெறுபவருக்குப் போய்ச் சேர்ந்து விட்ட மாயங்கள் நிகழ்ந்தன. எவருக்கும், எந்தச் செய்தியையும் ஓரிரு நிமிடத்துக்குள் அனுப்ப முடிந்த நிலை வந்து விட்டது.

மின்னஞ்சலும் வழக்கொழிந்த இன்றைய நாளில் வாட்சப் என்னும் வினவி வழி செய்தியாகவோ, ஒலி வடிவிலோ, காணொளியாக காட்சி வடிவிலோ மூன்று விதமாகவும் நினைத்த நேரத்தில் செய்தியை அனுப்பி விட முடிகிறது. பெறுபவர் ஏற்கும் நிலையில் இருந்தால் உடனடியாக அழைப்பை ஏற்கலாம் அல்லது செய்தி வந்திருக்கிறது / அழைத்திருக்கிறார்கள் என்று தெரிந்து திரும்ப அழைக்கலாம் என்ற அளவுக்கு வசதி வந்து விட்டது. நாளை இதைவிட மேலும் முன்னேறிய இன்னொரு வழி செய்தி பரிமாறிக்கொள்ள வரலாம்.

ஆனால் மனங்களும், மனிதர்களும் முன்னெப்போதையும் விட இந்த அதி நவீன செய்திப் பரிமாற்ற வசதிகள் இருக்கின்ற இந்த நவீன காலத்தில்தான், பெரிதும் விலகி, ஒவ்வொரு மனிதருமே ஒரு தனித் தீவாக மாறியிருக்கிறோம். இந்த விநோதம் எண்ணிப் பார்த்தால் வியப்பும் சிரிப்பும் ஊட்டுவது. உள்நாட்டுத் தபால் என்ற இன்லேண்ட் லெட்டர் எழுதிய காலங்களில், அந்தச் செய்தி சென்றுநேர, நாட்களும் வாரங்களும் எடுத்துக் கொண்ட நாட்களில் கூட, குடும்பங்களிடேயே, உறவுகளிடையே, இருந்த அந்நியோன்யமான உறவும், நட்பும் இன்றைய நொடித்துகள் விரைவில் நிகழும் செய்திப் பரிமாற்ற விரைவுக்காலத்தில், காணொளி அழைப்புக் காலத்தில், வினவிக் காலத்தில் இல்லை என்பதைக் கருதத் தொடங்கினோமெனில் நட்புகள் வளரும்; உறவுகள் மேம்படும்.

22. பெய்வதும் செய்வதும்

(தமிழர் நீர் மேலாண்மை வரலாறு)

இன்றைய பல நாடுகள் செவ்வாய்க்கும் நிலவுக்கும் கோள் அனுப்பி ஆராய்வதெல்லாம் அங்கு நீர் கிடைக்க வாய்ப்பிருக்கிறதா என்பதைக் கண்டறியத்தான். இந்த பூமிப் பந்திலும் நடக்கப் போகும் அடுத்த பெரும் சண்டை நீருக்காகத்தான் இருக்கும் என்கிறார்கள் அறிவியலாளர்கள். ஏனெனில் இந்த பூமியின் எந்த உயிரும் நிலை பெற்று வாழ்வதற்கும், மலர்வதற்கும் நீர் அவசியம் என்பதே காரணம். பூமிப்பந்தின் பெருகிக் கொண்டேயிருக்கும் மக்கள்தொகை மற்றும் விலங்குகளின் பெருக்கத்தால் இருக்கும் நீரின் அளவு குறைந்து கொண்டே வருகிறது. பூமிப்பந்தின் முக்கால் பங்கிற்கும் மேல், அதாவது 75 சதவீதத்துக்கும் அதிகம் நீரால் ஆனதுதான்; ஆனால் இந்த நீரில் மனிதரும் மற்றையவரும் பயன்படுத்தத் தக்க நீரானது அம்மொத்த நீரில் 2.5 சதவீதம் மட்டுமே என்று அறிந்தால் நாம் வியப்படைவதோடு, அச்சமும் அடைய வேண்டும். மீதமுள்ள 97.5 சதவீதம் உப்பு நீர்.

இந்த மொத்த 2.5 சதவிகித நன்னீரில் ஏறத்தாழ 69 சதவீத நீர் ஆர்ட்டிக் மற்றும் அண்டார்ட்டிக் பகுதியில் உறைபனிக் கட்டியாக உள்ளது. மீதமுள்ளவற்றில் 29 சதவீதம் நிலத்தடி நீராக உள்ளது.. எஞ்சிய 2 சதவீதச் சொச்சம்தான் ஏரிகளிலும், ஆறுகள் மற்றும் குளங்களிலும் உள்ள, நாம் நேரடியாகப் பயன்படுத்தக் கிடைக்கின்ற நீர். அதாவது உலகின் மொத்த நீரில் உள்ள 2.5 சதவீத நன்னீரில், 2 சதவீதம் மட்டும்தான் ஆறுகள், ஏரிகள், நீர்த்தேக்கங்களில் உள்ளவை. மனிதரும் மற்றையவரும் குடிக்கக் கிடைக்கின்ற ஒரே நீராதாரமான, அவற்றைத்தான் வெறி பிடித்ததுபோல் அசுத்தப்படுத்திக் கொண்டும், ஏரிகளைச் சிதைத்து அவற்றின் மேல் வீடுகளையும் கட்டடங்களையும் கட்டிக் கொண்டும் அவற்றை ஒழித்துவிட வேண்டும் என்று கங்கணம் கட்டிக் கொண்டிருக்கிறோம் நாம்..!

ஆனால் மனிதன் தோன்றியதிலிருந்து இப்படித்தான் பூமிப்பந்தின் ஆதாரங்களைச் சிதைத்தும் அழித்துக் கொண்டிருக்கின்றானா? எனில், அவ்வாறில்லை. வணிகப் பயன்பாடும், பேராசையும், முட்டாள்தனமும் மேலேறிக் கொண்டிருக்கும் நவீன காலக்கட்டத்தில்தான் புவி ஆதாரங்களை வணிகமாக்கி காசைத் தேடும் கெடுபுத்தி பெருகி விட்டது. பழங்கால வரலாற்றை எடுத்துப்பார்த்தால், புவியின் மாபெரும் ஆதாரங்களின் முக்கியத்துவத்தை உணர்ந்து, அவற்றைப் பேணிப் பாதுகாத்தும், வளர்த்தும், சிதைந்து விடாமலும் மனிதர்கள் வாழ்ந்து வந்த வாழ்க்கை விரியக் கிடைக்கின்றது.

இந்த வரலாற்று வாழ்க்கையில் அறிய வேண்டிய பக்கம் பழந்தமிழர்கள் வாழ்ந்த வாழ்வு முறை. உலக வரலாற்றில் கிரேக்கம், உரோம நாகரிகங்களை ஒட்டிய காலத்தில் அவற்றை விஞ்சி நாகரிகத்தோடும்,

அருமையான வாழ்வு முறைகளோடும் பழந்தமிழன் வாழ்ந்திருக்கிறான் என்பதை அறிவிக்கும் சான்றுகள் ஏராளம் உண்டு. நாகரிகங்கள் முகிழ்ந்து வளரத் தொடங்கிய ஆற்றங்கரை நாகரிகங்களோடு, தமிழர்களின் நாகரிகம் பெருந்தொடர்புடையது.

பயிர்த்தொழிலை மிகத் தொடக்க காலத்திலேயே கண்டறிந்து தொடங்கி விட்ட சமூகம் தமிழர்களின் சமூகம். பயிர்த்தொழிலுக்குத் தேவையான முக்கிய ஆதாரமான நீரையும் பல பண்பட்ட முறைகளில் பேணி, நீராதரங்களை நிர்வகிக்கும் முறைகளில் இன்றளவும் உலகம் பயன்படுத்தத் தக்கவற்றை அன்றே கண்டறிந்து ஆக்கியவர்களாகத் தமிழர்கள் வாழ்ந்திருக்கிறார்கள். எவ்வாறெனப் பார்க்கலாம்.

வான் நின்று வழங்கி வருதலால்...

உலகில் கிடைத்திருக்கும் மொத்த நன்னீரிலும் 2.5 சதவீதம் மட்டும்தான் மனிதன் எளிதில் பயன்படுத்தக் கிடைக்கிறது என்று பார்த்தோம். இந்த நன்னீரின் சதவிகித அளவு தெரிந்திருக்க வாய்ப்பில்லா விட்டாலும், இந்தக் கிடைத்தற்கரிய அருமையினைத் தமிழர்கள் உணர்ந்திருந்தனர். மேலும் நீர்ச்சுழற்சியான மழை, ஆறு, நதிகள், கடல், மேகம், மழை என்ற நீர்ச்சுழற்சியின் கட்டங்களைத் தமிழர்கள் தெளிவாக அறிந்திருந்தார்கள்.

'வான்முகந்த நீர் மலைப் பொழியவும்
மலைப்பொழிந்த நீர் கடல் பரப்பவும்
மாரிபெய்யும் பருவம் போல்
நீரின்றும் நிலத்து ஏற்றவும்
நிலத்தினின்று நீர்ப்பரப்பவும்
அளந்து அறியாப் பல பண்டம்..'

என்ற பட்டிணப் பாலையின் பாடல் நீர்ச் சுழற்சி முறைகளைத்தமிழர்கள்தெளிவாகஅறிந்திருந்தார்கள் என்பதைக் காட்டுகிறது.

இவ்வாறு அரிதிற் பெறும் நீரை நன்முறையில் தேக்குவது, பயன்படுத்தவது என்பதில் மக்களும், அரசர்களும் மிக்க கருத்தைச் செலுத்துபவர்களாக இருந்திருக்கிறார்கள். இந்த வகையில் மழைப்பொழிவு காலத்தில் பெருக்கெடுத்து வரும் ஆற்று நீரை ஏரிகளில் திருப்பிவிட்டு அவற்றைத் தேக்கி வைத்து, பின்னர் தேவைப்பட்ட காலத்தில் பயன்படுத்தும் முறைகளில் நிபுணத்துவத்தைப் பழங்காலம் தொட்டே தமிழர்கள் கொண்டிருந்திருக்கிறார்கள். அரசர்கள் நீரினைச் சேமிப்பது, தேக்குவது என்பதைக் கடமைகளாகக் கருதியிருக்கிறார்கள்.

> 'நிலன்நெளி மருங்கின் நீர்நிலை பெருகத்
> தட்டோரம்ம இவண் தட்டோரே
> தள்ளாதோர் இவண் தள்ளாதோரே'

என்பது புறப்பாடல்.

நிலம் எங்கு சற்றுப் பள்ளமாயிருக்கிறதோ அங்கு நீர்நிலைகள் அமையும்படி கரைகள் மேவித் தளை செய்த அரசர்களே, இந்த நிலவுலகத்தில் தம் பெயரை நிலைநிறுத்தித் தளை செய்தோராவர்; அவ்வாறு தளை செய்யாதவர், தமது புகழையும் நிலைநிறுத்தித் தளை செய்யாதவர் (கட்டி நிறுத்தாதவர்) என்ற பொருளைத் தரும் புறநானூற்றுப் பாடலை ஆக்கியதன் மூலம் எது முக்கியமான பணி என்பதைப் பழந்தமிழ் அரசர்கள் நினைத்திருக்கிறார்கள் என்பதை உணரலாம்.

நீர் மேலாண்மையில் தமிழரின் நுட்பத் திறன்கள்

நீரானது புதிதாக மழை மூலமாக மட்டுமே பெறத்தக்கது என்பதையும், அவ்வாறு பெறப்படும் மழைநீரைக் கருத்தாகச் சேமிப்பதே சிறந்த நீர் மேலாண்மை என்பதை அறிந்திருந்த தமிழர்கள், தம்மைச் சுற்றியிருந்த பொருட்களை, நுண்ணறிவுடன் பயன்படுத்தி, காலங்கடந்து நிற்கும் நீர்மேலாண்மை முறைகளை அறிந்திருந்தனர். வெறும் கற்களையும், நீரடி மண்சேகர முறையையும் இணைத்த தொழில்நுட்பத்தில் கட்டப்பட்ட கரிகால் பெருவளத்தான் கட்டிய கல்லணை இரண்டாயிரம் ஆண்டுகள் கழிந்தும் இன்றும் பயன்பாட்டில் இருக்கிறது. நீரின் போக்கையும், நிலத்தின் தன்மையினையும் தெளிவாக அறிந்திருந்தால் மட்டுமே இத்தகைய அறிவார்ந்த முறைகளைப் பயன்படுத்த இயலும்.

தமிழிலக்கியங்களின் பல எடுத்துக்காட்டுகள், இத்தகைய முறைகளின் நிபுணத்துவத்துக்குச் சான்றாக இருக்கின்றன. தமிழில் நீரைத் தேக்கும் அமைப்பை விவரிக்க மட்டும் 30க்கும் மேற்பட்ட சொற்கள் உள்ளன. கற்பாறைகளைக் கொண்டு அணைகளை அமைக்கும் முறைகள் பயன்பாட்டில் இருந்ததை, தொல்காப்பிய நூற்பா 'வருவிசைப் புனல் கற்சிறை போல் ஒருவன் தாங்கிய பெருமையாலும்..' என்று எடுத்துக் காட்டு சொல்லி விளக்குகிறது. 'நீர் மோதும் மதகுகளை உடைய உறையூர்' *(அகம் 237)* என்று நீர்வளத்தை ஊர்வளத்தோடு இணைத்துச் சிறப்பிக்கும் போக்கால், ஒரு நகரின் நீர்வளத்தின் முக்கியத்துவத்தைக் காட்டுகிறது தமிழிலக்கியம்.

ஒவ்வொரு நிலப்பகுதியின் தன்மைக்குத் தக்கவாறு, அதற்குப் பொருத்தமான நீர்மேலாண்மை

முறைகளைத் தமிழர்கள் கையாண்டிருக்கின்றனர் என்பதை அறியலாம். மழை பொய்க்கும் காலங்களில் ஆற்றுப் படுகைகளிலிருந்து நிலத்தடி ஊற்று மூலம் நீரைப் பெறுதல், நீர் ஆவியாகாத வகையில் கிணறுகளை அமைத்து அவற்றைத் தினசரிப் பயன்பாட்டுக்கும் விவசாயத்துக்கும் பயன்படுத்துதல், பெரும் நிலப்பரப்பு இருக்கும் இடங்களில் பரந்த ஏரிகளைச் சிறப்பான கரைகளுடன் அமைத்தல், அவற்றிற்குப் பெருகி வரும் ஆற்று நீர் வந்து சேர்ந்து சேமிக்கப்படுவதை உறுதி செய்தல் என்று பல முறைகளைக் கையாண்டிருக்கின்றனர்.

மேலை நாட்டு அறிஞர்களும் தமிழர்களின் நீர்மேலாண்மை அறிவைக் கண்டு வியந்து பாராட்டிய பல சான்றுகள் இருந்தன, இருக்கின்றன. செருமானிய அறிஞர் எஃப். டபிள்யூ. ஃப்ளமிங் *(F.W.Flemming)* என்பவர், தென்கிழக்கு ஆப்பிரிக்கா, பிலிப்பைன்ஸ் போன்ற நாடுகளில் உள்ள நெல் சாகுபடி முறைகளில் தமிழர்களின் தாக்கம் நன்கு தெரிகிறது என்று சொல்கிறார்.

ஏரிகளில் மதகு அமைப்பதை *2400* ஆண்டுகளுக்கு முன்பே தமிழர்கள் அறிந்திருந்தார்கள்; ஆனால் ஐரோப்பாவில் பத்தொன்பதாம் நூற்றாண்டு காலத்தில்தான் மதகுகள் அமைக்கப்பட்டன் என்று சொல்கிறார் பார்க்கர்.

உலகம் முழுவதும் ஏரிக்கரைகளின் உள்ளடக்குக் கரை, களிமண்ணைக் கொண்டே அமைக்கப்படும்; ஏரிக்கரைகளை ஈரமான களிமண் கொண்டே அமைக்க வேண்டும், களிமண் இல்லாது ஏரிக்கரைகளை அமைக்க இயலாது என்ற ஆங்கிலேயப் பொறியாளர்களின் கருத்துக்கு மாற்றாக பண்டையத் தமிழர்கள் எல்லாவித விளைநிலங்களின் மண் எடுத்து

பல்லாயிரக்கணக்கான ஏரிகளை மண் கரை கொண்டு அமைத்துள்ளனர் என்று குறிப்பிடுகிறார், பெரும் பொறியியில் அறிஞரான சர். ஆர்தர் கார்ட்டன்.

வீராணம் என்னும் வீராணம் ஏரியின் ஒரு மதகைப் புதிதாக அமைப்பதற்காக, கரையின் ஒரு பகுதியைச் சிறிது உடைக்க வேண்டியிருந்த போது, வெறும் மண்ணால் அமைக்கப்பட்ட அந்தக் கரையின் கடினத்தன்மையைக் கண்டு வியந்து போன ஆர்தர் கார்டன், தமிழர் நீர் மேலாண்மையின் உன்னதச் சான்றுகளில் ஒன்றான வீராணம் என்னும் வீரநாராயணபுர ஏரியின் அமைப்பைப் பற்றி ஆழ்ந்து ஆராய்ந்து அதனை ஆவணப்படுத்தியிருக்கிறார். இதன்மூலம் தமிழர்கள் ஏரிக்கரைகளை அமைத்தபோது, மண்ணோடு பசை போன்ற ஒரு பொருளை இணைத்து ஏரிக்கரைகளை பெரும் உறுதியுடன், சிறிதும் நீர்க்கசிவு அடையாவண்ணம் அமைத்திருந்ததை அறியமுடிந்தது.

வண்டலைக் கொண்டாடிய தொழில் நுட்பம்

உலகெங்கும் ஏரிகள் காலப் போக்கில் பயன்பாடற்றுப் போவதற்கான மூலம் அவற்றின் சேர்ந்து இறுகிவிடும் வண்டல். ஏரிகளில் பெருமழைநீர், ஆறுகளிலிருந்து கால்வாய்கள் மூலம் திருப்பி விடப்பட்டு சேமிக்கப்படும் போது, அந்தப் பெருகி வரும் மழைப் புதுநீருடன், பெருமளவு வண்டல் மண்ணும் கலந்து வரும். ஏரிகளில் சேமிக்கப்படும் நீரில் அந்த வண்டல் மண்ணும் இருக்கும். ஏரிகளின் நீர் தெளியும் போது இந்த வண்டல் மண் ஏரித்தரையின் அடிப்பாகங்களில் படியும். ஏரிகளின் தொடர்ந்த பயன்பாட்டுக்கு இந்த வண்டல்களைத் தூர் எடுத்து அகற்றினால்தான், அடுத்தடுத்த ஆண்டுகளில் ஏரிக்கு வரும் நீரில் இணைந்து வரும் வண்டல் மண்ணைச் சமாளிக்க

முடியும். இல்லையெனில் ஏரிகளில் சேரும் வண்டல் மண் காலப்போக்கில் இறுகிச் சேர்ந்து ஏரி நிலம், நீரை நிலத்தடிக்குக் கடத்த இயலாத அளவு இறுகிப் பயனற்றுப் போகும். எனவே அவ்வப்போது இந்த வண்டல் மண்ணைத் தூர்வாரியே ஆகவேண்டிய கட்டாயம், ஏரிகளை உயிர்ப்புடன் வைத்திருக்கத் தேவையான ஒன்று.

ஆனால் பழந்தமிழர்கள் இயல்பான முறையில், அந்தந்த ஆண்டு வண்டல்களை அந்தந்த ஆண்டே, பெருமளவில் நீர்ப்போக்கோடு வெளியேற்றும் தொழில்நுட்பத்தை அறிந்து கடைப்பிடித்தார்கள். அதோடு அவ்வாறு வெளியேறும் வண்டல் மண், பயிர் நிலங்களுக்குப் பாய்வதன் மூலம் அந்தப் பயிர்நிலங்கள் வளம் பெறுவதையும் உறுதி செய்தார்கள். இதற்குப் பயன்படுத்திய முறை குமிழித் தூம்பு முறை.

இது ஏரிகளின் தரையில், மதகுகளில் இருந்து *300* அடிக்குள் அமைக்கப்பட்டிருக்கும். தொட்டி போன்ற அமைப்பில் ஏரிகளின் தரைப்பகுதியில் அமைக்கப்பட்டிருக்கும் குமிழித்தூம்பு, கிட்டத்தட்ட இன்றைய சுரங்கப்பாதை வடிவமைப்பில் இருக்கும்.

இந்தக் குமிழித் தூம்பு ஏரிகளின் மதகுகள் திறக்கப்படும் காலங்களில் முதலில் திறக்கப்படும். பெருமளவு நீர் ததும்பிக் கொண்டிருக்கும் ஏரிகளில் நீரானது குமிழித் தூம்புகளின் மூலம் விசையுடன் வெளியேறும் போது, நீர்மட்டத்தின் அடிப்பாகத்தில் தங்கியிருக்கும் வண்டல் சேறின் *90* சதவிகித அளவு, குமிழித் தூம்புகளில் உள்ள சேறோடித் துளைகளின் மூலம் பாய்ந்து வெளிச்செல்லும் நீருடன் கலந்து வெளியேறும். எனவே, ஏரிகளின் அடியில் தங்கும் வண்டல் பெருமளவு வெளியேறுவதால், புதிதாக

வரும் மழைநீரின் வண்டலை ஏரிகள் திரும்பத் தாங்கி உயிர்ப்புடன் இருக்கும். வெளியேறும் நீரின் வண்டல் மண், அந்த வெளியேறும் நீரைப் பயன்படுத்தும் பாசன நிலங்களின் வளத்தை மேம்படுத்தும்.

ஆங்கிலேயர்களின் ஆட்சிக்காலத்தில் பல ஏரிகளின் இந்த குமிழித் தூம்புகளைத் தேவையற்ற ஒன்று என்று கருதி அழித்து விட்டதால், காலப்போக்கில் இறந்து போய் மறைந்து போன ஏரிகள் ஏராளம் என்பதை அறிந்தால், இந்த குமிழித் தூம்பின் அவசியமும், அதை அமைத்து ஏரிகளைக் காத்துப் பயன்படுத்திய பண்டைத் தமிழர்களின் நீர் மேலாண்மை அறிவும் விளங்கும்.

பாசனமுறைகளில் நுட்பம்

பாசன வயல்களுக்கான நீர் பாய்ச்சுதலில், சரியான அளவு நீர் பாய்ச்சுதலுக்கு ஒரு அருமையான முறையைக் கடைப்பிடித்தார்கள் தமிழர்கள். இதற்கு முறைப்பானை என்ற ஒன்றைப் பயன்படுத்தினார்கள். சுமார் பத்து லிட்டர் அளவு கொள்ளளவுள்ள இந்தப் பானை, செம்பு அல்லது தாமிரத்தால் செய்யப்பட்டிருக்கும். இந்தப் பானையின் அடிப்பாகத்தில் ஒரு சிறு துளை, மெல்லிய ஊசி கொண்டு இடப்பட்டிருக்கும். இந்தத் துளை போடப் பயன்படுத்தும் ஊசியின் அளவு எந்த அளவு இருக்கும் என்பதற்கு சங்கப்பாடல்களில் துல்லியமான சான்றுகள் இருக்கின்றன.

பாசன வயல்களில் ஒரு ஏக்கர் அளவுள்ள நிலத்துக்கு நீர் பாய்ச்ச வேண்டுமெனில், இந்த அளவுக்குப் பொருத்தமான முறைப்பானையில் நீர் நீரப்பி, அதனைப் பாசன வயல் வரப்பில் கற்களைப் பரப்பி வைத்து விடுவார்கள். அதே சமயம் வரப்புகளின்

வழி, நிலத்துக்கு நீரும் திறந்து விடப்படும். இந்த முறைப்பானையின் நீர் முழுவதும் கசிந்து வெளியேறியிருக்கும் நேரம் வரை, வரப்புகளின் வழி, நீர் வயல்களுக்குப் பாய்ந்து கொண்டிருக்கும். முறைப்பானை காலியாக ஆகியிருக்கும் போது, பாசன வயல் முழுவதற்கும், நீர் பாய்ந்திருக்கும். முறைப்பானை நீர் காலியாகியிருக்கும் போது, நீர் வரப்பு அடைக்கப்படும். எத்தகைய நுட்பமான கணக்கீடு!

ஏரிகளைக் கையாண்ட பிரமாண்டமும் நுட்பமும்

ஏரிகள் மிகப் பிரமாண்டமாக அமைக்கப்பட்டன. பூண்டி ஏரியின் உயரம் முப்பத்தைந்து அடி. செம்பரம்பாக்கம் ஏரியின் உயரம் இருபத்தி நான்கு அடி. பெரும் பரப்பளவில் இந்த உயரங்களுக்கு நீரைத் தேக்கும் போது, அந்த நீரின் கிடை விசை மற்றும் வெளியேறு விசை கற்பனைக்கெட்டாத அளவு இருக்கும். இவற்றையெல்லாம் முறையாகக் கையாள, சிறந்த முறைகள் இருந்தன. ஏரிகளில் இருந்து நீரை வெளியேற்றப் பல நிலைகளில் பலவித அமைப்புகள் இருந்தன. முன் பார்த்த குமிழித் தூம்பு, வெவ்வேறு உயரங்களில் அமைக்கப்படும் மதகுகள், மற்றும் மடைகள் என்று அவை மூவகைப்படும். குமிழித் தூம்பின் கோல் பெரும் உயரத்துடன் இருக்கும். வேண்டிய அளவு, வேண்டிய நேரம் இதைத் திறக்கும்படி இருக்கும். அடுத்தபடி மதகுகள், சிறு கதவு கொண்ட வாய்க்கால்கள். ஏரியின் பலமட்ட உயரங்களில் இந்த மதகுகள் இருக்கும். அவற்றையும் பாதுகாப்பாக வேண்டிய அளவில், நீர் மட்டத்துக்கு ஏற்பத் தேவையான மதகைத் திறப்பார்கள்.

ஆனால் ஏரியின் நீர் மழைக் காலத்தில் பெருகி, ஏரிகள் ததும்பும் அளவுக்கு நீர் நிரம்பும் போது, வெள்ளச்

சேதம் உயிர்ச் சேதங்களைத் தவிர்க்க வேண்டும் எனில் மடைகளைத் திறப்பார்கள். இந்த மடைகளைத் திறப்பதற்கு மிகுந்த நுட்பமும் ஆற்றலும் நீர்ப்போக்கு அறிந்த நுட்பமும் தேவை. இது குடிவழி வரும் மடையர்கள் என்ற அழைக்கப்படும் குடிகள் வசமே விடப்படும். இந்த மடை திறக்கும் பணி, மிகுந்த ஆபத்து நிரம்பியதும் கூட. ஏரியின் அடிப்பாகத்தில் இருக்கும் மடைகளைத் திறக்க நீருக்கடியில் செல்லும் இந்த மடையர்கள், மடை திறந்தவுடன் வெளிப்படும் நீரின் வேகத்தில் மடையில் அடிபட்டு இறந்து விடும் வாய்ப்பும் உண்டு. எனவை இந்த மடையர்களின் பணிக்கு மிகுந்த மரியாதையும், பாதுகாப்பும் கொடுக்கப்பட்டிருந்தது. இவை தவிர கலிங்கு எனப்படும் ஏரிகள் நிரம்பும் வேகத்தைக் கணக்கிட உதவும் நீர்த்திறப்புகளும் ஏரிகளின் மேல்மட்டத்தில் அமைக்கப்பட்டிருந்தன.

காலங்கடந்து நிற்கும் நீர்மேலாண்மைச் சான்றுகள்

தமிழகத்தின் மதுரை மாவட்டத்தில் மட்டும் *2000* ஆண்டுகளைக் கடந்தும் இன்றும் பயன்பாட்டில் இருக்கின்ற ஐம்பது சங்ககால ஏரிகளைக் கண்டறிந்திருக்கிறார்கள். திண்டுக்கல் ஊரை அடுத்த ஆத்தூரில் அமைந்துள்ள கருங்குளம், பகடைக் குளம், புல்வெட்டிக்குளம் என்ற மூன்றடுக்குக் குளம் *2100* ஆண்டுகளுக்கும் முற்பட்டது என்று காலக்கணிப்புச் செய்யப்பட்டுள்ளது. இன்றளவும் பயன்பாட்டில் உள்ளது இது.

தமிழகத்தில் உள்ள *1000* ஆண்டுகளைக் கடந்த சில ஏரிகளாவன:

செம்பரம்பாக்கம் ஏரி, மாமண்டூர் ஏரி, காவேரிப்பாக்கம் ஏரி, தென்னேரி, வீராணம்

என்ற வீர நாராயணபுரத்து ஏரி, உத்தரமேரூர் ஏரி, இராச்சிங்கமங்கலம் ஏரி, பெருமாள் ஏரி, மதுராந்தகம் ஏரி, கடம்பாகுளம் ஏரி போன்றவை தமிழகத்தில் உள்ள ஆயிரம் ஆண்டுகளைக் கடந்த ஏரிகள்.

கைவிடப்பட்ட வரலாறின் முக்கியம்

அன்றைய நீர்மேலாண்மை அருமைகளும், நீர்நிலைகளின் அருமைகளும், நிகழ்காலத்தின் பேராசையும், அரசியலும் மௌடீகமும் சிதைத்ததால், பிரித்தானிய ஆட்சிக்காலத்தில் மறையத் தொடங்கிய ஏரிகள் மேலும் மேலும் மறைந்து போய் ஆக்கிரமிக்கப்பட்டு விட்டன. ஆறுகளின் மணல் வரைமுறையற்று அகழப்பட்டு ஆறுகளின் உயிர்நாடி சிதைக்கப்பட்டு விட்டது. முறையான நீர்வழிப்போக்குகளின் வழிகளான ஏரிகளும், குளங்களும் மறைந்து போனதால், பெருமழைக்கால நீர், முறையாகச் சேகரிக்கப்படாமல் கட்டுக்கடங்காமல் சென்று மழைக்காலம் முடிவதற்குள் வீணாகி மறைகிறது. காங்கிரீட் காடுகளாக மாறிவிட்ட நமது நிலத்தடியில் செல்லாமலேயே வீணாகின்ற நீர் மறைந்து போகின்றது. பின்னர் தட்டுப்பாடான நேரங்களில் தலைகாட்டுகிறது நீர்ப்பஞ்சம்.

இலக்கியங்கள் காட்டுகின்ற பழந்தமிழர் ஏரிகள் அனைத்தையும் மீட்டு, ஏரிகளையும், குளங்களையும் ஆக்கிரமிப்புகளை அகற்றி, முறையான மழை வடிகால்களை மீண்டும் உயிர்ப்பித்தால், தமிழகம் என்றென்றும் வளமான பகுதியாக நின்று நிலைபெறும்.

23. ஏன்? எதற்கு? எப்படி?

(கூகிள் வரலாறு)

தொண்ணூறுகளின் தொடக்கத்தில் இணையம் என்றாலோ அதன் பயன்பாடு பற்றியோ பெரிதாக யாருக்கும் தெரியாது. அப்போதுதான் மின்னஞ்சல் வசதி பொதுமக்களுக்கு பொதுப்புழக்கத்தில் இந்தியாவில் அறிமுகமானது. யாகூ போன்ற இணையக்களங்கள் *(டொமைன்)* பல்வேறு வசதிகளுடன் மின்னஞ்சல் வசதியையும் பொதுப்பயனர்களுக்காக வழங்கத் தொடங்கின. *Hotmail 1996'ல்* பொது மின்னஞ்சல் வசதியை வழங்கியது. அதே ஆண்டு ஆகஸ்டு மாதத்தில் தான் *(1996),* சுடான்ஃபோர்டு கணினி அறிவியல் பட்டப்படிப்பில் படிப்பதற்காக இணைந்த லாரி பேஜ் மற்றும் செர்ஜி பிரின் என்ற இரண்டு மாணவர்கள், இணையப் பக்கங்களை ஒன்றுடன் ஒன்று தொடர்பு படுத்தும் வசதிகளைப் பற்றி ஆராயத் தொடங்கினார்கள். பிரின்னுக்கு இருந்த

கணக்கியல் அறிவு, அவர்களை ஒரு இணையத் தரவரிசை கணிப்பானை (*Page rank algorithm)* வடிவமைக்கத் தூண்டியது. இந்த அமைப்பை அவர்கள் சுடான்ஃபோர்டு பல்கலையின் தனிப்பட்ட வலைமுகப்பிற்குறத்தான் முதலில் தொடங்கினார்கள்.

இன்று இணையம், இணையம் சார்ந்த பல்வேறு வணிக, தொடர்பு மற்றும் ஆய்வு முயற்சிகள், இணையத் தேடுதல், கைபைசிகளுக்கான இயங்குதளம் என்று அனைத்திலும் இமாலய அளவிலான பங்களிப்பையும், செல்வாக்கையும் கொண்டுள்ள கூகிள் என்ற நிறுவனம் அவ்வாறுதான் தொடங்கியது. இன்று ஏன், எதற்கு, எப்படி என்று எந்த ஒன்றைப்பற்றி அறிய விரும்பினாலும், மக்கள் இணையத்தில் தட்டுவது கூகிள் இணையப்பக்கத்தைத்தான். கூகிள் என்ற பெயர் தோன்றியது *1998’* ஆகஸ்ட் *1998’*ல், நிறுவனம் முறையாகப் பதிவு செய்யப்பட்டு இயங்கத் தொடங்கிய போதுதான். ஆனால் விதை *1996’*லேயே ஊன்றப்பட்டு விட்டது.

அதென்ன கூகிள்?

கூகிள் என்ற பெயரைத் தேர்வு செய்தது லாரியும், ப்ரின்'னும் இணைந்துதான். *Google* என்ற ஆங்கிய வடிவத்தின் சரியான உச்சரிப்பு கூக்ள் என்பதுதான். நடுவில் உள்ள க் என்ற *G* சார்ந்த ஒலிப்பு கூக்ள் என்று ஒலிக்கப்படும்போது கு என்பதற்கும், கி என்பதற்கும் இடைப்பட்ட ஒரு ஒலிப்பைத்தான் தரும். தமிழில் கூகுள் என்றும், கூகிள் என்றும் இரு வகைப்பட்டும் இதனை எழுதுகிறார்கள்.

இந்தப் பெயரைத் தெரிவு செய்வதற்கான காரணம் சுவையானது. பத்து என்ற எண்ணின் நூறு அளவு வர்க்கமான எண்ணுக்கு, ஆங்கிலத்தில் கூகாள்

(Googol) என்பது பெயர்; அதாவது *10^100*. (ஒன்றுக்குப் பின்னால் நூறு சுழிகளைப் போட்டாலும் இந்த எண் கிடைக்கும்). இந்தச்சொல் உருவாக்கப்பட்டது *1930'*ல் கணிதப் புலத்தில் ஆர்வமுள்ள ஆய்வாளரான எட்வரட் கச்னரின் ஒன்பது வயது சிறுவனான அவரது மருமானால். எண் மதிப்பில் ஒரு நிறை இடமான பத்தின் *100* வர்க்கம் என்ற பொருண்மையால் தனது நிறுவனத்துக்கு இந்தப் பெயரைத் தெரிவு செய்தனர் லாரி பேஜூம், செர்ஜி பிரின்'னும்.

தொடக்கம்

லாரியும், பிரின்'னும் தங்களது இணையப் பக்கங்களின் தரவரிசைக் கணிப்பான், இணையப் பயன்பாடு அதிகரித்து, மேலும் மேலும் இணையப் பக்கங்கள் கூடும்போது, பிரமாதமான துல்லியத்துடன் இயங்கும் என்று சரியாகக் கணித்தனர். எனவே தனது நிறுவனத்தை சுடான்ஃபோர்டு பல்கலையிலிருந்து சூசன் ஒச்சிக்கி *(Susan Wojcicki)* என்பவரது புழக்கடைப் பகுதியை வாடகைக்கு எடுத்து அங்கு மாற்றினர். மாற்றியது செப்.*4, 1998*ல். சன் மைக்ரோசிஸ்டத்தைச் சேர்ந்த ஆன்டி பெக்டால்செய்ம் (*Andy Bechtolsheim*), லாரி மற்றும் ப்ரின்'னின் நிறுவனத்தில் ஒரு இலக்கம் டாலர்கள் முதலீடு செய்ய முன்வந்தார். இந்த சூசன்தான் பிற்காலத்தில் யூட்யூப் நிறுவனத்தைதின் தலைமைச் செயல் அதிகாரியாக ஆகப் போகிறவர்.

ஆகஸ்ட் *2001'*ல் லாரி பேஜ் மற்றும் ப்ரின் இருவரும், சன் மைக்ரோசிஸ்டத்தின் முதன்மை நுட்ப அதிகாரியாகப் *(CTO)* பணியில் இருந்த எரிக்'கை *(Eric Schmidt)* நிறுவனத்தின் இயக்குனர் குழுவுக்குள் கொண்டு வந்தனர். இயக்குனர் குழு உறுப்பினராக வந்த அவர், நிறுனத்தின் தலைமைச் செயல் அதிகாரியாக (சிஇஓ) நியமிக்கப்பட்டார். பிரின்,

எரிக்கை நியமித்த காலத்தில் சார்லி ரோஸ் என்ற அமெரிக்கத் தொலைக்காட்சிப் பேட்டியாளருக்கு அளித்த பேட்டியில், 'நிறுவனத்துக்கு ஒரு மூத்தவரின் கண்காணிப்பு' தேவைப்படுவதால், எரிக் நியமிக்கப்படுவதாக சொன்னார். (தி கம்பெனி நீட் ஆன் அடல்ட் சூப்பர்விஷன்!). பத்தாண்டுகள் கழித்து எரிக் கூகிள் நிறுவத்திலிருந்து விடைபெறும் போது, தனது கீச்சகத்தில், *"Day-to-Day adult supervision is no longer needed'* என்ற கூற்றுடன் விடைபெற்றது ஒரு சுவையான பொருத்தப்பாடு.

கூகுள் நிறுவனம்- ஒரு காலக்கோடு

நிறுவனர்கள் இருவரும் இளமையும், சிந்தனையும் ஊற்றெடுக்கும் சாதனையாளர்களாக இருந்ததும், எரிக் போன்ற ஒரு அனுபவத்தரின் கை இணைந்ததும் கூகிள் நிறுவனம் மிக வேகமாக வளரலாயிற்று.

மே, 2002 - கூகிள் நிறுவனத்தின் வளர்ச்சியின் வேகத்தைக் கணித்த ஒரு நிறுவனம் யாகூ நிறுவனம். அப்போது முன்னணி இணைய நிறுவனமாக இருந்த யாகூ, 2002'ல் கூகுள் நிறுவனத்தை வாங்கி, கையகப்படுத்துவதன் மூலம் இணையத் தொழில்நுட்ப நிறுவனமாக மேலும் பெரிதாக வளரலாம் என்று நினைத்தது. அது ஒரு மிகச் சரியான கணிப்பு. எனவே விலை விவரங்களைப் பேசினார்கள். ஒரு இலக்கம் அமெரிக்க வெள்ளி (100000 டாலர்கள்) முதலைக் கொண்டு தொடங்கிய கூகுள் நிறுவனத்துக்கு நான்கு ஆண்டுகளில், யாகூ நிறுவனம் 3 பில்லியன் டாலர்கள் (300 கோடி டாலர்கள்) கொடுக்க முன்வந்தது. ஆனால் கூகுள் நிறுவனத்தர்கள், தங்களது நிறுவனம் மேலும் மதிப்பு வாய்ந்தது என்றும், 3 பில்லியன் டாலர்கள் என்பது மிகக் குறைந்த மதிப்பீடு என்றும் நினைத்தார்கள். அவர்கள் 5

மில்லியன் டாலர்களாவது மதிப்பீடு செய்வது ஓரளவு நியாயமானது என்று நினைத்தார்கள். யாகூ நிறுவனம் அதை அதிகம் என்று (தவறாக) கணக்குப் போட்டது. கூகிள் நிறுவனம் எண்ணியபடியே அதன் மதிப்பு 5 பில்லியனோடு நில்லாமல், மேன்மேலும் வளர்ந்து, இன்று 840 பில்லியன் மதிப்புடைய நிறுவனமாக வளர்ந்து நிற்கிறது.

அதனை 5 பில்லியனுக்கு வாங்குவதற்கு யோசித்த யாகூ நிறுவனம், வெரிசான் நிறுவனத்துக்கு, அதே 5 பில்லியன் டாலருக்குப் பின்னாளில் விற்கப்பட்டு விட்டதும் ஒரு முரண்தான்.

யூலை 2003 - கூகிள் நிறுவனம் கலிபோர்னியாவில் உள்ள, ஆம்பிதியேட்டர்பார்க்வே வளாகத்திற்கு தனது அலுவலக இடத்தை மாற்றியது. 1000 பேர்களுக்கும் மேல் பணி செய்யத் தகுந்த இடமாக, பல அலுவலகக் கட்டடத் தொகுதிகளை இந்த இடத்தில் பணிப்புக்கு எடுத்து கூகிள் நிறுவனம் இடமாறியது.

ஏப்ரல் 1, 2004 - தனது பொதுமக்கள் பயன்பாட்டுக்கான மின்னஞ்சல் சேவையான கூகுள் மெயில் என்னும் ஜிமெயிலை, கூகுள் நிறுவனம், ஏப்ரல் 1 அன்று வழங்கியது. இந்த மின்னஞ்சல் சேவை, 1 ஜி.பி. இணைய இடத்துடன் பயனாளர்களுக்கு வழங்கப்பட்டது. இன்றளவும், தனிப்பயன்பாட்டுக்கு, இலவச மின்னஞ்சல் சேவையாக நிலைத்திருக்கும் ஜிமெயில், இணைய மின்னஞ்சல் சேவையில் முன்னிணியில், முதல்நிலையில் இருக்கிறது என்று சொன்னால் அது மிகையில்லை. அதுவரை முழு மின்னஞ்சல் பக்கமும், ஒவ்வொரு தட்டலிலும், புதுப்பிக்கப்பட்டுக் கொண்டிருந்த தொழில்நுட்பத்தைப் பயன்படுத்திக் கொண்டிருக்க, மாறுபட்ட தொழில் நுட்பமான அஜாக்ஸ்

நுட்பத்தைக் கைக்கொண்டு வந்த ஜிமெயில், மின்னல் வேகத்துடனும், பல கூடுதல் வசதிகளுடனும் வந்ததால், ஒரு உடனடி உச்சத்தைப் பயனாளர்கள் மட்டத்தில் அடைந்து மாபெரும் வரவேற்பைப் பெற்றது. அஜாக்ஸ் தொழில்நுட்பம், ஒவ்வொரு முறையும், சர்வர் எனப்படும் வழங்குவானில் இருந்து, முழுப் பக்கத்தையும் புதுப்பிக்கத் தேவையன்றி இயங்கக் கூடிய *(not needed to refresh the whole page from server on every small response of user)* நுட்பத்தைக் கொண்டிருந்தது.

ஆகஸ்ட் 19, 2004- பொதுமக்களுக்கான பங்குகளை முதன்முதலில் வெளியிடுகிறது கூகுள் நிறுவனம். ஒரு பங்கு 85 டாலர் என்ற அளவில். அன்றைய நிறுவன மதிப்பு 27 பில்லியன் டாலர்கள். இன்றைக்கு 840 பில்லியன் டாலர்கள்.

பெப்ரவரி 8, 2005 - கூகுள் மேப் என்னும் நிகர்நிலை வரைபட சேவை. ஜிபிஎஸ் என்னும் உலக இருப்புநிலையறியும் அமைப்பு *(Global Positioning System)* இந்த வரைபடச் சேவையுடன் 2009'ல் இணைந்த போது, கூகுள் மேப் சேவை பண்மடங்கு, வீரியம் பெற்று, அதுவரை அந்தப் புலங்களில் இருந்த கார்மின் போன்ற நிறுவனங்களைப் படுக்கச் செய்தது.

அக்டோபர் 9, 2006 - கூகுள் நிறுவனம், யூட்யூப் என்ற விழிய ஓடை நிறுவனத்தைக் கையகப்படுத்துகிறது. தொடங்கப்பட்டு ஒரு ஆண்டே ஆன யூ ட்யூப் நிறுவனத்தின், காணொளி ஓடை வசதிகளைத் தனக்கு சாதகமாக நினைத்த கூகுள், மற்றும் கூகுள் நிறுவனத்தின் மாபெரும் மூல முதல் வசதிகளைத் தனக்குச் சாதமாக நினைத்த யூட்யூப் என இருவருக்கும் பயன்தரும் வியாபார ஒப்பந்தமாக இது விளங்கியதால், 1.65 பில்லியன் டாலர்களுக்கு

யூட்யூப் நிறுவனம், கூகுள் நிறுவனத்தால் வாங்கப்பட்டது. கைபேசிகளின் பயன்பாடு மேன்மேலும் அதிகப்படப்போகும் என்ற நிலையில் காணொளிகளே, ஊடகத்தை ஆட்சி செய்யப் போகின்றன என்பதைச் சரியாகக் கணித்த, கூகுளின், மிகுந்த சாமர்த்தியமான நகர்வு என்று, அது யூட்யூப் நிறுவனத்தை வாங்கிய நிகழ்வைச் சொல்லலாம்.

ஏப்ரல் 14, 2007 - கூகுள் நிறுவனம் , டபுள் க்ளிக் என்ற இணைய விளம்பர நிறுவத்தை வாங்கி, கூகுள் குழுமத்துடன் இணைத்துக் கொண்டது. 2000'ல் ஆட்வர்ட்ஸ் (adwords) என்ற இணைய விளம்பரத்துக்கான செயல்பாட்டுப் பகுதியை நிறுவிய கூகுள், 2007'ல் நிறுவிய ஆட்சென்ஸ் (adsense) மூலம், செறிவூட்டும் இணைய விளம்பர உத்திகளை வகுத்திருந்தது. டபுள்க்ளிக் நிறுவனத்தை வாங்கியதன் மூலம் இணைய விளம்பர உத்திகள் மற்றும் அமைப்பு முறைகளில் மேலும் பலம் பெற்ற நிலையை கூகுள் அடைந்திருக்கிறது.

செப்டம்பர் 2, 2008 - தனது உலாவியான கூகுள் க்ரோம்'ஐ வெளியிடுகிறது கூகுள் நிறுவனம். இன்டர்நெட் எக்ஸ்ப்ளோரர் மற்றும் ஃபைபர் பாக்ஸ் என்ற நெருப்பு நரி என இரண்டு உலாவிகள் இணையவெளியில் இயங்கின. முதலாவது விண்டோஸ் நிறுவனத்தினுடையது; இரண்டாவது மொசில்லா நிறுவனத்தினுடையது. இவற்றில் எக்ஸ்ப்ளோரர், கிட்டத்தட்ட கேள்வி கேட்பாரில்லாத தலைவனாக உலாவி உலகில் இருந்து கொண்டிருந்தது. ஆனால் தொடங்கப்பட்ட நான்கு ஆண்டுகளுக்குள், மிக விரும்பப்படும் உலாவி என்ற நிலையையும், பத்தாண்டுகள் கழித்து, 2018'ல் உலவாவிப் பயனாளர்களில் 65% க்கும் மேல் பயனாளர்களையும் கொண்டதாக க்ரோம்

மாறுகிறது என்றால், அதன் நுட்பம், தீர்க்கம், வேகம் முதலியவற்றை உணர்ந்து கொள்ளலாம்.

செப்டம்பர்23, 2008 - கூகுள் நிறுவனம் சப்தமில்லாமல், 2005'லேயே கைபேசி இயங்குதள நிறுவனமான, ஆண்ட்ராய்டை வாங்கியிருந்தது. 2007'ல் ஆப்பிள் நிறுவனம் தனது ஐபேசியை அறிமுகப்படுத்தி, கைபேசித் துறையில் வெடிக்கச் செய்திருந்த புரட்சி பொங்கி அலையடித்து மூழ்கடிப்பதற்குள், ஓராண்டிலேயே, எட்டிசி நிறுவனத்தின் கைபேசிக்கான இயங்குதளமாக ஆண்டராய்ட் இயங்குதளத்தை, கைபேசியுடன் இணைந்து வழங்குகிறது கூகுள். பின்னால் கைபேசி இயங்கு தள உலகத்துக்கான ஒரு மாபெரும் சந்தையில், கணிசமான இடத்தை கூகுள் பிடித்து வைத்திருப்பதற்கான பிள்ளையார் சுழி, அதிலிருந்துதான் தொடங்கியது.

இன்றளவும், கைபேசி இயங்குதளத்திற்கான மொத்தப் பயனாளர்களில் 71.6% சதவிகத்தை ஆண்ட்ராய்ட் வைத்திருக்கிறது; அதாவது அதன்மூலம் கூகுள் நிறுவனம் வைத்திருக்கிறது.

சனவரி 5, 2010 - கூகிள் நிறுவனம் தனது நெக்சஸ் வகை கைபேசிகளை வெளியிடுகிறது.

அக்டோபர் 2010 - கூகிள் நிறுவனம் தனது ஆளில்லாமல் இயங்கும் மகிழுந்துத் திட்டத்தைப் பற்றிச் செய்திகளை அறிவிக்கிறது.

ஆகஸ்டு 15, 2011 - மோட்டோராலா கைபேசித் தொகுதி நிறுவனத்தை கூகுள் நிறுவனம் வாங்குகிறது.

சூன் 2012 - கூகிள் க்ளாஸ் என்ற கண்ணாடி அறிமுகம்

சனவரி 24, 2014 - கூகுள் டீப்மைண்ட் என்ற செயற்கை நுண்ணறிவுத்துறை நிறுவனத்தைக் கையகப்படுத்துகிறது.

ஆகஸ்டு *10, 2015* - ஆல்பஃபெட் நிறுவனம் தொடக்கம்- கூகுள் தனது தாய் நிறுவனமாக ஆல்பஃபெட் என்ற நிறுவனத்தைத் தொடங்கி அதன் பகுதியாக கூகுள் நிறுவனத்தை மாற்றுகிறது. இது வணிக நோக்கில் பல்வேறு பட்ட தளங்களில் இயங்கும் நிறுவனத்தின் எதிர்காலத் திட்டங்களுக்கான சரியான உத்தி என்று பலர் கணிக்கிறார்கள்.

நிறுவன இயங்கு உத்தி

தொடக்கத்தில் ஒரு தேடுபொறி இணையப் பக்கமாக மட்டும்தான் கூகிள் தொடங்கியது; ஆனால் காலப்போக்கில் இணையம் சார்ந்த, பின்னோக்கு மூல ஒருங்கிணைவு(பேக்வர்ட் இன்டக்ரேசன்) உத்தியில் பலவற்றிலும் ஈடுபட்ட கூகுள் நிறுவனம் இன்று, எட்டுப் புலங்களில், ஒரு மாபெரும் தொழில்நுட்ப நிறுவனமாக இயங்கி வருகிறது.

இனி என்னவாகும்

மேற்கண்ட காலக்கோடு கூகுள் நிறுவனத்தின் அனைத்து செயல்பாடுகளையும் உள்ளடக்கியதல்ல; அதன் முக்கியமான சில செயல்பாடுகளைச் சொல்வது மட்டுமே. ஏனெனில் பெரும்பிரிவு அளவில், சேவை, மேகக் கணிமை, மற்றவை என்ற பிரிவுகளில் செயல்படும் அல்பஃபெட், இன்னும் பகுத்துப் பார்த்தால், செயற்கை நுண்ணறிவு, ஆளில்லாது இயங்கும் வாகனம் என்று பல்வேறு தளங்களில், பல்வேறு முகமைகளில் பரந்து விரிந்து இயங்குகிறது. இன்று எட்டு விதப் புலங்களில் *(horizontals)*, ஒவ்வொன்றிலும் பின்னோக்கு மற்றும் முன்னோக்கு மூல ஒருங்கிணைவு கொண்டு *(backward and forward integration)* இயங்கும் கூகுள் நிறுவனம், இன்னும் பத்தாண்டுகளில் நமது தினப்படி வாழ்க்கைக்குள் செலுத்தப் போகும் செல்வாக்கு சொல்லவொண்ணாததாக இருக்கும்.

24. வட்டி—வணிகம்—வாழ்க்கை

(வங்கிகளின் வரலாறு)

வங்கிகள் என்பதை நாம் எப்படிப் புரிந்து கொள்கிறோம்? இன்றைய பொது நோக்கில் வங்கிகள் நம்மிடம் உள்ள கூடுதல் பணத்தைப் பாதுகாப்பாக வைத்திருக்கும் ஒரு இடமாகவும், நமக்குக் கடனாகப் பணம் தேவைப்பட்டால், நமது செயல்பாடுகளைப் பொறுத்து நமக்குக் கடன் அளிக்கும் தொழில் இடமாகவும், நமது விலையுயர்ந்த செல்வங்களைப் பாதுகாப்பாக வைத்திருக்கும் ஒரு இடமாகவும் *(locker facility)* என்று மூன்று வகைகளில் புரிந்து கொள்கிறோம்.

இது எளிய புரிதல். இதில் வியப்பு என்னவெனில் வங்கியியலின் அடிப்படையே இவ்வாறு மூன்றாகத்தான் நவீன வணிகவியல் அறிவுப் புலத்திலும் பிரிக்கப்பட்டிருக்கிறது. வியாபார வங்கியர், வட்டித் தொழிலர் மற்றும் பொற்கொல்லர்கள் என்ற மூன்று பிரிவில்தான் அடிப்படை வங்கியியல் மூதாதையர்கள்

இருந்திருக்கின்றனர். இன்று நேற்றல்ல, இரண்டாயிரம், நான்காயிரம் ஆண்டுகளுக்கு முன்னர் கூட இவ்வாறே இருந்திருக்கலாம். பாபிலோனிலும், மெசபடோமியாவிலும் கி.மு. 2000 வாக்கில் கோயில்கள்தான் இந்தப் பணத்தைக் கையாளும் வங்கிகளாகச் செயல்பட்டிருக்கின்றன. கோயில்கள் கடவுளர்கள் பார்வையில் இருப்பதால், அங்கு வைக்கப்படும் செல்வங்கள் திருடப்படாமல் இருக்கும் என்ற நம்பிக்கை பரவலாக பழங்காலப் அரசு நாகரிகங்களில் இருந்திருக்கின்றன. உரோமப் பேரரச நாட்களின் குறிப்புகளிலும் கோயில்களில் செல்வம் நாணயங்களாகவும், உலோகக் கட்டிகளாகவும் சேர்த்து வைக்கப்பட்டிருக்கின்றன என்கிறது வங்கிச்சேவைகளின் தோற்றம் வளர்ச்சி பற்றிய பிரித்தானிய கலைக்களஞ்சியம்.

நவீன வங்கிகளின் வகைப்பாடுகளை வணிக வங்கிகள், தொழில் வங்கிகள், கூட்டுறவு வங்கிகள், நாணயமாற்று வங்கிகள், சேமிப்பு வங்கிகள், உள்நாட்டு வங்கிகள், மையவங்கிகள் என்ற பொது வகைகளில் பிரிக்கலாம்.

பண்டைய இந்தியப் பகுதியின் வங்கிச் சேவைகள்

பழங்கால இந்தியப் பகுதிகளில் வங்கிச் சேவைகள் எப்போது தொடங்கியிருக்கும்? வங்கிச் சேவைகள் என்று பார்த்தால், ஏதாவது ஒரு சேவை அல்லது கட்டணம் பெற்றுக் கொண்டு கடன் கொடுப்பது (வங்கிக் கடன் சேவை), மற்றும் சேமிப்புச் சேவைக்கு இலக்கியச் சான்றுகள் கிடைக்கின்றன. இந்த கடனுக்குப் பணம் பெறுவது வட்டித் தொழில் என்றே அறியப்பட்டது. ஆனால் பெறக் கூடிய வட்டி விகிதங்களுக்கு முறைப்படுத்தப்பட்ட விதிகள் ஏதும் இருந்தாற் போன்று தெரியவில்லை.

அர்த்தசாத்திரம் எனப்படும் பொருள்நூலில், சாணக்கியர் வட்டி வாங்குவது பற்றிய விவரங்களைப் பேசுகிறார். மோரிய அரசுக்காலங்களில் பொருள்நூல் மிகவும் செல்வாக்குப் பெற்று விளங்கியதால், அதன் பரிந்துரைகள் ஏற்கப்பட்டு கடைப்பிடிக்கப்பட்டிருக்கலாம் என்று நம்பலாம்.

அதன்படி பாதுகாப்பான பிணையக் கடன்களுக்கு 15 சதமும், பாதுகாப்பில்லாத பிணையக் கடன்களுக்கு 60 சதம் வரையும் வட்டி வசூலிக்க, பொருள்நூல் அனுமதி அளிக்கிறது. ஆனால் வட்டித் தொழிலில், கடன் கொடுப்பதில் பெரும் இழப்பு ஏற்படுகின்றது என்ற நிலையில், 240 சதம் வரை வட்டி திரட்டலாம் என்பது சாணக்கியர் அனுமதித்த பொருள்நூல் விதி.

சங்க காலத்தை ஒட்டியும் முதல் எட்டு நூற்றாண்டுகளுக்குள்ளும் பன்னாட்டு வணிகம் கடல்வழி நடைபெறத் தொடங்கிய பின், பணப் பரிமாற்றத்துக்கான தேவைகளைக் கருத்தில் வைத்த வணிகர்கள், வணிகப்பாதை நெடுகிலும், குறிப்பிடத்தக்க இடங்களில் வங்கிச் சேவை நிலையங்களை நிறுவியிருக்கிறார்கள். குறிப்பிட்ட கட்டணத்திற்கு வணிகத்திற்கான பணம் கொடுத்து வாங்குதலும், இதன் நீட்சியாக பணவரைவுமாற்றுத்தாள் *(Bill of exchange)* பயன்பட்டிருக்கின்றது. இராசஇராசன் காலத்தில் வட்டிக்காக வணிகக் கடன் கொடுக்கும் இரண்டு நிதிய அமைப்புகள் தஞ்சைப் பெரிய கோயிலிலேயே அமைந்திருந்தன என்று இராசஇராசேச்சுவரம் என்ற தனது நூலில் குறிப்பிடுகின்றார், குடவாயில் பாலசுப்ரமணியன். இதே காலத்தில் பொற்கொல்லர்களும் தங்களது வாடிக்கையாளர்களின் தங்கம் மற்றும் மதிப்பு மிக்க

உலோகங்களை நாணய வார்ப்புச் செய்து தரவோ அல்லது பத்திரப்படுத்தி வைத்திருக்கவோ தொடங்கி வங்கிச் சேவையாளர்களாக மாறியிருக்கிறார்கள்.

பண்டைய இந்தியப் பகுதிகளிலும் உள்ளூர் அளவில் கோயில்களைச் சுற்றியே வணிகப் பொருளாதாரம் இருந்திருக்கிறது. கோயில்களில் செல்வத்தைக் கொடுத்து வைத்தல் வழக்கில் இருந்திருக்கிறது. இதனாலேயே கோயில்களின் மேலாண்மை செய்தவர்கள் அறங்காவலர்களாக இருந்திருக்கிறார்கள். கோயில்களுக்கு இருந்த செல்வ மேலாண்மையே அரசர்கள் கோயில்களில் ஈடுபாடு காட்டுவதற்கும், அதிகார அடுக்குகளில் கோயில் அமைப்புகள் பலம் பெறுவதற்குமான காரணிகளாக மாறின என்று கொள்ளலாம்.

நவீன உலக வங்கியியல் வரலாறு

கடன் கொடுத்து வாங்கிக் கொண்டிருக்கும் தனியார் நிலையங்கள் பண்டைய காலத்திலும் ஐரோப்பிய மன்னர்கள் காலத்திலும் இருந்து கொண்டிருந்த போதிலும், நவீன வங்கிச்சேவையின் விதிகள் பிரித்தானியாவில் கி.பி.*1776*'ல், 'கண்ணுக்குத் தெரியாக் கை' மூலம் செயல்படும் நவீன சுதந்திரப் பொருளாதாரம் பற்றிய கோட்பாடுகளை முன்வைத்த பிறகுதான் நவீன வங்கியியல் வேகவளர்ச்சி பெற்றது என்று கொள்ளலாம். இந்தக் கொள்கையினால் சந்தை தன்னைத்தானே மட்டுறுத்திக் கொள்ளும் என்றும், அரசு இயந்திரங்கள் பொருளாதார சந்தைகளை மிகவும் கட்டுப்பாட்டுக்குள் வைத்திருக்கக் கூடாது என்ற எண்ணங்களும் மேலெழுந்தன.

இந்த முதலீட்டு சந்தைப் பொருளாதாரக் கொள்கையினால் பிரித்தானியாவும், அப்போதுதான்

தோன்றத் தொடங்கியிருந்த அமெரிக்கா உள்ளிட்ட புதிய உலகும் நவீன வங்கியியல் சேவைகளுக்கான வளமான களங்களாக இருந்தன. அமெரிக்க அரசின் முதல் நிதிச் செயலரான அலக்சாண்டர் யாமில்டன் *(Alexander Hamilton)* மத்திய வங்கி ஒன்றை அமைக்கும் சிந்தனையை முன்வைத்தார். அந்த மத்திய வங்கி தேசிய செலாவணியையும், மாநில வங்கிகள் தங்களது புழக்கச் செலாவணியின் மதிப்பை நிலைநிறுத்துவதற்காக, நிதிப் பத்திரங்களை வெளியிட்டும் செலாவணி மற்றும் வணிகச் சேவைகளை நிலையாக வைத்தது.

கி.பி.*1850* களை ஒட்டித் தொடங்கப்பட்ட வணிக வங்கிகள் *(Merchant banks)* என்ற வகையிலான கோல்ட்மன்சாக்சு*(GoldmanSachs)*, குன்லியாப்அன்கோ *(Kuhn Leob & Co)* , யே.பி.மார்கள் *(J.P.Margon)* போன்ற தனியார் வங்கிகள் வந்து விட்டன. *1900'*ங்களின் தொடக்கத்தில் பெரும் தொழிலக நிறுவனங்கள் தொடங்கி வளர்ந்த அந்த நேரத்தில், முதலீட்டுத் தேவை அதிகமாக இருந்த அந்தக் காலத்தில், இந்த வங்கிகளின் சேவை வீச்சும், வணிக மற்றும் உயர் அதிகாரத் தொடர்புகளும், உலக அளவிலான நிதிச்சேவைப் புலத்தில் இந்தத் தனியார் வங்கிகளின் செல்வாக்கை மிக உயர்த்தின. நிறுவனங்களுக்குத் தேவையான நிதியை வங்கிகள் மட்டுமே அளிக்க இயலாது என்ற சூழலில் பொதுப் பங்கு வெளியீடு, அவற்றின் வங்கிச் சேவைகளின் பங்கு இவற்றால், இந்த வங்கிகளின் அதிகாரிகள், பெரு நிறுவனங்களின் இயக்குநர்கள் குழுமத்தில் இடம்பெறுவது, இதனால் இந்த நிறுவனங்கள் செயல்பாடுகளில் விசை செலுத்தும் அளவுக்கு செல்வாக்கில் உயர்ந்தன.

12'ம் நூற்றாண்டிலிருந்து, ஆங்கியலேயர் வருகைதந்த 17'ம் நூற்றாண்டு வரை, நாட்டு வங்கியர் என்று அழைக்கப்பட்டவர்கள் வட்டித் தொழிலிலும், நாணய மாற்றுத் தொழிலிலும் (பல மன்னர்களின் பகுதிகளில் பல நாணயங்களின் புழக்கம் வழக்கில் இருந்ததால்) ஈடுபட்டிருந்தனர் என்று அறியமுடிகிறது. 17'ம் நூற்றாண்டில் இந்தியாவிற்கு வருகை தந்த கிழக்கிந்தியக் கம்பெனி நிறுவனம், மொழிச்சிக்கல்கள் காரணமாக, இந்த உள்ளூர் வங்கியாளர்களைப் பெரிதும் பயன்படுத்திக் கொள்ள இயலாத நிலை இருந்ததால், முதன் முதலில் முகமை அகங்கள் எனப்படும் தரகு நிறுவனங்களை (agency houses) உருவாகத் தொடங்கின. இவை, தேயிலை, அவுரி, கஞ்சாச் செடி போன்றவற்றை வியாபாரம் செய்வதற்காக உருவானவை என்றாலும், இவற்றை வங்கிச் சேவைகளுக்காகவும், கிழக்கிந்தியக் கம்பெனி பயன்படுத்திக் கொண்டது.

மேலும் கம்பெனி, மேற்கு நாடுகளைப் போல முழு வங்கிச் சேவைகளை இந்தியாவில் அமைக்க 17'ம் நூற்றாண்டில் விரும்பாத காரணங்களாலும், இந்தத் தரகு நிறுவனங்களின் கடன் மற்றும் வட்டிச் சேவைகளைக் கட்டுப்படுத்த இயலவில்லை. ஆனால் இந்தத் தரகு நிறுவனங்கள் தங்களது பிற தொழிலுக்குக் கூடுதல் வசதியாகவே, இந்த வங்கிச் சேவைகளை நடத்தின. அந்த முக்கியத் தொழில் நலிவடைந்த போது, இவை காணாமல் போயின. எனவே பிற தொழில்களோடு வங்கிச் சேவை இணைந்து நடத்தப்படுவதன் பாதகங்களை கம்பெனி தெளிவாக உணர்ந்தது. எனவே முழுமையான மாகாண வங்கிகளை கம்பெனி நிருவாகம் தொடங்கத் தலைப்பட்டது.

இதில் முதலாவது கல்கத்தாவில் 1806'ல் தொடங்கப்பட்டு, 1809'ல் வங்கிச் சாசனம் செய்யப்பட்ட வங்காள மாகாண வங்கி முதலாவது. 50 இலக்கம் ரூபாய் முதலில் தொடங்கபட்ட இதற்கு 10 இலக்கம் ரூபாய் முதலை கம்பெனி அரசே வழங்கியது; 1823'ல் காகிதப் பணத்தையும் வெளியிடும் உரிமையை பிரித்தானிய இந்தியாவில் பெற்ற இந்த வங்கி, 1839'ல் கிளைகளைத் திறக்கும் உரிமையினையும் பெற்றது.

இந்தியாவின் நவீன வங்கிச் சேவைகளுக்கான தொடக்கம் இவ்வாறே தொடங்கியது. வங்காள வங்கியைத் தொடர்ந்து, பம்பாய் வங்கி, 1840'ல் 50 இலக்கம் ரூபாய் முதலுடனும், 1843'ல் சென்னை வங்கி, 30 இலக்கம் ரூபாய் முதலுடனும் தொடங்கப்பட்டன.

அடுத்தஐம்பது ஆண்டுகளில் பெரிய மாற்றங்கள் ஏதும் நிகழவில்லை. 1900'ங்களின் தொடக்கத்தில் நிறைய தனியார் வங்கிகள் தொடங்கப்பட்டன. 1905'லிருந்து 1920 வரை பாங்க் ஆப் பரோடா, இந்தியன் வங்கி, சென்ட்ரல் பாங்க் ஆப் இந்தியா, பாங்க் ஆப் இந்தியா என்ற பல வங்கிகள் வந்தன. இதே காலத்தில் பல தனியார் வங்கிகள் செயலிழந்து முறிந்ததும் நடந்தது. இவற்றிற்குக் காரணம், முறையற்ற நிருவாகம், வங்கிச் செயல்முறைகளைக் கட்டுப்படுத்தும், கண்காணிக்கும் அல்லது வழிகாட்டும் அமைப்புகள் இல்லாதிருந்தது, ஒப்பு முதல்(authorised capital) முழுவதையும் வங்கி தொடங்கியவர்கள் முழுதாக முதலாகச் செலுத்தி வங்கியைத் தொடங்காதது, போட்டியால் அதிகரித்த வட்டி விகிதம் என்று பல காரணங்களைச் சொல்லலாம். இந்த நிலை இரண்டாம் உலகப்போர் வரை நீண்டு பல வங்கிகள் முறிந்தன.

விடுதலை பெற்ற இந்தியாவின் வங்கிச் சேவை

இந்திய விடுதலைக்குப் பின்னர் *1949'ல்* இந்திய மத்திய வங்கியான ரிசர்வ் வங்கி, வங்கிகள் நிறுவனச் சட்டத்தைக் கொண்டுவந்து, வங்கிகளின் கிளைகளை நிருவகிப்பது, மாற்றுவதில் ஏற்பட்ட குழப்பங்களையும், வங்கிச் செயல்பாடுகளையும் சீர் செய்தது. இந்தச் சட்டம் காலத்திற்கேற்ற மாறுதல்களோடு, இன்றளவும் வங்கிகள் ஒழுங்காற்றுச் சட்டமாக -பேங்கிங் ரெகுலேசன் ஆக்ட், நீடிக்கிறது.

விடுதலை பெற்ற இந்தியாவின் பல பகுதிகள் மிகவும் பின்தங்கியிருந்தன. பெரும் நிறுவனங்கள் முக்கிய நகரங்களிலோ அதை ஒட்டியோ மட்டும் நிறுவப்பட்டன. எனவே நாட்டின் மூலை முடுக்கெல்லாம் சேவை அளிக்கும் வங்கிக்கிளைகள் இல்லாமல் இருந்தன. இந்தக் குறையைப் போக்கவும் மக்களுக்கு வங்கிச் சேவைகளின் பரவலைப் பழக்கப் படுத்தவும் வங்கிகளைத் தேசியமயமாக்கிய நிகழ்ச்சி உதவியது. *14* பெரும் வங்கிகள் தேசியமயமாக்கப்பட்டு, கிராமப் புறங்களில் வங்கிக் கிளைகள் நிறுவப்பட்டு வங்கிச் சேவை பரவலானது.

அதே நேரம் இந்த கிராமப்புற வங்கிச் சேவைகளால் பெருமளவு இலாபம் கிடைக்காது என்ற நிலையில், விற்பனைச் சேவை வழங்கும் தனியார் வங்கிகள் தாங்கள் இலாபமீட்டும் இடங்களில் மட்டும் செயல்பட்டன.மேலை நாடுகள் போன்ற முதலீட்டு திறப்புப் பொருளாதாரக் கொள்கையை-கேபிடலிஸ்ட் ஓபன் எகானமி, இந்தியா கடைப்படிக்காத காரணத்தால், இந்திய வங்கி மற்றும்

நிதிச் சேவைகள் வளர்ச்சி *1990* வரை மெதுவாகவே சென்றது.

*1991'*ல் ஏற்பட்ட புதிய திறப்புப் பொருளாதாரக் கொள்கையினால், இந்திய பொருளாதார வெளியில் விற்பனை வங்கிகள், பங்குச் சந்தை மற்றும் நிதிச்சேவை முகமைகளில் ஈடுபட்டிருந்த பல பன்னாட்டு வங்கிகள் இந்தியாவில் பல இடங்களில் சேவைகளைத் தொடங்கின. விசை பெற்ற பொருளாதார வளர்ச்சியும் இவற்றின் வளர்ச்சிக்கு உதவியது. கூடவே வளர்ந்த இணைய வளர்ச்சி மற்றும் வங்கி மற்றும் நிதிச்சந்தை வட்டாரங்களில் இணையத்தின் பங்கு போன்றவை இந்த வளர்ச்சிக்கு விசையூட்டின.

*1950'*களிலிருந்து *1990* கள் வரை பெற்ற வங்கிச் சேவைகள் வளர்ச்சியைப் போல, பத்து மடங்கு வளர்ச்சி *1990'*களில் தொடங்கி அடுத்த இருபதாண்டுகளில் நடந்தது என்று சொன்னால் மிகையில்லை.

இன்றைய திறப்புப் பொருளாதாரமும், இணையமும், வசதிகளும் நிதிச்சேவைகளில் பலதிறப்பட்ட சாத்தியங்களைத் திறந்து விட்டிருக்கின்றன. இன்று இந்தியாவில் இருந்த எந்த நாட்டின் பங்குச் சந்தைகளிலும் முதலீடு செய்ய முடியும். இணையத்தின் வழி பங்கு விற்பனைகளையும் செய்ய முடியும். வங்கிகள் என்பது கடன் கொடுப்பது, வைப்புநிதியை வாங்கி வட்டி கொடுப்பது என்ற இரண்டை மட்டும் செய்யும் அமைப்பு என்று மட்டுமல்லாது, பங்குச் சந்தை, பங்கு நிதியச் சந்தை, இண்டஸ்ரியல் பேங்கிங் என்ற தொழிலக வங்கிச்

சேவை, விற்பனை வங்கிச் சேவைகள், காப்பிட்டுச் சேவைகள் என்ற பலவித துறைகளில் வாய்ப்புகளை வழங்குகிறது. நன்கு திட்டமிடத் தெரிந்த ஒருவர் இன்றைய வங்கிச் சேவைகளைத் தனது வியாபாரம் அல்லது சேவைத் துறையில் சரியான முறையில் பயன்படுத்தி வேகமான வளர்ச்சியை அடைய இயலும் என்பது திண்ணம்.

www.ingramcontent.com/pod-product-compliance
Lightning Source LLC
LaVergne TN
LVHW060215051026
849517LV00005B/1411